വാസ്കോ ഡ ഗാമയുടെ യാത്ര

ഡയറിക്കുറിപ്പുകൾ

vasco da gamayude yathra
dairykurippukal

•

orginal title
vasco da gama's first voyage

•

english translation
e g ravenstein

•

malayalam translation
prabha r chatterji

•

first edition
march 2012

•

typesetting
star communications, thiruvananthapuram

•

published
chintha publishers, thiruvananthapuram

•

printed
anaswara offset pvt ltd

•

cover
ambeesh

വിതരണം

ദേശാഭിമാനി ബുക്ക് ഹൗസ്

H O തിരുവനന്തപുരം–695 035
www.chinthapublishers.com
chinthapublishers@gmail.com

ബ്രാഞ്ചുകൾ

ഹെഡ്ഡാഫീസ് ബ്രാഞ്ച് കുന്നുകുഴി • ഓവർബ്രിഡ്ജ് തിരുവനന്തപുരം • കെ എസ് ആർ ടി സി ബസ് സ്റ്റേഷൻ ആലപ്പുഴ • കെ എസ് ആർ ടി സി ബസ് സ്റ്റേഷൻ എറണാകുളം • മച്ചിങ്ങൽ ലെയ്ൻ തൃശൂർ • ഐ ജി റോഡ് കോഴിക്കോട് • മാവൂർ റോഡ് കോഴിക്കോട് • എൻ ജി ഒ യൂണിയൻ ബിൽഡിങ് കണ്ണൂർ • സെൻട്രൽ ബസ് ടെർമിനൽ കോംപ്ലക്സ് താവക്കര കണ്ണൂർ

CO - 1704 / 2857

വാസ്കോ ഡ ഗാമയുടെ യാത്ര

ഡയറിക്കുറിപ്പുകൾ

ഇ ജി റവൻസ്റ്റീൻ

പരിഭാഷ:
പ്രഭ ആർ ചാറ്റർജി

ചിന്ത പബ്ലിഷേഴ്സ്
തിരുവനന്തപുരം-695 035
വില : ₹ 80

ഇ ജി റവൻസ്റ്റീൻ (1834 – 1913)

പ്രശസ്ത ജർമൻ – ഇംഗ്ലീഷ് ഭൗമശാസ്ത്രഗ്രന്ഥകാരൻ. ജർമൻ ജിംനാസ്റ്റിക് സൊസൈറ്റി എന്ന സംഘടനയ്ക്ക് രൂപം നൽകി.
ഹാൻഡി വാല്യം ഓഫ് അറ്റ്ലസ്, എ ലൈഫ്സ് വർക്ക് എന്നിവയാണ് മറ്റ് കൃതികൾ.

പ്രഭാ ആർ ചാറ്റർജി

ഇന്ത്യൻ ഇൻസ്റ്റിറ്റ്യൂട്ട് ഓഫ് സയൻസിൽ (ബംഗളൂരു) നിന്നും കെമിസ്ട്രിയിൽ പി എച്ച് ഡി. ഇന്ത്യയിലും വിദേശത്തും അധ്യാപികയായി പ്രവർത്തിച്ചിട്ടുണ്ട്. നിരവധി പുരസ്കാരങ്ങൾ ലഭിച്ചിട്ടുണ്ട്.

ഭർത്താവ് : ദിപൻകർ ചാറ്റർജി
ഇമെയിൽ : prabhachatterji@gmail.com

ഉള്ളടക്കം

പരിഭാഷകയുടെ കുറിപ്പ്

അഞ്ചൂറിൽപ്പരം വർഷങ്ങൾക്ക് മുമ്പ് വാസ്കോ ഡ ഗാമയുടെ നേതൃത്വത്തിൽ പോർച്ചുഗലിലെ റെസ്റ്റല്ലോയിൽനിന്ന് പുറപ്പെട്ട് കേരളത്തിലെ കാപ്പാട് തീരത്ത് എത്തിച്ചേർന്ന ഒരു ധീരസാഹസിക സമുദ്രയാത്ര. (പിന്നീടുള്ള തിരിച്ചുപോക്കും) ആ യാത്രയെപ്പറ്റി നമുക്കെന്തറിയാം?

പതിനാറാം നൂറ്റാണ്ടിലെ ആഗോള രാഷ്ട്രീയ സാമ്പത്തിക വാണിജ്യമേഖലകളിൽ കോളിളക്കങ്ങൾ സൃഷ്ടിച്ച ഈ യാത്രയെയും അതിന്റെ പ്രാധാന്യത്തെയും പറ്റി പോർച്ചുഗലിലെ മാനുവൽ രാജാവ് മാർപ്പാപ്പയ്ക്കും കർദിനാളിനും കാസ്റ്റിലിലെ രാജാവിനും രാജ്ഞിക്കും എഴുതിയ കത്തുകളിൽ വിശദീകരിക്കുന്നു. 1551 ൽ ഇന്ത്യയിലെ പോർച്ചുഗീസ് ആധിപത്യത്തെപ്പറ്റി ബൃഹത്തായ പത്ത് പുസ്തകങ്ങൾ എഴുതിയ ഫെർണോ ലോപസ് കാസ്റ്റനഡയും ഈ പ്രഥമ യാത്രയെപ്പറ്റിയുള്ള വിശദാംശങ്ങൾ നൽകുന്നു. പക്ഷേ ദൃക്സാക്ഷി വിവരണങ്ങൾ? കാലത്തെ അതിജീവിച്ചത് ഒരജ്ഞാതന്റെ ദിനസരിക്കുറിപ്പുകൾ മാത്രം. അതും ഒരു പകർപ്പ് കോപ്പി. പോർച്ചുഗലിലെ ഒപ്പോർത്തോ പബ്ലിക് ലൈബ്രറിയിലെ (എം എസ് 804) എന്ന നമ്പറിൽ സൂക്ഷിക്കപ്പെട്ടിരിക്കുന്നു ഈ Roteiro അഥവാ ദിനക്കുറിപ്പുകൾ.

അവിചാരിതമായാണ് ഒരു പുസ്തകമേളയിൽ *A journal of the First voyage of Vasco da Gama 1497-99* Translated by E G Ravenstein കയ്യിൽ കിട്ടിയത്.

ഗാമയുടെ ഐതിഹാസിക യാത്രയുടെ അഞ്ചൂറാം വാർഷികാഘോഷങ്ങളുടെ ഭാഗമായി 1898 ൽ ലണ്ടനിലെ ഹാക്ലൂട് സൊസൈറ്റി പ്രകാശനം ചെയ്ത ആംഗല പരിഭാഷയുടെ എഡിറ്റിങ് നിർവഹിച്ചത് ചരിത്ര

ഗവേഷകനായിരുന്ന പ്രൊഫസർ ഇ ജി റവൻസ്റ്റീൻ ആണ്. വർഷങ്ങളോളം നീണ്ടുനിന്ന അദ്ദേഹത്തിന്റെ അതിഗഹനമായ പഠനം അടിക്കുറിപ്പുകളിലും അനുബന്ധങ്ങളിലും പ്രതിഫലിക്കുന്നു.

ഒറ്റയിരിപ്പിൽ വായിക്കാവുന്ന പുസ്തകമായിരുന്നില്ല ഇത്. ഭൂപടങ്ങളും (പഴയതും പുതിയതും) ചരിത്രപുസ്തകങ്ങളും ഇടയ്ക്കിടെ നോക്കേണ്ടിവന്നു. ഗൂഗ്ൾ ഒട്ടേറെ സഹായിച്ച കാര്യം പ്രത്യേകിച്ചു പറയേണ്ടല്ലോ.

കേരളം ഗാമയെയും കൂട്ടരെയും കണ്ടതെങ്ങനെ എന്നതിനെപ്പറ്റി കേരളചരിത്രത്തിലുണ്ട്. ഒരുവർഷത്തോളം നീണ്ടുനിന്ന അപരിചിത തീരങ്ങളിലൂടെയുള്ള അപകടം പിടിച്ച സമുദ്രയാത്രയുടെയും കേരളത്തിലെത്തിയ ശേഷമുള്ള സംഭവഗതികളുടെയും വിവരണങ്ങൾ ഗാമയുടെ കപ്പലിലെ ഒരു സഹയാത്രികന്റെ ദിനക്കുറിപ്പുകളിലൂടെ.

പിൻകുറിപ്പ്: റവൻസ്റ്റീൻ തന്റെ ആംഗല പരിഭാഷയിൽ ഓരോയിടത്തും കൃത്യമായി തീയതി രേഖപ്പെടുത്താൻ ആവതും പ്രയത്നിച്ചിട്ടുണ്ട്. ആ ശ്രമങ്ങളുടെ അടിസ്ഥാനത്തിൽ ഈ പരിഭാഷയ്ക്ക് ഒരു ഡയറിയുടെ പ്രതിച്ഛായ നൽകാൻ ശ്രമം നടത്തിയിട്ടുണ്ട്.

പ്രഭ ആർ ചാറ്റർജി

മുഖമൊഴി

ഇ ജി റവൻസ്റ്റീൻ

ആയിരത്തി നാനൂറ്റി തൊണ്ണൂറ്റി ഏഴ് – തൊണ്ണൂറ്റി എട്ട് വാണിജ്യപരമായും ഭൂമിശാസ്ത്രപരമായും ചരിത്രം കുറിച്ച വർഷങ്ങൾ. വാസ്കോ ഡി ഗാമ ഇന്ത്യയിലേക്കുള്ള സമുദ്രമാർഗം കണ്ടെത്തിയ ദിനങ്ങൾ. ഹെകടിയാസ് പണ്ടെന്നോ പ്രസ്താവിച്ചതും ടോളമിയും അനുയായികളും തള്ളിപ്പറഞ്ഞതുമായ 'കരയ്ക്ക് ചുറ്റും കടൽ' എന്ന ആശയം സ്ഥിരീകരിക്കുക മാത്രമല്ല ഉണ്ടായത്. അന്നുവരേക്കും സിറിയയും അലക്സാൻഡ്രിയയും കേന്ദ്രീകരിച്ച് നടന്നുകൊണ്ടിരുന്ന പൗരസ്ത്യ ദേശങ്ങളിൽ നിന്നുള്ള സുഗന്ധവ്യഞ്ജന വിപണിക്ക് ഒരു പുതിയ വഴി തുറന്നുകിട്ടി. ഈ വ്യതിയാനം കാരണം യുറോപ്യൻ വിപണിയിൽ വെനീസിന്റെ കുത്തക അവസാനിക്കുകയും കുറച്ചുകാലത്തേക്കെങ്കിലും ലിസ്ബൺ ആ പ്രധാന സ്ഥാനം ഏറ്റെടുക്കുകയും ചെയ്തു.

പക്ഷേ, കൊച്ചു രാജ്യമായിരുന്ന പോർച്ചുഗലിന് പരിമിതികൾ ഉണ്ടായിരുന്നു. തലമുറകളായി അറബി (മൂർ) കളുമായി തുടർന്നുപോന്നിരുന്ന തികച്ചും വിവേകശൂന്യമായ യുദ്ധം ഒരുവശത്ത്, മറുവശത്തോ കിഴക്കൻ രാജ്യങ്ങളിലെ വാണിജ്യക്കുത്തക ഉറപ്പിക്കാനും എതിരാളികളായ അറബികളെയും മറ്റു യൂറോപ്യൻ ശക്തികളെയും നേരിടാനും വേണ്ടിയുള്ള സൈനികബലം. രണ്ടും കൂടി പോർച്ചുഗലിനെ നിർധനയും നിസ്സഹായയുമാക്കി; ഈ രണ്ട് വിഷമസന്ധികളും ഇല്ലായിരുന്നെങ്കിൽ ഇന്ന് പോർച്ചുഗലിന്റെ സ്ഥിതി മെച്ചപ്പെടുമായിരുന്നോ എന്ന ചോദ്യം ഉയർന്നേക്കാമെങ്കിലും.

കിഴക്കൻ ഉദ്യമങ്ങൾ ശോകപര്യവസായി ആയെങ്കിലും പോർച്ചുഗൽ ഇന്നും വാസ്കോ ഡ ഗാമയിൽ അഭിമാനംകൊള്ളുന്നു. കൊളംബസിനും മഗല്ലനും ഒപ്പം ഗാമയെ പ്രഗത്ഭ നാവികനായി അവരോധിക്കുന്നു.

വാസ്കോ ഡ ഗാമയുടെ ജനനം 1460 ൽ കടൽത്തീര പട്ടണമായ സയിൻസിൽ. പിതാവ് എസ്തവിയോ അവിടത്തെ ഗവർണർ ആയിരുന്നു. മൂന്ന് ആൺകുട്ടികളിൽ ഏറ്റവും ഇളയവൻ ആയിരുന്നു വാസ്കോ. മുൻഗാമികളിൽ ഒരാളായിരുന്ന ആൾവ്രോ ഡ ഗാമ ലിവേൻസായിൽ നിവസിച്ചിരുന്നതായും 1280 ൽ അറബികളുമായുള്ള യുദ്ധത്തിൽ ശൂരത പ്രദർശിപ്പിച്ച് പ്രശസ്തി നേടിയതായും പറയപ്പെടുന്നു. ഈയൊരു കാരണം കൊണ്ട് ജന്മനാ കുലീനരോ ധനികരോ അല്ലായിരുന്നിട്ടും ഗാമാ കുടുംബത്തിന് ആഭിജാത്യം അനുവദിച്ചുകിട്ടി.

ഗാമയുടെ യുവത്വകാലത്തെപ്പറ്റി യാതൊരു അറിവുമില്ല. ബർത്തലോമിയോ ഡയസ് തിരിച്ചുവന്ന ശേഷം ഇന്ത്യയിലേക്കുള്ള സമുദ്രമാർഗം കണ്ടെത്താനായി ജോൺ രാജാവ് ഒരു നാവികപദ്ധതി തയാറാക്കിയപ്പോൾ വാസ്കോ ഡ ഗാമയെ ആണ് അതിന്റെ മുഖ്യ ക്യാപ്ടൻ ആയി നിയമിച്ചത്. ജോൺ രാജാവിന്റെ ഈ തീരുമാനം അദ്ദേഹത്തിന്റെ പിൻഗാമി മാനുവലും അംഗീകരിച്ചു. ഗാമയുടെ ഊർജസ്വലതയും കാര്യശേഷിയും പ്രത്യുൽപ്പന്നമതിത്വവും ഇതിനകം വേണ്ടത്ര പ്രകടമായിക്കാണണം, അല്ലെങ്കിൽ ഇത്രയും വിശേഷപ്പെട്ട പദവിയിൽ അദ്ദേഹം നിയുക്തനാവുമായിരുന്നില്ല. നാവികതന്ത്രങ്ങളിലും യന്ത്രങ്ങളിലും നിപുണനായ ഗാമയിൽ രാജാവിന് അദമ്യമായ വിശ്വാസം ഉണ്ടായിരുന്നു. അതുകൊണ്ടുതന്നെയാണ് സെന്റ് ജോർജിലേക്ക് സ്വർണവുമായി പോയിരുന്ന പോർച്ചുഗീസ് കപ്പലുകളെ ഫ്രഞ്ചുകാർ കടത്തിക്കൊണ്ടു പോയപ്പോൾ (1492) പ്രതികാരമായി അല്ഗാവേ തുറമുഖത്തെ ഫ്രഞ്ച് കപ്പലുകളെ കീഴ്പ്പെടുത്താൻ രാജാവ് ഗാമയെ നിയോഗിച്ചത്. സ്ഥിരോത്സാഹി, ബുദ്ധിമാൻ, നാവിക കാര്യങ്ങളിൽ യൂറോപ്പിലെ ഏത് അനുഭവജ്ഞാനിയോടും കിടപിടിക്കാൻ കഴിയുന്നവൻ എന്നിങ്ങനെ പലരും അദ്ദേഹത്തെ വിശേഷിപ്പിക്കുന്നു.

വ്യതിചലനമില്ലാത്ത ലക്ഷ്യബോധവും ഏതു പ്രതിസന്ധിയേയും മറികടക്കാനുള്ള ദൃഢനിശ്ചയവും ഗാമയുടെ മറ്റു പ്രത്യേകതകളായിരുന്നു. അതുകൊണ്ടുതന്നെ സുദീർഘമായ യാത്രക്കിടയിലും അപ്രതീക്ഷിതമായ ദുരന്തങ്ങളുണ്ടായിട്ടും അവസാനംവരെ തന്റെ കൂട്ടാളികളുടെ വിശ്വാസത്തിന് അദ്ദേഹം പാത്രമായിരുന്നു.

കൊളംബസിനും മഗല്ലനും ഒപ്പം തന്നെയാണോ ഗാമയുടെ സ്ഥാനം എന്ന കാര്യം പലപ്പോഴായി ചർച്ചാവിഷയമായിട്ടുണ്ട്. ഇതിൽ പ്രഥമൻ പോർച്ചുഗീസ് പ്രവാസി മഗല്ലൻ തന്നെ എന്ന കാര്യത്തിൽ സംശയമില്ല. രണ്ടാം സ്ഥാനം പുതിയ ലോകം കണ്ടെത്തിയ കൊളംബസിനും. യാദൃച്ഛികമായിട്ടാണെങ്കിലും കൊളംബസ് കണ്ടെത്തിയ പുതിയ ലോകം യൂറോപ്യൻ ജനതയുടെ കുടിയേറിപ്പാർപ്പിന് പറ്റിയ സ്ഥലമായിത്തീർന്നു. ഇതിന്റെ പരിണതഫലങ്ങൾ ഇന്ത്യയിലേക്കുള്ള സമുദ്രമാർഗത്തേക്കാൾ പ്രാധാന്യമുള്ളവയാണ്. മാത്രമല്ല സൂയസ് കനാലിലൂടെയുള്ള കുറുക്കുവഴി കൂടുതൽ സ്വീകാര്യമായതോടെ ഗാമയുടെ സമുദ്രപാതയുടെ പ്രസക്തി നഷ്ടപ്പെടുകയും ചെയ്തു.

മറ്റൊരു കാര്യം കൊളംബസ് സ്വപ്രേരണയാൽ നടത്തിയ സാഹസിക യാത്രയിലൂടെയാണ് അമേരിക്ക കണ്ടെത്തിയത് എന്നാണ്. ഗാമയോ പോർച്ചുഗൽ രാജാവിന്റെ അനുസരണയുള്ള സേവകൻ. തലമുറകളായി കൊച്ചു പോർച്ചുഗൽ നടത്തിയിരുന്ന പര്യവേക്ഷണ യാത്രകളെ സഫലീകരിക്കാനുള്ള ശ്രമത്തിലാണ് വിജയം വരിച്ചത്.

ഈ വസ്തുത നമുക്ക് അപ്പാടെ തള്ളിക്കളയാനാവില്ല. അൽഫോൻസോ ദി ആഫ്രിക്കൻ എന്നറിയപ്പെടുന്ന രാജാവിന്റെ കാലത്ത് തന്നെ (1438–81) അറ്റ്ലാന്റിക് സമുദ്രത്തിലൂടെ പടിഞ്ഞാറുവഴി കിഴക്കോട്ട് എന്ന ആശയം പലരും മുന്നോട്ടുവച്ചിരുന്നു. രാജപുരോഹിതൻ ഫെർണോ മാർത്തിനെസ് ഇറ്റലിയിൽ വച്ച് പോളോ ടോസ്കാനെല്ലിയുമായി ഈ വിഷയം ചർച്ച ചെയ്തിരുന്നു. കൂടുതൽ വിവരങ്ങളും സമുദ്രയാന ചാർട്ടുകളുമായി 1474 ൽ ജൂൺ 25ന് ഫ്ളോറൻസിലെ ഈ ഭിഷഗ്വരൻ എഴുതിയ കത്ത് ലിസ്ബണിൽ വേണ്ടത്ര ഗൗരവത്തോടെ എടുക്കപ്പെട്ടില്ല. അസോർ ദ്വീപസമൂഹങ്ങൾക്ക് പടിഞ്ഞാറുള്ള സ്ഥലങ്ങൾ കണ്ടെത്താനായി ഒന്നോ രണ്ടോ യാത്രകൾ നടത്തപ്പെട്ടെങ്കിലും.

തിരസ്കരിക്കപ്പെട്ട ഈ ആശയം കൊളംബസ് തനതാക്കി. കൂടുതൽ വിവരങ്ങൾക്കായി ടോസ്കാനെല്ലിക്ക് എഴുതി. അറ്റ്ലാന്റിക് സമുദ്രത്തിന് ഏറെ വീതിയില്ല എന്ന തെറ്റിദ്ധാരണ കർദിനാൾ പിയർ ദാല്ലിയുടെ 'ഇമാഗോ മുണ്ടി' (ഭൂഗോളത്തിന്റെ ചിത്രം)യും മറ്റു രേഖകളും സ്ഥിരീകരിച്ചു. ഇതിനാൽ കൊളംബസിന്റെ ഉത്സാഹം ഏറെ വർധിച്ചു. തന്റെ ആശയം പ്രായോഗികമാക്കാൻ ഇസബെല്ല രാജ്ഞിയുടെ അനുവാദവും ധനസഹായവും കിട്ടിയ ശേഷമേ കൊളംബസ് അടങ്ങിയുള്ളു. കൊളംബസിന്റെ ലക്ഷ്യം മാർക്കോപോളോയുടെ സിപഗ്നു (ജപ്പാൻ) ആയിരുന്നു. യൂറോപ്പിനും സിപഗ്നുവിനും ഇടയിലെ ഈ പുതിയ ലോകം കൊളംബസിന്റെ ഭാഗ്യം തെളിയിച്ചു എന്നുവേണം പറയാൻ. അല്ലായിരുന്നുവെങ്കിൽ തിരിച്ചുവരാനും വിജയപ്രാപ്തിക്കുള്ള സമ്മാനങ്ങൾ സ്വീകരിക്കാനും അദ്ദേഹത്തിന് കഴിഞ്ഞിരിക്കുമോ എന്ന കാര്യം സംശയം തന്നെ.

1481 ൽ സ്ഥാനാരോഹിതനായ ജോൺ രാജാവും അദ്ദേഹത്തിന്റെ ഉപദേശകരും ആയിടെ കണ്ടെത്തിയ ആഫ്രിക്കയെപ്പറ്റി കൂടുതൽ അറിയാനാണ് ആകാംക്ഷ കാണിച്ചത്. കൊളംബസിന്റെ പടിഞ്ഞാറുവഴി കിഴക്കോട്ടുള്ള പദ്ധതി അവരെ ഒട്ടും ആകർഷിച്ചില്ല. ആഫ്രിക്ക ചുറ്റി പൗരസ്ത്യ രാജ്യങ്ങളിലേക്കുള്ള മാർഗം കണ്ടുപിടിക്കുന്നത് കൂടുതൽ പ്രാധാന്യം അർഹിക്കുന്നതായി പോർച്ചുഗൽ കണക്കാക്കി. അങ്ങനെ കൊളംബസ് പോർച്ചുഗലിന് വേണ്ടിയല്ല കസ്റ്റിലിനും ലിയോണിനും വേണ്ടിയാണ് പുതിയ ലോകം കണ്ടുപിടിച്ചത്.

എന്നിരിക്കിലും ലക്ഷ്യപ്രാപ്തിക്കായുള്ള യാത്രയിൽ നേരിടേണ്ടിവന്ന പ്രതിസന്ധികളുടെയും പ്രതികൂല സാഹചര്യങ്ങളുടെയും കണക്കെടുപ്പ് നടത്തുകയാണെങ്കിൽ ഗാമ കൂടുതൽ അഭിനന്ദനങ്ങൾ അർഹിക്കുന്നു.

ടോസ്കാനെല്ലിയുടെ നാവികക്കുറിപ്പുകളിലും സമുദ്രയാന രേഖകളിലും അന്ധമായി വിശ്വസിച്ചുകൊണ്ട് കിഴക്കൻ കാറ്റിന്റെ സഹായത്തോടെ പശ്ചിമദിശയിൽ യാത്ര ചെയ്ത കൊളംബസ് 36 ദിവസം കൊണ്ട് 2600 നാവിക മൈൽ താണ്ടി പുതിയ ലോകത്തെ ആദ്യത്തെ കര (ഗവാനഹനി) കണ്ടെത്തി.

ദയസിന്റെ ചാർട്ടുകളുമായി പുറപ്പെട്ട ഗാമയുടെ യാത്ര ഒട്ടും സുഗമമായിരുന്നില്ല. കരയോട് ചേർന്നുള്ള മാർഗം സ്വീകരിക്കാതെ പുറംകടലിൽക്കൂടി സാഹസികയാത്ര നടത്തിയ ഗാമയെയും സംഘത്തെയും പ്രതികൂല കാലാവസ്ഥയും കടലൊഴുക്കുകളും ഏറെ ബുദ്ധിമുട്ടിച്ചു. 93 ദിവസത്തെ യാത്രയിൽ 5170 നാവിക മൈലുകൾ പിന്നിട്ട ശേഷമേ ഗാമയ്ക്ക് ആദ്യത്തെ കര കണ്ടെത്താൻ (സെന്റ് ഹെലെന) പറ്റിയുള്ളൂ. ശുഭപ്രതീക്ഷ മുനമ്പ് പിന്നിട്ട ശേഷവും ഗാമയുടെ കഷ്ടതകൾ തീർന്നില്ല. ആഗുൽഹാസ് പ്രവാഹവും മൊസംബിക്കിലെ കടലൊഴുക്കുകളും ദയസിനെ എന്നപോലെ ഗാമയേയും സംഭ്രമിപ്പിച്ചു. മെലിനെയിൽ നിന്ന് മിടുക്കനായൊരു നാവികനെ കിട്ടിയതിന് ശേഷമേ സംഗതികൾ അൽപ്പമെങ്കിലും മെച്ചപ്പെട്ടുള്ളൂ.

ഗാമയും പ്രത്യേകിച്ച് അദ്ദേഹത്തിന്റെ നാവികരും കൊളംബസിന്റെ നാവികരേക്കാൾ ബുദ്ധിശാലികളും അനുഭവജ്ഞാനികളും ആയിരുന്നു. ഇത് ഗാമയുടെ ഭൂപടങ്ങൾ പഠിച്ചാൽ മനസിലാകും. ഓരോ സ്ഥലങ്ങളും എത്ര കൃത്യമായാണ് അടയാളപ്പെടുത്തിയിരിക്കുന്നത്. അക്ഷാംശങ്ങളിലെ തെറ്റ് 1 ഡിഗ്രി 40 മിനിട്ടിൽ കുറവാണ്. നേരെമറിച്ച് കൊളംബസിന്റെ ഭൂപടങ്ങളിൽ ഏറെ തെറ്റുകളുണ്ട്. കൊളംബസിന്റെ ഡയറിയിൽ മൂന്നിടങ്ങളിൽ ക്യൂബയുടെ അക്ഷാംശം 42 ഡിഗ്രി എന്ന് കുറിച്ചിട്ടുണ്ട്. ജോൺ ഡിലാ കോസ 35 ഡിഗ്രിയെന്നും ബത്തലോമിയോ കൊളംബസിന്റെ ചാർട്ടുകളിലോ 6 ഡിഗ്രി കൂടുതൽ വടക്കായും. പോർച്ചുഗീസുകാർ സ്പാനിഷുകാരെയും ഇറ്റലിക്കാരെയുംകാൾ നല്ല നാവികരായിരുന്നു എന്ന് ചുരുക്കം.

ഭാവി തലമുറകൾ കൊളംബസിനോട് ഒരു കാര്യത്തിൽ വളരെയേറെ കടപ്പെട്ടിരിക്കുന്നു. കൊളംബസ് വെസ്റ്റ് ഇൻഡീസിലേക്കുള്ള തന്റെ ആദ്യയാത്രയുടെ വിശദമായ ഡയറി സൂക്ഷിച്ചിരുന്നു. ഗാമയുടെ കാര്യത്തിൽ വിശ്വസനീയമായ രേഖകൾ എല്ലാം തന്നെ അപ്രത്യക്ഷമായിരിക്കുന്നു. വാസ്കോ ഡ ഗാമ തന്റെ യാത്രയെക്കുറിച്ച് ഔദ്യോഗികമായ വിവരണങ്ങൾ തീർച്ചയായും രാജാവിന് സമർപ്പിച്ചു കാണണം. ജോൺ ബറോസും ദാമിയോ ദെ ഗോസും ഈ രേഖകൾ കണ്ടിരുന്നിരിക്കണം. പക്ഷേ അവരുടെ കൃതികളിൽ നാവികപരമായ കാര്യങ്ങളെപ്പറ്റി വളരെ സംക്ഷിപ്തമായ വിവരങ്ങളേ ഉള്ളൂ.

കാലത്തെ അതിജീവിച്ച ദൃക്സാക്ഷി വിവരണം *റോട്ടെറോ* മാത്രം. മറ്റുള്ളതെല്ലാം കേട്ടറിഞ്ഞ വിശേഷങ്ങളാണ്. ഗാമയുടെ കപ്പലുകൾ തിരിച്ചെത്തിയ ഉടൻ എഴുതപ്പെട്ട മാനുവൽ രാജാവിന്റെയും സർഗിനിയുടെയും കത്തുകൾ.

നമുക്ക് കിട്ടിയിട്ടുള്ള ആധികാരികമായ രേഖകൾ ജോൺ ദെ ബറോസിന്റെ *ശബ്ദങ്ങളും*, ഡാമിയൻ ദെ ഗോസിന്റെ *മാനുവൽ രാജാവിന്റെ പുരാവൃത്തങ്ങളും* മാത്രം. ബറോസും ഗോസും സർക്കാർ ഉദ്യോഗസ്ഥന്മാർ ആയിരുന്നു. ആയതിനാൽ ഔദ്യോഗിക രേഖകൾ കിട്ടാൻ വളരെ എളുപ്പമായിരുന്നിരിക്കണം. കാസ്ടനയുടെ കൃതി മുഴുവനായും *റോട്ടെറോയിൽ* ആധാരിതമാണ്. മറ്റു ചില രസകരമായവ ഉണ്ടെങ്കിലും 1514 മുതൽ മരണം വരെ ഇന്ത്യയിൽ നിവസിച്ച ഗസ്പർ കൊറിയയുടെ *ലെന്ദാസ്* വിശ്വാസയോഗ്യമല്ല. സത്യവും മിഥ്യയും കൂട്ടിക്കുഴച്ച ആ കൃതി ഗാമയോടൊപ്പം യാത്ര ചെയ്ത ഫിഗേരോ എന്ന പാതിരിയുടെ *ദയരിയെ* ആസ്പദമാക്കിയതാണെന്ന് ഗസ്പർ വാദിക്കുന്നുണ്ടെങ്കിലും. മാത്രവുമല്ല ലിസ്ബനിലെ പുരാവസ്തുകേന്ദ്രത്തിൽ സൂക്ഷിക്കപ്പെട്ടിരുന്ന ഔദ്യോഗിക രേഖകൾ ഒന്നും തന്നെ കൊറിയക്ക് ലഭ്യമായിരുന്നിരിക്കാൻ ഇടയില്ല. കൊറിയയുടെ വിവരണങ്ങൾ മറ്റുള്ളവരേതിൽ നിന്ന് വളരെ വ്യത്യസ്തമാണ്. അതുകൊണ്ടുതന്നെ കൊറിയയുടെ വാക്കുകൾ സ്വീകരിക്കുന്നവർക്ക് മറ്റുള്ളവരുടെ വാക്കുകൾ നിരാകരിക്കേണ്ടിവരും.

ഫറിയ സൂസയുടെ ഏഷ്യ പോർത്തുഗേസയിൽ നിന്നും ദുവത്രെ പച്ചോ പെരേര, അന്റോണിയോ ഗാലോ എന്നിവരിൽനിന്നും മറ്റു ചില വസ്തുകൾ ലഭിക്കുന്നുണ്ടെങ്കിലും നമ്മുടെ മുഖ്യ ആധാരം *റോട്ടെറോ* തന്നെയാണ്. തോമ്രെ ടെമ്പോയിൽ ഈയിടെ നടത്തിയ പരിശോധനയിലും ഗാമയുടെ ആദ്യ യാത്രയെപ്പറ്റി ഒന്നും തന്നെ അറിയാൻ പറ്റിയിട്ടില്ല. ഇനി *റോട്ടെറോയെപ്പറ്റി*.

റോട്ടെറോയുടെ കയ്യെഴുത്തുപ്രതി

പ്രൊഫ. കോപ്കെയും പ്രൊഫ. അന്റോണിയോ ഡ കോസ്റ പൈവയുമാണ് *റോട്ടെറോ* ആദ്യമായി പ്രസിദ്ധീകരിച്ചത്. അവർ തന്നെയാണ് ഈ വിഷയത്തിൽ നമ്മുടെ വഴികാട്ടികൾ.

ഈ കയ്യെഴുത്തുപ്രതി കേംബ്രിഡ്ജിലെ സുപ്രസിദ്ധ സന്റെക്രൂസ് കോൺവെന്റിലാണ് ആദ്യമുണ്ടായിരുന്നത്. പിന്നീട് മറ്റനേകം കയ്യെഴുത്തു പ്രതികളോടൊപ്പം ഒപോർത്തോയിലെ ലൈബ്രേറിയിലേക്ക് മാറ്റപ്പെടുകയുണ്ടായി.

ഇത് മൂലഗ്രന്ഥകാരൻ സ്വന്തം കൈപ്പടയിൽ എഴുതിയതല്ല. കാരണം ഇതിലെ 64-ാം പേജിൽ ഒരു വാചകം അപൂർണമാണ്. അതിന് പുറകെ ഇങ്ങനെയൊരു വാചകം കാണുന്നു. രചയിതാവ് ആയുധങ്ങളുടെ വിവരങ്ങൾ എഴുതിയിട്ടില്ല. പകർപ്പെഴുത്തുകാരൻ ഇത് തന്റെ അശ്രദ്ധ കൊണ്ടല്ലെന്ന് വായനക്കാരെ അറിയിക്കുന്നു. ഹസ്താക്ഷര ശൈലി വച്ച് നോക്കുമ്പോൾ ഈ പകർപ്പെഴുത്തു കോപ്പി പതിനാറാം നൂറ്റാണ്ടിന്റെ ആരംഭ വർഷങ്ങളിൽ എടുത്തിരിക്കാനാണിട എന്ന് തോന്നുന്നു.

ഒരു കുത്ത് കടലാസുകളിലായുള്ള ഈ പകർപ്പെഴുത്ത് കോപ്പിയിൽ ചർമപത്രം കൊണ്ടുള്ള ഒരു കവർ തുന്നിച്ചേർത്തിട്ടുണ്ട്. ഈ ചർമപത്രം

ഏതോ പഴയ മതഗ്രന്ഥത്തിൽ നിന്ന് കീറിയെടുത്തതാവണം. മഷി മങ്ങിയിട്ടുണ്ടെങ്കിലും എഴുത്ത് വളരെ വ്യക്തമാണ്. അൽപ്പം ഇരുണ്ട നിറമുള്ള കടലാസു സാധാരണ മട്ടിലുള്ളതാണ്. കടലാസ് നിർമാതാവിന്റെ വാട്ടർ മാർക്കും കാണാൻ പറ്റും. കയ്യെഴുത്തു പ്രതിയുടെ ആരംഭത്തിലും അവസാനത്തിലും വെച്ചിരിക്കുന്ന വെള്ളക്കടലാസുകളിലെ വാട്ടർ മാർക്ക് വേറെയാണെന്ന് മാത്രമല്ല കുറേക്കൂടി ആധുനികവും ആവാൻ വഴിയുണ്ട്. ആദ്യത്തെ വെള്ള പേജിൽ എഴുതിയത് മായ്ച്ചുകളയാൻ ശ്രമിച്ചതായി കാണുന്നു.

കയ്യെഴുത്തുപ്രതി മുഖ്യഗ്രന്ഥകാരന്റേത് അല്ലെന്നിരിക്കെ പകർപ്പെഴുത്ത് പ്രതി തയാറാക്കിയത് ആരെന്ന ചോദ്യം ഉയരുന്നു. കോപ്കെയുടെ നിഗമനം പകർപ്പെഴുത്തുകാരൻ കേംബ്രിഡ്ജ് സർവകലാശാലയിലെ സർക്കാർ ജോലിക്കാരനും സർവകലാശാലയിലെ ചരിത്രരേഖകളുടെ സൂക്ഷിപ്പുകാരനുമായിരുന്ന ഫെർണോ ലോപെസ് ഡ കാസ്ടനെഡ ആണെന്നത്രെ. ഇരുപതു വർഷത്തോളം അദ്ദേഹം ആരോഗ്യവും സ്വകാര്യ സമ്പത്തും നഷ്ടപ്പെട്ട് ഇവിടെ ജോലി നോക്കിയിരുന്ന സമയത്ത് അദ്ദേഹം തന്റെ *Historia do Descorbimento & Conquests da India People Portuguese* എന്ന പുസ്തകത്തിനായി രേഖകൾ ശേഖരിക്കുന്ന തിരക്കിലായിരുന്നു. ഇതിന് സാർഥകമായി കയ്യെഴുത്തുപ്രതിയിലെ കയ്യൊപ്പ് അദ്ദേഹത്തിന്റെ 1551 ൽ പ്രസിദ്ധീകരിച്ച പുസ്തകത്തിലെ കയ്യൊപ്പുമായുള്ള സാമ്യത ചൂണ്ടിക്കാട്ടുന്നു. ഹെർകൂളിയാനോക്ക് ഇതിൽ വിയോജിപ്പുണ്ട്. അതിനാൽ കൂടുതൽ വിവരങ്ങൾ ലഭ്യമാകുന്നത് വരെ പകർപ്പെഴുത്ത് ആര് തയാറാക്കിയെന്ന് നമുക്ക് നിശ്ചയമായി പറയാൻ വയ്യ. എന്നിരിക്കിലും കാസ്ടനെഡ തന്റെ പുസ്തകം തയാറാക്കുന്നതിൽ ഈ അജ്ഞാത പകർപ്പെഴുത്തുകാരനോട് കടപ്പെട്ടിരിക്കുന്നു എന്നും പറയാതെ വയ്യ.

*റോട്ടെറോ*യുടെ രചയിതാവ്

*റോട്ടെറോ*യുടെ രചയിതാവ് ആരെന്ന ചോദ്യവും ഏറെക്കാലം വിവാദവിഷയമായിരുന്നു.

Roterio എന്ന പേരു കാരണം പലരും ഇത് വാസ്കോ ഡ ഗാമ തന്നെ എഴുതിയതാണെന്ന് തെറ്റിദ്ധരിച്ചു. നിക്ലോ അന്റോണിയോ Bliotheca Hispana Veta (1672) ഇങ്ങനെ പറയുന്നു: "തിരിച്ചെത്തിയ ശേഷം വാസ്കോ ഡ ഗാമ സമുദ്രയാത്രയെയും ഇന്ത്യയെയും പറ്റി ഇമ്മാനുവേൽ രാജാവിന് നൽകിയ വിവരങ്ങൾ പോർച്ചുഗീസ് ഭാഷയിൽ വെളിച്ചം കണ്ടു." വെളിച്ചം കണ്ടു എന്നതിന് പ്രസിദ്ധീകരിച്ചു എന്നർഥമില്ല. മാത്രമല്ല അന്റോണിയോ ഇതേ ശൈലി Bibliotheca Hispana Nova എന്ന കയ്യെഴുത്തുപ്രതിക്കും ഉപയോഗിക്കുന്നു. ബാർബോസ മച്ചഡോ (Bibliotheca Lusitana, 1752) നിക്ലോ അന്റോണിയോയെ ശരിവയ്ക്കുന്നു.

മോരേരി തന്റെ *Dictionnaire* (1732) എന്ന ഗ്രന്ഥത്തിൽ Bibliotheca Portuguesea എന്ന കയ്യെഴുത്തുപ്രതിയെ ആധികാരികമായി ഉദ്ധരിച്ചു കൊണ്ട് ഇപ്രകാരം പറയുന്നു "വാസ്കോ ഡ ഗാമ തന്റെ പ്രഥമ ഇന്ത്യ യാത്രാവിവരണം തയാറാക്കിയിരുന്നുവെങ്കിലും അതിന്റെ പതിപ്പ് ആർക്കും കണ്ടുകിട്ടിയിട്ടില്ല.

തീർച്ചയായും വാസ്കോ ഡ ഗാമ തന്റെ സമുദ്രയാത്രകളെപ്പറ്റി ഔദ്യോഗിക വിവരണങ്ങൾ നൽകിയിരിക്കണം. അവ ജോൺ ബരോസിന് *Decades* എഴുതാൻ പ്രയോജനപ്പെട്ടിട്ടുണ്ടാവണം എന്ന കാര്യം സുനിശ്ചിതമാണെങ്കിലും ആ ഔദ്യോഗിക വിവരണങ്ങൾ പിന്നീട് നഷ്ടപ്പെട്ടു എന്നുവേണം അനുമാനിക്കാൻ.

എന്നാൽ അനേകം സാന്ദർഭിക തെളിവുകളുടെ അടിസ്ഥാനത്തിൽ ഇത് അൽവാരോ വെൽഹോ തന്നെ എന്ന തീരുമാനത്തിൽ ചരിത്ര ഗവേഷകർ എത്തിയിരിക്കുന്നു. ഇതിനുള്ള പ്രധാന കാരണം ദിനസരിക്കുറിപ്പുകൾ റിയോഗ്രണ്ടേ (ഗിനി) യിൽ വെച്ച് നിന്നുപോകുന്നതാണ്. നിരാകരണ പ്രക്രിയ വഴിയാണ് പ്രൊഫസർ കോപ്കെ അൽവാരോ വെൽഹോയിൽ എത്തുന്നത്. ഇതിനായി അദ്ദേഹം സ്വീകരിക്കുന്ന ഒട്ടനവധി ധാരണകൾ മുഴുവനായി നമുക്ക് അംഗീകരിക്കാൻ വയ്യ. കാസ്ടനെടയുടെ കൈവശം കയ്യെഴുത്തുപ്രതി എത്തുന്നത് 1538 ന് ശേഷം. 1500 ൽ ജനിച്ച് കാസ്ടനെട 1528 മുതൽ 38 വരെ പത്തു വർഷം ഗോവയിലെ ന്യായാധിപതിയായിരുന്ന പിതാവിനോടൊപ്പം ഇന്ത്യയിൽ വസിച്ചു. തന്റെ പുസ്തകത്തിനാവശ്യമായ വിവരങ്ങൾ ശേഖരിക്കാനായി 1538 ൽ തിരിച്ചുചെന്ന ശേഷമേ കാസ്ടനെട മൂലകയ്യെഴുത്തുപ്രതി കണ്ടിട്ടുള്ളൂ എന്ന് വേണം ഊഹിക്കാൻ. കാസ്ടനെട ഇത്ര മാത്രമേ പറയുന്നുള്ളൂ –"കൊയെലോ ജൂലൈ 10, 1499 ൽ ലിസ്ബണിലെത്തി. കൂടുതൽ വിശദാംശങ്ങൾ ഒന്നും അറിയില്ല." രചയിതാവ് ആരാണെന്ന് അറിഞ്ഞിരുന്നെങ്കിൽ ബാക്കിയുള്ള വിവരങ്ങൾ കൂടി അറിയാൻ അദ്ദേഹം തീർച്ചയായും സമ്പർക്കപ്പെട്ടിരുന്നേനെ. അതോ രചയിതാവ് ജീവിച്ചിരിപ്പില്ലായിരുന്നോ?

കൃതിയിൽ അങ്ങിങ്ങായുള്ള 'മറ്റുള്ളവരായ ഞങ്ങൾ' എന്ന പ്രയോഗത്തിന് പ്രാധാന്യം കൊടുത്തുകൊണ്ട് രചയിതാവ് സാധാരണ ഭടനോ കപ്പൽ ജോലിക്കാരനോ ആയിരിക്കണമെന്ന് പ്രൊഫ. കോപ്കെ അനുമാനിക്കുന്നു. ഇത് ശരിയാവാൻ ഇടയില്ല. കാരണം സാമൂതിരിയെ മുഖം കാണിക്കാൻ അവസരം ലഭിച്ച പതിമൂന്ന് പേരിൽ ഒരാൾ രചയിതാവാണ്. സാധാരണക്കാരൻ ആയിരുന്നെങ്കിൽ ഇത് സാധ്യമാവുമായിരുന്നോ? രചയിതാവ് എന്തായാലും ബരോസിനെയോ കാസ്ടനെടയെയോ കൊറിയയെയോ പോലെ പണ്ഡിതനായിരുന്നില്ല എന്ന് സ്പഷ്ടം. പക്ഷേ ഭാഷാശൈലി വച്ച് നോക്കിയാൽ തീരെ വിദ്യാശൂന്യനുമല്ല. വസ്തുതകൾ വളച്ചൊടിക്കാതെ പറയുന്നു; നേരിട്ടുകണ്ട കാര്യങ്ങൾക്ക് തനതായ ബുദ്ധിപൂർവമായ നിഗമനങ്ങൾ നൽകുന്നു. ഹിന്ദുക്കളെ ക്രിസ്ത്യാനികൾ എന്ന് തെറ്റിദ്ധരിച്ചതിൽ പിഴച്ചുപോയിട്ടുണ്ടെങ്കിലും. രചയിതാവിന്റെ മിക്ക സഹ

യാത്രികർക്കും പറ്റിയ പിഴവാണിത്. മാത്രമല്ല ഡയറിയിൽ പ്രതിപാദിച്ചിരിക്കുന്ന വിവരങ്ങൾ താഴെക്കിടയിലുള്ള ഒരു സാധാരണ ജോലിക്കാരന് ചോദിച്ചാൽ പോലും കിട്ടാവുന്നതല്ല.

പ്രൊഫസർ കോപ്കെയുടെ നിരാകരണ പ്രക്രിയ

1. രചയിതാവ് വിവരണത്തിൽ പലരുടെയും പേരുകൾ പറയുന്നു. അവരെയെല്ലാം നമുക്ക് ഒഴിവാക്കാം. വാസ്കോ ഡ ഗാമ, പൗലോ ഡ ഗാമ, നികൊലോ കൊയെലോ, പേരോ ദെലെന്കർ, ജോൺ ദെ കിമ്ബ്ര, മാർട്ടിൻ അഫോൻസോ, സബേൻചാ എക്ഷ്യ, ഫെർണോ വെലോസോ.
2. രചയിതാവ് സെന്റ് രഫേളിൽ ആണ് യാത്ര ചെയ്തിരുന്നത്. ഇത് സെന്റ് ഗബ്രിയേളിലെ ഗോൺസാലോ അലരിസിനെയും ഡീഗോ ദയാസിനെയും ബെരിയോയിലെ ഗോൺസാലോ നുന്സിനെയും, പേരോ എസ്കോലരിനെയും അൽവാരോ ഡി ബ്രഗയേയും ഒഴിവാക്കുന്നു.
3. രചയിതാവ് വ്യക്തമാക്കാത്ത ചില പേരുകൾ കാസ്ടനടയും ബരോസും വ്യക്തമാക്കുന്നു. അതായത് അറബി ഭാഷ അറിയാവുന്ന നാവികൻ ഫെർണോ മർട്ടിൻസ് ആണ്. (ബാരോസ്) സാമൂതിരിക്ക് സന്ദേശവുമായി ഇദ്ദേഹമാണ് പോയത് (കസ്ടനട). മെയ് 21 ന് കാലിക്കട്ടിലേക്ക് പോയ തടവുപുള്ളി ജോൺ നുനെഴ് ആണ് (കൊറിയ). കൊയെലോയുടെ കപ്പലുകൾ തേടിപ്പോയ മൂന്നുപേരിൽ ഒരാൾ ഗോൺസാലോ പെയ്രസ് ആണ് (കാസ്ടനെട).
   ഇവരെയെല്ലാം നമുക്ക് ഒഴിവാക്കാം.
4. മൂന്നുപേർ യാത്രക്കിടയിൽ മൃതിയടഞ്ഞു. പീദ്രോ കവിൽഹോ പാതിരിയച്ചൻ, പീദ്രോ ദെ ഫറിയ ദെ ഫിഗരെടോയും അദ്ദേഹത്തിന്റെ സഹോദരൻ ഫ്രാൻസിസ്കോയും (ഫറിയ സുസ).
5. കൊറിയ നാല് തടവുപുള്ളികളുടെ പേര് പറയുന്നു. ഇവരാരും തന്നെ *റോട്ടെറോ*യുടെ രചയിതാവാകാൻ ഇടയില്ല.

ഇനി ഈ യാത്രയിൽ പങ്കെടുത്തതായി അറിയാവുന്ന എട്ടു പേർ ശേഷിക്കുന്നു. അതിൽ നാലു പേർ ജോൺ ദെ സ അൽവാരോ വെൽഹോ, ജോൺ പലഹ ജോൺ ദെ സെടുബാൽ എന്നിവർ സാമൂതിരിയെ മുഖം കാണിച്ചവരുടെ കൂട്ടത്തിൽപ്പെടുന്നു. ഇതിൽ ജോൺ ദെസ സെന്റ് രഫേളിലെ കണക്കെഴുത്തുകാരനായിരുന്നു. ഇദ്ദേഹമാണോ രചയിതാവ്? ആവില്ലെന്ന് പ്രൊഫസർ കോപ്കെ വാദിക്കുന്നു. കാരണം ഇന്ത്യക്കാർ ക്രിസ്ത്യാനികളല്ലെന്ന് ജോൺ ദെ സാക്ക് സംശയമുണ്ടായിരുന്നു. എന്നാൽ രചയിതാവോ സംശയലേശമന്യേ ഇന്ത്യക്കാർ ക്രിസ്ത്യാനികൾ എന്ന് കൂടെക്കൂടെ പറയുന്നു. കോപ്കെയുടെ അഭിപ്രായത്തിൽ വിരൽ നീളുന്നത് അൽവാരോ വെൽഹോയുടെ നേർക്കാണ്, ആധികാരികമായ തെളിവുകൾ ഇല്ലെങ്കിലും.

സാമൂതിരിയെ മുഖംകാണിച്ച പതിമൂന്ന് പേരിൽ ആറു പേരുകൾ കാസ്ടനെടയും മറ്റു രണ്ടു പേരുകൾ കൊറിയയും പറയുന്നു. ബാക്കി അഞ്ചു പേരോ? ഇവർ പണിക്കാരോ കുഴലൂത്തുകാരോ ആവാൻ മതി. അവരൊന്നും തന്നെ ഒരു ഡയറി കുറിച്ചിടാൻ സാധ്യതയില്ല. എന്നിരുന്നാലും അൽവാരോ വെൽഹോക്കും ജോൺ ദെ സാക്കുമിടയിൽ കൂടുതൽ സാധ്യത ജോൺ ദെ സയ്ക്കാണ്.

കൊറിയ വാസ്കോ ഡ ഗാമയുടെ കൂടെ ഉണ്ടായിരുന്ന മറ്റു മൂന്നു പേരെപ്പറ്റി പറയുന്നു. ജോൺ ഫിഗാറോ, ആന്ദ്രെ ഗോൺസാൽവാസ്, ജോൺ ദ്'മാഷെറ. ലിയോനാഡോ രിബ്രെയ എന്ന നാലാമതൊരു പേർ കാമോസ് കൂട്ടിച്ചേർക്കുന്നു. നമുക്കറിയാവുന്നത് ഇത്രമാത്രം.

ഒടുവിൽ കിട്ടിയ വിവരങ്ങൾ

1999 ൽ ഗാമയുടെ യാത്രയുടെ അഞ്ഞൂറാം വാർഷികാഘോഷത്തോടനുബന്ധിച്ച് റവൻസ്റ്റീനിന്റെ പുസ്തകം പോർച്ചുഗീസ് ഗവൺമെന്റ് പുനഃപ്രകാശനം ചെയ്യുകയുണ്ടായി. ഇതിന് മുഖവുര എഴുതിയ ജോസ് മാനുവൽ ഗാർസിയ രചയിതാവ് അൽവാരോ വെൽഹോ തന്നെ എന്ന് സമർഥിക്കുന്നു.

വെൽഹോയെപ്പറ്റി നമുക്ക് അധികമൊന്നും അറിയില്ല. അറിയാവുന്നത് വെച്ച് നോക്കിയാൽ ഇത്രയും പറയാം. ബറെരോ എന്ന സ്ഥലത്ത് ജനിച്ച വെൽഹോ 1497 ൽ ഏതോ കാരണവശാൽ എട്ടുവർഷത്തേക്ക് രാജ്യഭ്രഷ്ടനായി. വാസ്കോ ഡ ഗാമയുടെ സാഹസിക യാത്രയിൽ പങ്കു കൊള്ളാനുള്ള സന്ദർഭം മുതലെടുത്തു.

സെന്റ് രഫേളിൽ പൗലോ ഡ ഗാമയോടൊപ്പം യാത്ര തുടങ്ങിയ വെൽഹോ പിന്നീട് വാസ്കോ ഡ ഗാമയുടെ കപ്പലിലേക്ക് മാറി. വാസ്കോ ഡ ഗാമയോടൊപ്പം സാമൂതിരിയെ സന്ദർശിക്കാൻ ഭാഗ്യം ലഭിച്ച 13 പേരിൽ ഒരാളായിരുന്നു വെൽഹോ.

എട്ടുവർഷത്തെ ശിക്ഷയുടെ കാലാവധി തീർന്നശേഷമേ പോർച്ചുഗലിൽ തിരിച്ചു പ്രവേശിക്കാൻ ആയുള്ളൂ എന്നും അതുകൊണ്ട് 1507 വരെ ഗിനിയിൽ താമസിച്ചുവെന്നുമാണ് നിഗമനം. കൂടുതൽ വിവരങ്ങൾ വെൽഹോ പിന്നീട് വാലന്റിൻ ഫെർണാണ്ടസിനോട് പറയുകയുണ്ടായത്രെ.

ഈ വിവരങ്ങൾ എന്തുകൊണ്ട് കാസ്ടനെടയ്ക്ക് ലഭ്യമായില്ല?

ഗിനിയിൽ ഇറങ്ങിയ വെൽഹോ എന്തുകൊണ്ട് ഡയറി കൂടെ കൊണ്ടുപോയില്ല?

ചോദ്യങ്ങൾ ബാക്കിനിൽക്കുന്നു.

എന്നിരുന്നാലും *റോട്ടെറോ*യുടെ പ്രാധാന്യത്തിന് ഒട്ടും കുറവ് വരുന്നില്ല. നമുക്ക് ഒരു പുതിയ ജാലകം തുറന്നുകിട്ടുകയാണ്. പതിനഞ്ചാം ശതകത്തിലെ പോർച്ചുഗീസ് മനസിലേക്ക്.

1

ഒരു ചരിത്രസഞ്ചാരത്തിന്റെ തുടക്കം

	ഞാ	തി	ചൊ	ബു	വ്യാ	വെ	ശ
1497							1
ജൂലൈ	2	3	4	5	6	7	8
	9	10	11	12	13	14	15
	16	17	18	19	20	21	22
	23	24	25	26	27	28	29
	30	31					

പരമകാരുണികനായ ദൈവത്തിന്റെ തിരുനാമത്തിൽ ആമേൻ!

പോർച്ചുഗലിലെ ഒന്നാം പൗരനായ ഡോം മാനുവൽ രാജാവ് 1497–ാം ആണ്ടിൽ പുതിയ സ്ഥലങ്ങൾ കണ്ടുപിടിക്കാനും സുഗന്ധവ്യഞ്ജനങ്ങൾ തേടിക്കൊണ്ടുവരാനും വേണ്ടി നാല് കപ്പലുകൾ[1] ഏർപ്പാട് ചെയ്തു. വാസ്കോ ഡ ഗാമ ഈ കപ്പലുകളുടെ മുഖ്യക്യാപ്റ്റൻ ആയിരുന്നു. അദ്ദേഹത്തിന്റെ സഹോദരൻ പൗലോ ഡ ഗാമ ഒരു കപ്പലിലെയും നിക്ലോ കോയെലോ മറ്റൊരു കപ്പലിലെയും ചുമതല ഏറ്റെടുത്തു.

ജൂലൈ 8, 1497 ശനിയാഴ്ച

ഞങ്ങൾ റെസ്റ്റല്ലോയിൽ[2] നിന്ന് യാത്ര പുറപ്പെട്ടു. ഈ യാത്ര സഫലമായിത്തീരാൻ ദൈവം തമ്പുരാൻ കനിഞ്ഞ് അനുവദിക്കട്ടെ, ആമേൻ.

ശനിയാഴ്ച ജൂലൈ 15

ഞങ്ങൾ കാനറീസ് ദ്വീപുകൾ ദൂരെ കാണുകയും രാത്രിയിൽ ലഹ് സാരോട്ടിന്റെ അരികിൽ എത്തുകയും ചെയ്തു.

ഞായറാഴ്ച ജൂലൈ 16

പുലർച്ചെ ഞങ്ങൾ ടെറ അൽടയിൽ (Terra Alta) എത്തി. ഏതാനും മണിക്കൂറുകൾ മീൻപിടുത്തം നടത്തി. പിന്നീട് സന്ധ്യയോടുകൂടി റിയോ ദോ ഓരോ (Rio Do Orro) വിടുകയും ചെയ്തു.[3]

കനത്ത മൂടൽമഞ്ഞ് കാരണം പോളോ ഡ ഗാമയ്ക്ക് മുഖ്യ ക്യാപ്റ്റന്റെ കപ്പൽ കാണാൻ പറ്റിയതേയില്ല. പിറ്റേന്ന് രാവിലെയായിട്ടും (ജൂലൈ 17) ആ കപ്പലെന്നല്ല മറ്റ് രണ്ട് കപ്പലുകളും കാണാൻ പറ്റാത്തതിനാൽ ഞങ്ങൾ മുമ്പ് പറഞ്ഞുറപ്പിച്ച പ്രകാരം (അതായത് കൂട്ടം തെറ്റിയാൽ) നേരെ കേപ് വെർദ് ദ്വീപുകൾ ലക്ഷ്യമാക്കി യാത്ര തുടർന്നു.

ശനിയാഴ്ച ജൂലൈ 22

വെളുപ്പിനെ സാൽ ദ്വീപു[4] (Ilha do Sal) ഞങ്ങളുടെ കാഴ്ചയിൽപ്പെട്ടു; പിന്നീട് ഒരു മണിക്കൂറിനകം മൂന്ന് കപ്പലുകളും. അതിലൊന്ന് ഞങ്ങളുടെ ചരക്കുകൾ സൂക്ഷിച്ചിരുന്ന കപ്പലും രണ്ടാമത്തേത് നികോലോ കോയെലോവിന്റേതും മൂന്നാമത്തേത് ഞങ്ങളോടൊപ്പം മിനെ (Mine)[5] വരെ യാത്ര ചെയ്ത ബർത്തലോമ്യോ ദയസിന്റേതും ആയിരുന്നു. മൂടൽമഞ്ഞുകാരണം അവർക്കും മുഖ്യക്യാപ്റ്റന്റെ കപ്പൽ കാഴ്ചയിൽ നിന്ന് നഷ്ടപ്പെട്ടിരുന്നു.

ഞങ്ങൾ ഒന്നിച്ചു യാത്ര തുടർന്നെങ്കിലും കാറ്റ് നിലച്ച കാരണം ബുധനാഴ്ച (ജൂലൈ 26) വരെ ഞങ്ങൾ നിശ്ചലരായിരുന്നു. അന്ന് പത്ത് മണിയോടെ ഏതാണ്ട് അഞ്ച് ലീഗു ദൂരെ മുഖ്യക്യാപ്റ്റന്റെ കപ്പൽ കണ്ടു. അന്ന് വൈകുന്നേരം അദ്ദേഹവുമായി വാർത്തകൾ കൈമാറിയ ശേഷം ഞങ്ങൾ വെടിവെപ്പ്[6] നടത്തിയും പെരുമ്പറ മുഴക്കിയും സന്തോഷ പ്രകടനം നടത്തി.

വ്യാഴാഴ്ച ജൂലൈ 27

ഞങ്ങൾ സംതയാഗോ[7] (Sao Thiago) ദ്വീപിലെത്തി. ഏറെ സന്തോഷത്തോടെ സാന്ത് മാറിയ ഉൾക്കടലിൽ നങ്കൂരമിട്ടു. അവിടെനിന്ന് മാംസം, വെള്ളം, വിറക് ഇത്യാദി ശേഖരിക്കുകയും കപ്പലിന് അത്യാവശ്യം വേണ്ട അറ്റകുറ്റപ്പണികൾ ചെയ്യുകയും ഉണ്ടായി.

വ്യാഴാഴ്ച ആഗസ്റ്റ് 3

ഞങ്ങൾ കിഴക്കോട്ട് യാത്ര തിരിച്ചു.

ആഗസ്റ്റ് 18

സംതയാഗോ ദ്വീപിന് 200 ലീഗ് ദൂരെ ദക്ഷിണ ദിശയിൽ പോകവേ മുഖ്യക്യാപ്റ്റന്റെ കപ്പലിലെ പ്രധാന പാമരത്തിന്റെ കുറുകെയുള്ള തണ്ട് മുറിഞ്ഞു. രണ്ട് പകലും ഒരു രാത്രിയും ഞങ്ങൾ മുഖ്യപായയും മുൻ

പായയും താഴ്ത്തി യാത്ര ചെയ്തു. അതേ മാസം 22ന്[8] തെക്കുപടിഞ്ഞാറൻ ദിശയിൽ പോകവേ ഞങ്ങൾ ഹെറോനിനെ[9] പോലെയുള്ള പക്ഷികളെ കണ്ടു. ഇരുട്ടാൻ തുടങ്ങിയപ്പോഴേക്കും അവ തെക്കുകിഴക്കൻ ദിശയിലേക്ക്, കരയിലേക്കെന്ന പോലെ പറന്നുപോയി. അതേ ദിവസം തന്നെ കടലിൽ 800 ലീഗ് ദൂരെ എത്തിയ ഞങ്ങൾ തിമിംഗലത്തെ കണ്ടു.

വെള്ളിയാഴ്ച ഒക്ടോബർ 27

സെന്റ് സൈമണിന്റെയും ജൂഡിന്റെയും പെരുനാളിന് തലേ ദിവസം ഞങ്ങൾ ഒരുപാട് സമുദ്രജീവികളെ കണ്ടു (Whales, quoquas, seals).

ബുധനാഴ്ച നവംബർ 1

വിശുദ്ധ പെരുനാൾ ദിവസം. കര അടുത്തുതന്നെ ഉണ്ടെന്നതിന് ഞങ്ങൾക്ക് പല സങ്കേതങ്ങളും ലഭിച്ചു; കരയോട് ചേർന്ന് വളരുന്ന പായൽച്ചണ്ടികൾ അടക്കം.

ശനിയാഴ്ച നവംബർ 4

വെളുക്കാൻ ചില മണിക്കൂറുകൾ ഉള്ളപ്പോൾ 110 ഫാതം (1 ഫാതം = 5.76 അടി 10 ഇഞ്ച്) താഴെ പ്രതിധ്വനി കേൾക്കുകയും ഒൻപത് മണിയോടെ ഞങ്ങൾ കര കാണുകയും ചെയ്തു.[10] സന്തുഷ്ടരായ ഞങ്ങൾ വർണശബളിമയാർന്ന വസ്ത്രങ്ങൾ ധരിച്ചു. വെടിവയ്പ്പോടെ മുഖ്യക്യാപ്റ്റന് അഭിവാദ്യങ്ങൾ അർപ്പിക്കുകയും കപ്പലിൽ തോരണങ്ങളും പതാകകളും തൂക്കി അലങ്കരിക്കുകയും ചെയ്തു. കരയോട് അടുക്കാൻ അന്ന് പകൽ മുഴുവൻ ഞങ്ങൾ ശ്രമിച്ചെങ്കിലും സാധ്യമായില്ല. ഞങ്ങൾ വീണ്ടും കടലിൽത്തന്നെ നിലയുറപ്പിച്ചു.

ചൊവ്വാഴ്ച നവംബർ 7

വീണ്ടും കരയോടടുക്കാൻ ശ്രമം. ഈ തീരപ്രദേശം തീരെ താണതും ഉൾക്കടൽ ഏറെ വീതിയുള്ളതുമായിരുന്നു. മുഖ്യക്യാപ്റ്റൻ ആഴം അളക്കാനും നങ്കൂരമിടാൻ പറ്റിയ സ്ഥലം കണ്ടെത്താനുമായി പേരോ ദാലങ്കെരിനെ (Pero d Alenquer) ഒരു ബോട്ടിൽ അയച്ചു. ഉൾക്കടൽ വളരെ വൃത്തിയുള്ളതും വടക്കുപടിഞ്ഞാറൻ ദിശയൊഴിച്ചു മറ്റെല്ലാ ദിശകളിൽ നിന്നുമുള്ള കാറ്റിൽനിന്ന് രക്ഷ നൽകുന്നതുമായിരുന്നു. കിഴക്കും പടിഞ്ഞാറുമായി നീണ്ടുകിടന്ന ആ തീരപ്രദേശത്തിന് ഞങ്ങൾ ഹെലെന എന്ന് പേരിട്ടു.

ബുധനാഴ്ച നവംബർ 8

ഞങ്ങൾ ഇവിടെ നങ്കൂരമിട്ടു. കപ്പലുകൾ വൃത്തിയാക്കിയും അറ്റകു

റ്റപ്പണികൾ ചെയ്തും വിറക് ശേഖരിച്ചും ഇവിടെ എട്ടുദിവസം താമസിച്ചു. സംതയാഗോ നദി[11] ഞങ്ങൾ നങ്കൂരമിട്ടതിന് നാല് ലീഗ് തെക്കുകിഴക്കായിട്ടാണ് ഈ ഉൾക്കടലിലേക്ക് ഒഴുകുന്നത്. അകലെനിന്ന് ഒഴുകിയെത്തുന്ന നദിയുടെ അഴിമുഖത്തിന് ഒരു കല്ലേറിയാനുള്ള വീതിയേ ഉള്ളൂ. പക്ഷേ വേലിയിറക്കമായാലും കയറ്റമായാലും രണ്ടോ മൂന്നോ ഫാതം (1 ഫാതം ആറടിയോളം) ആഴമുണ്ട്. ഇവിടുത്തെ ജനങ്ങൾക്ക് ഇരുണ്ട നിറമാണ്. ഇവർ മാംസാഹാരികളാണ്. തിമിംഗലം, കടൽനായ്, മാൻകിടാങ്ങൾ എന്നിവയുടെ ഇറച്ചിയും കിഴങ്ങുവർഗങ്ങളും ഇവർ ഭക്ഷിക്കുന്നു. തോൽ വസ്ത്രങ്ങളും ലിംഗത്തിന് രക്ഷയായി പ്രത്യേക ഉറകൾ[12] ധരിക്കുന്നു. ഇവരെല്ലാം ഒലിവ് മരത്തിന്റെ[13] ഒരു നീണ്ട വടി കൂടെക്കൊണ്ടു നടക്കുന്നു. ഓരോ വടിയുടെയും അറ്റത്ത് തീയിലിട്ടു കറുപ്പിച്ച കൊമ്പും പിടിപ്പിച്ചിട്ടുണ്ട്. ഇവരുടെ കൂടെയുള്ള നായ്ക്കൾ കാണാനും കേൾക്കാനും പോർത്തുഗലിലെ നായ്ക്കൾ പോലെ തന്നെ. പക്ഷികളും പോർച്ചുഗലിലേതുപോലെ തന്നെ (Cormorants - കടൽക്കാക്കകൾ, turtle doves crested larks) ആരോഗ്യപ്രദമായ മിതോഷ്ണ കാലാവസ്ഥയിൽ വൃക്ഷലതാദികൾ തഴച്ചുവളരുന്നു.

വ്യാഴാഴ്ച നവംബർ

നങ്കൂരമിട്ടതിന് പിറ്റേന്ന് ക്യാപ്ടനോടൊപ്പം ഞങ്ങൾ കരയ്ക്കിറങ്ങി. സാഞ്ചോ മേക്സിയെപ്പോലെ കുറിയനായ ഒരു നാട്ടുകാരനെ തടവിലെടുത്തു. ഈ മനുഷ്യൻ മണൽപ്പൊന്തകളിൽ നിന്ന് തേൻ ശേഖരിക്കുകയായിരുന്നു. ഇവിടത്തെ കടന്നലുകൾ മണൽപ്പൊന്തകളിലെ ചെടികളുടെ ചുവട്ടിലാണ് തേൻ നിക്ഷേപിക്കുന്നത്. ഈ തടവുകാരനെ മുഖ്യക്യാപ്ടൻ കപ്പലിലേക്ക് കൊണ്ടുപോകുകയും തീൻമേശയിൽ അയാൾക്കും ഇരിപ്പിടം നൽകി ഞങ്ങളുടെ ആഹാരവസ്തുക്കൾ അയാളുമായി പങ്കിടുകയും ചെയ്തു. പിറ്റേദിവസം അയാളെ അണിയിച്ചൊരുക്കി കരയിലേക്ക് തിരിച്ചയച്ചു.

വെള്ളിയാഴ്ച നവംബർ 10

പതിനാലോ പതിനഞ്ചോ പേരടങ്ങിയ ഒരുസംഘം നാട്ടുകാർ ഞങ്ങളുടെ കപ്പലിന് സമീപമെത്തി. മുഖ്യ ക്യാപ്ടൻ കരയ്ക്കിറങ്ങി. ഞങ്ങളുടെ കൈവശമുള്ള കച്ചവടസാധനങ്ങൾ അവരെ കാണിച്ചു. കറിപ്പട്ട, ഗ്രാമ്പൂ, മുത്തുകൾ, സ്വർണം എന്നിവ കൂടാതെ മറ്റനേകം സാധനങ്ങൾ ഇക്കൂട്ടത്തിൽ ഉണ്ടായിരുന്നു. അവരുടെ നാട്ടിൽ ഇത്തരം സാധനങ്ങൾ ലഭ്യമാണോ എന്നറിയാനായിരുന്നു ഈ പ്രദർശനം. പക്ഷേ അവർക്ക് ഇതേപ്പറ്റി ഒരറിവുമില്ല എന്ന കാര്യം വ്യക്തമായി. അതുകൊണ്ടുതന്നെ ഞങ്ങൾ അവർക്ക് ഉരുണ്ട മണികളും തകരം കൊണ്ടുള്ള വലയങ്ങളും മാത്രമേ നൽകിയുള്ളൂ. വെള്ളിയാഴ്ചയും ശനിയാഴ്ചയും ഇതു തന്നെ തുടർന്നു.

ഞായറാഴ്ച നവംബർ 12

ഏകദേശം നാൽപ്പതോ അൻപതോ നാട്ടുകാർ പ്രത്യക്ഷപ്പെട്ടു. ഭക്ഷണശേഷം ഞങ്ങൾ കരയ്ക്കിറങ്ങി കയ്യിൽ കരുതിവെച്ചിരുന്ന ചെമ്പുനാണയങ്ങൾക്ക്[14] പകരം നാട്ടുകാരിൽ നിന്ന് കവടികളും കക്കകളും (ഇവയുടെ മുകളിൽ എന്തോ പൂശിയ പോലെ തോന്നിയിരുന്നു) വാങ്ങി. മറ്റൊരു കൗതുക വസ്തു കൈപ്പിടിയിൽ ഉറപ്പിച്ച കുറുക്കന്റെ വാലുകൾ ആയിരുന്നു. അവരതുകൊണ്ട് കൂടെക്കൂടെ മുഖം തഴുകുന്നുണ്ടായിരുന്നു. ഞാൻ ഒരു ചെമ്പ് സെട്ടിലിന് (പോർച്ചുഗീസ് നാണയം) മറ്റൊരു വസ്തു കൂടി വാങ്ങിച്ചു. ലിംഗത്തിന് മുകളിൽ ധരിക്കുന്ന ഉറ. ഈ കൈമാറ്റ കച്ചവടം കൊണ്ട് അവർ ചെമ്പിന് വലിയ വില കൽപ്പിക്കുന്നതായി ഞങ്ങൾക്ക് മനസിലാക്കാൻ കഴിഞ്ഞു. അവർ കാതുകളിൽ ചെമ്പിന്റെ കൊച്ചുമണികൾ ധരിച്ചിരുന്നു.

അന്നേ ദിവസം മുഖ്യ ക്യാപ്റ്റന്റെ കൂടെ ഉണ്ടായിരുന്ന ഫെരാണോ വെല്ലോസോ നാട്ടുകാരുടെ കൂടെ അവരുടെ വീടുകൾ സന്ദർശിക്കാൻ ആഗ്രഹം പ്രകടിപ്പിക്കുകയും മുഖ്യ ക്യാപ്റ്റനോട് അനുവാദം ചോദിക്കുകയും ചെയ്തു. അവരുടെ ജീവിതരീതികളും ആഹാരരീതികളും കണ്ടറിയുവാനായിരുന്നു അത്. വെല്ലോസോയുടെ നിർബന്ധത്തിന് വഴങ്ങി മുഖ്യ ക്യാപ്റ്റൻ സമ്മതിച്ചു. ഞങ്ങൾ കപ്പലിലേക്ക് മടങ്ങുകയും വെല്ലോസോ നാട്ടുകാരുടെ കൂടെ പോവുകയും ചെയ്തു.

വെല്ലോസോയും കൂട്ടരും ഒരു നീർനായിനെ പിടിക്കുന്നതും അടുത്തുള്ള ഒരു കുന്നിൻചുവട്ടിൽ വെച്ച് അതിനെ ചുടുന്നതും ഞങ്ങൾ കപ്പലിൽ ഇരുന്നു കണ്ടു. ചുട്ടെടുത്ത മാംസവും കിഴങ്ങുവർഗങ്ങളും അവർ വെല്ലോസോയോടൊപ്പം പങ്കിട്ടു. ഭക്ഷണശേഷം നാട്ടുകാർ വെല്ലോസോയോട് തിരിച്ചുപോകാൻ ആവശ്യപ്പെട്ടു. വെല്ലോസോ കപ്പലിനോടടുത്തു കരയിൽനിന്ന് ഉറക്കെ ശബ്ദമുണ്ടാക്കി. നീഗ്രോവംശജർ പൊന്തകളിൽ ഒളിച്ചിരുന്നു. ഞങ്ങൾ അത്താഴം കഴിച്ചുകൊണ്ടിരിക്കുകയായിരുന്നു. പക്ഷേ വെല്ലോസോയുടെ ഉറക്കെയുള്ള നിലവിളി കേട്ടപ്പോൾ മുഖ്യ ക്യാപ്റ്റനോടൊപ്പം ഞങ്ങൾ നാലഞ്ചുപേർ ഉടനെ എഴുന്നേറ്റു ഒരു വഞ്ചിയിൽ കരയ്ക്ക് നേരെ തുഴഞ്ഞു. നീഗ്രോകൾ ഇതിനിടെ കടൽത്തീരത്തുകൂടി ഓടിയെത്തി. ഞങ്ങൾ പ്രയാസപ്പെട്ടു വെല്ലോസോയെ വഞ്ചിയിലേക്ക് കയറ്റുമ്പോഴേക്കും നാട്ടുകാരും ഒപ്പം എത്തി. ഞങ്ങളുടെ നേർക്ക് ആയുധം എറിയാൻ തുടങ്ങി. മുഖ്യ ക്യാപ്റ്റനും മറ്റു മൂന്നോ നാലോ പേർക്കും മുറിവേറ്റു. ഞങ്ങളോ നിരായുധരും. കാരണം ഈ നാട്ടുകാർ ശാന്തസ്വഭാവികൾ ആണെന്നായിരുന്നു ഞങ്ങളുടെ ധാരണ. ഞങ്ങൾ കപ്പലിലേക്ക് എങ്ങനെയോ തിരിച്ചെത്തി.

ഇത്രയും ദിവസത്തിനകം ഞങ്ങൾ കപ്പൽ ചരിച്ചുവെച്ചു പാർശ്വഭാഗങ്ങൾ വൃത്തിയാക്കി വേണ്ടത്ര വിറകും ശേഖരിച്ചിരുന്നതുകൊണ്ട് പുറപ്പെടാൻ തയാറായി.

വ്യാഴാഴ്ച നവംബർ 16

പുലർച്ചെ വീണ്ടും യാത്ര തുടർന്നു. ശുഭപ്രതീക്ഷാ മുനമ്പ് (കേപ് ഓഫ് ഗുഡ് ഹോപ്) എത്ര ദൂരെയാണെന്ന് ഞങ്ങൾക്ക് ഒരു പിടിയും ഇല്ലായിരുന്നു. പേരോ ദേലങ്ങേരുടെ ഊഹം ഏതാണ്ട് മുപ്പത് ലീഗ് എന്നായിരുന്നു.[15] ഉറപ്പിച്ചുപറയാൻ വയ്യാത്തതിന് കാരണമുണ്ടായിരുന്നു. അദ്ദേഹം മുമ്പൊരിക്കൽ ബർത്തലോമ്യോ ദയസിനൊപ്പം ഇതുവഴി യാത്ര ചെയ്തിരുന്നു. പോകുമ്പോൾ യാത്ര പുറംകടലിലൂടെ ആയിരുന്നു. തിരിച്ചുവരുമ്പോൾ രാവിലെ കേപ്പിൽ നിന്ന് പുറപ്പെട്ടു. കാറ്റിന്റെ സഹായത്തോടെ ഇതുവഴി പോയിരുന്നെങ്കിലും ഞങ്ങളുടെ ഇപ്പോഴത്തെ സ്ഥാനം കൃത്യമായി പറയാൻ ബുദ്ധിമുട്ടുണ്ടായിരുന്നു.

ഞങ്ങൾ തെക്ക് പടിഞ്ഞാറായി നീങ്ങി.

ശനിയാഴ്ച നവംബർ 18

വളരെ വൈകി മുനമ്പ് ഞങ്ങളുടെ കാഴ്ചയിൽപ്പെട്ടു. രാവിലെ മുഴുവൻ കടലിൽ തന്നെ നിലയുറപ്പിച്ചെങ്കിലും രാത്രിയോടെ കരയ്ക്കടുത്തു.

ഞായറാഴ്ച നവംബർ 19

രാവിലെ ഞങ്ങൾ ഒരിക്കൽക്കൂടി മുനമ്പിലെത്താൻ ശ്രമിച്ചു. പക്ഷേ മുനമ്പ് വലംവയ്ക്കാൻ കഴിഞ്ഞില്ല. കാരണം കാറ്റ് തെക്ക് തെക്കുപടിഞ്ഞാറൻ ദിശയിലും മുനമ്പിന്റെ കിടപ്പ് തെക്കു പടിഞ്ഞാറായിട്ടും. ഞങ്ങൾ വീണ്ടും കടലിലേക്ക്. തിങ്കളാഴ്ച രാത്രിയിലേ കരയിലേക്ക് മടങ്ങിയുള്ളു.

ബുധനാഴ്ച നവംബർ 22

ഒടുവിൽ ഉച്ചയോടെ കാറ്റിന്റെ സഹായത്തോടെ ഞങ്ങൾ മുനമ്പ് വലംവച്ച് തീരത്തോട് സമാന്തരമായി യാത്ര തുടർന്നു. മുനമ്പിനോട് അടുപ്പിച്ച് തെക്ക് ഭാഗത്തായി ആറ് ലീഗ് വീതിയുള്ള ഉൾക്കടൽ അത്രതന്നെ ദൂരം കരയിലേക്ക് കേറിയും കിടന്നിരുന്നു.

ശനിയാഴ്ച നവംബർ 25

സെന്റ് കാതറിൻ പെരുനാൾ ദിവസം. അന്ന് വളരെ വൈകി ഞങ്ങൾ സെന്റ് ബ്രാസ് തീരത്ത്[16] പ്രവേശിച്ചു. ഇവിടെ ഞങ്ങൾ 13 ദിവസം താമസിച്ചു. ഇവിടെവച്ച് ഞങ്ങൾ ചരക്ക് കപ്പൽ മുഴുവനായി പൊളിച്ചുമാറ്റുകയും അതിലുണ്ടായിരുന്ന സാധനസാമഗ്രികൾ മറ്റു കപ്പലുകളിലേക്ക് മാറ്റുകയും ചെയ്തു.

വെള്ളിയാഴ്ച ഡിസംബർ 1

ഏകദേശം തൊണ്ണൂറോളം നാട്ടുകാർ കരയിൽ പ്രത്യക്ഷപ്പെട്ടു.

സെന്റ് ഹെലെനയിൽ കണ്ട ജനങ്ങളോട് ഇവർക്ക് രൂപസാദൃശ്യം ഉണ്ടായിരുന്നു. ചിലർ കടൽത്തീരത്തുകൂടെ നടക്കുകയും മറ്റു ചിലർ കുന്നുകളിൽ നിന്ന് വീക്ഷിക്കുകയും ചെയ്തു. ഞങ്ങൾ എല്ലാവരും ആ സമയത്ത് മുഖ്യ ക്യാപ്റ്റന്റെ കപ്പലിൽ ആയിരുന്നു. അവരെ കണ്ടയുടൻ ഞങ്ങൾ ആയുധധാരികളായി വഞ്ചികളിൽ കരയ്ക്ക് പുറപ്പെട്ടു. കരയോട് വളരെ അടുത്തെത്തിയപ്പോൾ മുഖ്യ ക്യാപ്റ്റൻ അവർക്ക് ഉരുണ്ട മണികൾ എറിഞ്ഞുകൊടുത്തു. അവരത് പെറുക്കി എടുക്കുകയും ചെയ്തു. ചിലർ ഞങ്ങളുടെ അടുത്തേക്ക് വരാൻ സാഹസം കാട്ടുകയും മുഖ്യ ക്യാപ്റ്റന്റെ കയ്യിൽ നിന്ന് ഈ മണികൾ സ്വീകരിക്കുകയും ചെയ്തു. ഞങ്ങൾക്ക് അത്ഭുതം തോന്നി. കാരണം മുമ്പ് ബർത്തോലോമിയോ ഡയസ് ഇവരെ സന്ദർശിച്ചപ്പോൾ ഇവർ ഒന്നും സ്വീകരിക്കാതെ ഓടിപ്പോവുകയാണ് ഉണ്ടായത്. മാത്രവുമല്ല ഒരിക്കൽ ഡയസ് കരയിൽ വെള്ളം പിടിച്ചുകൊണ്ടിരുന്നപ്പോൾ ഇവർ തടയുകയും കല്ലെറിയുകയും ചെയ്തു. ഡയസ് അമ്പെയ്ത് അവരിൽ ഒരാളെ കൊല്ലുകയുമുണ്ടായി. ഇവരുടെ മനസ്സ് മാറിയതിനുള്ള കാരണം ഞങ്ങൾ ഊഹിച്ചെടുത്തു. സെന്റ് ഹെലെന ഇവിടെ നിന്നും അത്ര ദൂരെയല്ല. അറുപത് ലീഗ് മാത്രം[17] ദൂരെ. അവിടുത്തുകാർ ഇവരോട് ഏതെങ്കിലും വിധത്തിൽ സന്ദേശം കൈമാറിക്കാണും. അതായത് ഞങ്ങൾ ഉപദ്രവകാരികൾ അല്ലെന്നും സ്വമനസ്സാ സമ്മാനങ്ങൾ നൽകുന്നവർ ആണെന്നും.

കരയിൽ വളരെയേറെ കാട്ടുപൊന്തകൾ ഉണ്ടായിരുന്നതിനാൽ ക്യാപ്റ്റൻ കരയ്ക്കിറങ്ങാൻ കൂട്ടാക്കിയില്ല. അൽപ്പം ദൂരെ തുറസായ സ്ഥലത്തേക്ക് ഞങ്ങൾ നീങ്ങി. നീഗ്രോകളോട് അങ്ങോട്ടു വരാൻ ആംഗ്യഭാഷയിൽ അറിയിച്ചു. സായുധധാരികളുടെ അകമ്പടിയോടെ ക്യാപ്റ്റൻ കരയ്ക്കിറങ്ങി. അദ്ദേഹം നാട്ടുകാരോട് പിരിഞ്ഞുപോകാനും ഒന്നോ രണ്ടോ പേർ മാത്രമായേ തന്നെ സമീപിക്കാവൂ എന്നും ആംഗ്യഭാഷയിലൂടെ പറഞ്ഞു മനസിലാക്കി തന്നെ സമീപിച്ചവർക്കെല്ലാം അദ്ദേഹം കൊച്ചു മണികളും ചുവന്ന തൊപ്പിയും കൊടുത്തു. അതിന് പകരമായി അവർ ആനക്കൊമ്പ് കൊണ്ടുണ്ടാക്കിയ വളകൾ സമ്മാനിച്ചു. അവരും അത്തരം വളകൾ അണിഞ്ഞിരുന്നു. ഈ നാട്ടിൽ ആനകൾ സുലഭമാണെന്ന് തോന്നുന്നു. വെള്ളം കുടിക്കാൻ ചെന്ന സ്ഥലത്ത് ആനപ്പിണ്ടം കണ്ടു.

ശനിയാഴ്ച ഡിസംബർ 2

കുട്ടികളും മുതിർന്നവരും ചേർന്ന് ഏകദേശം ഇരുനൂറു പേരടങ്ങുന്ന ഒരുസംഘം വന്നിരിക്കുന്നു. അവരുടെ കൂടെ ഒരു ഡസനിലധികം കാളകളും പശുക്കളും നാലോ അഞ്ചോ ആടുകളും ഉണ്ടായിരുന്നു. അവരെ നോട്ടമിട്ടയുടൻ ഞങ്ങൾ കരയ്ക്ക് പോയി. അവർ തങ്ങളുടെ കൈവശം ഉണ്ടായിരുന്ന നാലഞ്ച് വാദ്യോപകരണങ്ങളിലൂടെ[18] ഉയർന്നതും താണതുമായ പലതരം സ്വരങ്ങൾ പുറപ്പെടുവിച്ചു. ഇവർ സംഗീതജ്ഞരല്ലെ

ങ്കിലും സ്വരങ്ങൾക്ക് ഒരു പ്രത്യേക ഈണം ഉണ്ടായിരുന്നു. ഈണത്തിന് അനുസരിച്ച് അവർ നീഗ്രോകളെപ്പോലെ നൃത്തം ചെയ്യുകയും ചെയ്തു. മുഖ്യക്യാപ്റ്റൻ പെരുമ്പറകൾ മുഴക്കുവാൻ കൽപ്പന നൽകി. ഞങ്ങൾ വഞ്ചികളിൽ നിന്നുകൊണ്ടുതന്നെ നൃത്തം ചെയ്തു. വഞ്ചിയിൽ തിരിച്ചെത്തിയ മുഖ്യക്യാപ്റ്റനും ഇതിൽ പങ്കെടുത്തു. ആഘോഷങ്ങൾ അവസാനിച്ചപ്പോൾ ഞങ്ങൾ കരയ്ക്കിറങ്ങി. മൂന്ന് ആനക്കൊമ്പ് വളകൾക്ക് പകരം ഒരു കറുത്ത കാളയെ വാങ്ങിച്ചു. ഇത് ഞങ്ങൾക്ക് ഞായറാഴ്ച വിരുന്നിനുള്ള വിഭവമായി. കൊഴുപ്പേറിയ കാള ഇറച്ചി പോർച്ചുഗലിൽ കിട്ടുന്ന ഇറച്ചിയോളം തന്നെ സ്വാദിഷ്ടമായിരുന്നു.

ഞായറാഴ്ച ഡിസംബർ 3

ഒരുപാടു സന്ദർശകർ സ്ത്രീകളും കൊച്ചുകുട്ടികളും കാളകളും പശുക്കളും കൂട്ടത്തിലുണ്ട്. സ്ത്രീകൾ കടലിനോട് ചേർന്ന ഒരു കൊച്ചു കുന്നിന്മേൽ നിന്നതേയുള്ളു. മറ്റുള്ളവർ കടൽത്തീരത്ത് രണ്ട് സംഘങ്ങളായി നിലയുറപ്പിച്ചു. പിന്നെ തലേന്നത്തെ പോലെ പാട്ടും നൃത്തവും തുടങ്ങി.

തടിമിടുക്കുള്ള ഏതാനും യുവാക്കൾ സായുധരായി പൊന്തകളിൽ ഒളിച്ചിരുന്നു. ഇതവരുടെ പതിവാണത്രെ. കൂട്ടത്തിൽ പ്രായം കൊണ്ട് മുതിർന്നവർ ഞങ്ങളോട് സംസാരിക്കാൻ മുന്നോട്ടുവന്നു. അവർ തലപ്പത്ത് കുറുക്കൻവാൽ ഘടിപ്പിച്ച കൊച്ചുവടികൾ കൊണ്ട് കൂടെക്കൂടെ മുഖത്തേക്ക് വീശിക്കൊണ്ടിരുന്നു. അവരോട് ആംഗ്യഭാഷയിൽ സംസാരിക്കുന്നതിനിടയ്ക്ക് പൊന്തകളിൽ ഒളിച്ചിരുന്ന യുവാക്കൾ ആയുധങ്ങൾ ഉയർത്തിപ്പിടിക്കുന്നത് ഞങ്ങളുടെ ശ്രദ്ധയിൽപ്പെട്ടു. മുഖ്യ കപ്പിത്താൻ മാർട്ടിൻ അൽഫോൻസയോട് അവരെ സമീപിച്ചു വളകൾക്ക് പകരമായി ഒരു കാളയെ വിലയ്ക്കെടുക്കാൻ പറഞ്ഞു. അൽഫോൻസോ ഇതിനു മുമ്പ് മനികങ്ങോയിൽ (കോംഗോ) കുറച്ചു സമയം ചെലവിട്ടിരുന്നു. ഈ മുൻപരിചയം ആശയവിനിമയത്തിന് സഹായകമാകുമെന്ന് കപ്പിത്താൻ കരുതിക്കാണും. എന്നാൽ നാട്ടുകാരോ വളകൾ സ്വീകരിച്ചെങ്കിലും അൽഫാൻസോയുടെ കരം ഗ്രഹിച്ചുകൊണ്ടു ദൂരെക്കാണുന്ന തങ്ങളുടെ ജലസ്രോതസ്സുകളുടെ നേരെ കൈചൂണ്ടിക്കൊണ്ട് അവരുടെ വെള്ളം എന്തിനാണ് കവർന്നെടുക്കുന്നത് എന്നായി. ഇതോടൊപ്പം തന്നെ അവർ കന്നുകാലികളെ പൊന്തകളിലേക്ക് തെളിക്കുകയും ചെയ്തു. ഇതുകണ്ട് സംശയാലുവായ മുഖ്യകപ്പിത്താൻ ഉടൻതന്നെ ഞങ്ങളോട് സംഘടിക്കാനും അൽഫോൻസായോടു പിന്തിരിയാനും കൽപ്പിച്ചു. ഞങ്ങളുടെ ബോട്ടുകൾ സംഘം കൂടി ഞങ്ങൾ ആദ്യം ഇറങ്ങിയ സ്ഥലത്തെത്തി. നീഗ്രോകൾ ഞങ്ങളെ പിന്തുടർന്നു. മുഖ്യ ക്യാപ്റ്റന്റെ നിർദേശപ്രകാരം ഞങ്ങൾ മാർച്ചട്ടകൾ ധരിച്ച് കുന്തങ്ങളും വലിച്ചുനീട്ടിയ വില്ലുമായി കരയ്ക്കിറങ്ങി. ഒട്ടും താൽപ്പര്യം ഇല്ലെങ്കിലും വേണമെങ്കിൽ അവരെ മാരകമായി മുറിവേൽപ്പിക്കാനുള്ള കരുത്ത് ഞങ്ങൾക്കുണ്ട് എന്ന് കാണി

ക്കാനായിരുന്നു ഈ പ്രദർശനം. ഇതുകണ്ട നാട്ടുകാർ ഉടൻ സ്ഥലംവിട്ടു. യാതൊരു കാരണവശാലും ആളപായം സംഭവിക്കരുതെന്നു മുഖ്യ ക്യാപ്റ്റന് നിർബന്ധമുണ്ടായിരുന്നു. അദ്ദേഹം വഞ്ചികളോട് ഒന്നിച്ചു നിൽക്കാൻ കൽപ്പിച്ചു. ആരെയും അപകടപ്പെടുത്താൻ ഞങ്ങൾക്ക് ഒട്ടും താൽപ്പര്യം ഇല്ലാതിരുന്നിട്ടും കപ്പലിന്റെ മേൽത്തട്ടിൽ നിന്ന് ഞങ്ങൾ രണ്ട് പീരങ്കി വെടികൾ മുഴക്കി. ഞങ്ങളുടെ ശക്തിയും ശേഷിയും പ്രദർശിപ്പിക്കാൻ മാത്രം.

ഇതിനകം നാട്ടുകാരെല്ലാവരും കടൽത്തീരത്ത് കൂട്ടത്തോടെ പൊന്തകളിൽ അഭയം തേടിയിരുന്നു. പക്ഷേ ആദ്യത്തെ പീരങ്കിവെടി കേട്ടയുടൻ ഭയന്നുപോയി. ആയുധങ്ങളും ഉടുത്തിരുന്ന തോൽവസ്ത്രങ്ങളും ഉപേക്ഷിച്ച് ഓടി രക്ഷപ്പെട്ടു. വീണുപോയ സാധനങ്ങൾ പെറുക്കിയെടുക്കാൻ രണ്ടുപേർ തിരക്കിട്ട് തിരികെ വന്നു. പിന്നീട് അവരെല്ലാവരും കാലികളെയും തെളിച്ചുകൊണ്ട് കുന്നിൻമേലേക്ക് ഓടിക്കയറി.

ഇവിടുത്തെ കാളകൾക്ക് ആലംടജോയിലെ (പോർച്ചുഗലിലെ ഒരു കൊച്ചുപട്ടണം) കാളകളോളം തന്നെ വലിപ്പമുണ്ട്. മെരുങ്ങിയ പ്രകൃതവും നല്ല കൊഴുപ്പും വരിയുടച്ച ഇവയ്ക്ക് കൊമ്പുകളില്ല. ഏറ്റവും കൊഴുപ്പുള്ള കാളയുടെ മീതെ കസ്ടില്ലേയിൽ ചെയ്യാറുള്ളതുപോലെ ഈറ്റ കൊണ്ടുള്ള ജീനിയും അതിനുമീതെ ചുള്ളിക്കമ്പുകൾ കൊണ്ടുള്ള ഇരിപ്പിടവും വെച്ചിട്ടുണ്ട്. വിൽക്കാനുള്ള കാളയുടെ മൂക്കിലൂടെ ഒരു കമ്പ് കയറ്റുന്നു. ആ കമ്പ് അതു പിടിച്ചാണ് അതിനെ മുന്നോട്ട് നയിക്കുക.

തീരത്തുനിന്ന് മൂന്ന് അമ്പെയ്യും ദൂരത്തിൽ ഒരു ദ്വീപുണ്ട്. അവിടെ ഒരുപാടു നീർനായ്ക്കളും. ചിലവ അതിഭീകരം തന്നെ. കരടിയോളം വലിപ്പവും വലിയ ദംഷ്ട്രങ്ങളും. ഇവ മനുഷ്യരെ ആക്രമിക്കുന്നു. എത്ര മൂർച്ചയേറിയ കുന്തമായാലും എത്ര വേഗത്തിൽ എറിഞ്ഞാലും അവയെ മുറിവേൽപ്പിക്കാൻ പ്രയാസം. കൂട്ടത്തിൽ ചെറുതും തീരെ ചെറുതും. ആടുകളെപ്പോലെ ശബ്ദമുണ്ടാക്കുമ്പോൾ ഭീകരർ സിംഹത്തെപ്പോലെ ഗർജിക്കുന്നു.

വിനോദാർഥം ഈ ദ്വീപിലെത്തിയ ഞങ്ങൾ വലുതും ചെറുതുമടക്കം മൂവായിരത്തോളം നീർനായ്ക്കളെ[19] എണ്ണിക്കണക്കാക്കുകയും അവയെ ഭയപ്പെടുത്താൻ പീരങ്കി നിറയൊഴിക്കുകയും ചെയ്തു. ദ്വീപിൽ പറക്കാൻ കഴിയാത്ത താറാവുകളോളം പോന്ന പക്ഷികളുണ്ട്. കാരണം ഇവയ്ക്ക് ചിറകുകളിൽ തൂവലില്ല. ഈ പക്ഷികൾ ഫോടിളികായോസ് എന്ന് വിളിക്കപ്പെടുന്നു. കഴുതകളെപ്പോലെ അമരുന്ന ഈ പക്ഷികളിൽ ചിലതിനെ ഞങ്ങൾ കൊന്നുവീഴ്ത്തി.

ബുധനാഴ്ച ഡിസംബർ 6

സെന്റ് ബ്രാസിൽ വെള്ളമെടുത്തു കൊണ്ടിരുന്ന ഒരു ബുധനാഴ്ച ഞങ്ങൾ ഒരു കുരിശും സ്തൂപവും[20] ഉയർത്തി. ഏറെ പൊക്കമുള്ള ഈ കുരിശു കീഴ്പാമരം കൊണ്ടുണ്ടാക്കിയതായിരുന്നു.

വ്യാഴാഴ്ച ഡിസംബർ 7

അവശ്യസാധനങ്ങൾ ശേഖരിച്ച ശേഷം വീണ്ടും യാത്ര. പക്ഷേ കാറ്റ് അനുകൂലമല്ലാതിരുന്നതിനാൽ രണ്ടു കാതം താണ്ടിയശേഷം നങ്കൂരം ഇടേണ്ടിവന്നു. യാത്ര പുറപ്പെടുന്നേരമാണ് ഏതാനും നീഗ്രോകൾ കുരിശും സ്തൂപവും തട്ടിത്തകർക്കുന്നത് കണ്ടത്.

സെന്റ് ബ്രാസിൽ നിന്ന് നടാലിലേക്ക്

വെള്ളിയാഴ്ച ഡിസംബർ 8

കന്യക മാതാവിന്റെ അമലോത്ഭവ തിരുനാൾ. രാവിലെ തന്നെ ഞങ്ങൾ യാത്രയായി.

ചൊവ്വാഴ്ച ഡിസംബർ 12

സാന്റ ലൂസിയ പെരുന്നാളിന്റെ തലേന്ന് വലിയൊരു കൊടുങ്കാറ്റിനെ അഭിമുഖീകരിക്കേണ്ടിവന്നു. മുൻ പായ കഴിയുന്നത്ര താഴ്ത്തി പിൻകാറ്റിനോടൊപ്പം നീങ്ങി. നിക്കോളോ കൊയ്ളോയുടെ കപ്പൽ ഞങ്ങളുടെ കാഴ്ചയിൽ നിന്നും മാഞ്ഞുപോയി. പക്ഷേ സന്ധ്യയോടെ കപ്പലിന്റെ മുകൾത്തട്ടിൽ നിൽക്കുമ്പോൾ നാലഞ്ചുകാതം ദൂരെ അതാ കൊയ്ളോയുടെ കപ്പൽ. അവരും ഞങ്ങളെ കണ്ടെന്ന് തോന്നുന്നു. ഞങ്ങൾ വിളക്കുകൾ തെളിച്ചു അടയാളം കാണിച്ചു. രാത്രി പന്ത്രണ്ടു മണിയോടെ അവർ ഞങ്ങൾക്കൊപ്പം എത്തി. ഞങ്ങളെ കണ്ടതുകൊണ്ടല്ല; കാറ്റിന്റെ അഭാവം കാരണം അവർക്ക് വേറെ വഴിയില്ലായിരുന്നു.

വെള്ളിയാഴ്ച ഡിസംബർ 15

രാവിലെ തന്നെ കര (പരന്ന ദ്വീപുകൾ (Ilhios chaos ഫ്ളാറ്റ് ഐലന്റ്സ്) കണ്ടു. ഇവ സാന്റക്രൂസ് ദ്വീപുകളിൽനിന്ന് 5 കാതം ദൂരെയാണ്. സെന്റ് ബ്രാസ് ഉൾക്കടലിൽനിന്ന് സാന്റക്രൂസ് ദ്വീപിലേക്ക് 60 കാതവും.[21] സുപ്രതീക്ഷ മുനമ്പിൽ നിന്ന് സംബ്രസിലേക്കും അത്ര തന്നെ. പരന്ന ദ്വീപുകളിൽനിന്ന് ബർത്തലോമ്യോ ഡയസ് അവസാനമായി ഉയർത്തിയ സ്തൂപം 5 കാതം ദൂരെ. ഇവിടുന്ന് റിയോ ദാ ഇൻഫന്റ് 15 കാതം ദൂരത്തിൽ.[22]

ശനിയാഴ്ച ഡിസംബർ 16

ദയസിന്റെ അവസാനത്തെ സ്തൂപവും കടന്ന് ഞങ്ങൾ തീരത്തിന് സമാന്തരമായി മുന്നോട്ടുനീങ്ങി. കടൽക്കരയിൽ രണ്ട് യുവാക്കൾ ഞങ്ങൾ പോകുന്നതിന് എതിർദിശയിൽ ഓടുന്നതുകണ്ടു. ഈ പ്രദേശം മനോഹരമായിരിക്കുന്നു. ധാരാളം വൃക്ഷലതാദികളും കന്നുകാലികളും.

മുന്നോട്ടു പോകുന്തോറും സ്ഥിതി കൂടുതൽ മെച്ചപ്പെട്ടുവരുന്നു. വൃക്ഷങ്ങളുടെ വലിപ്പവും കൂടി വരുന്നു. രാത്രി ഞങ്ങൾ അവിടെത്തന്നെ നിലയുറപ്പിച്ചു. ദയസിന്റെ അവസാനത്തെ കണ്ടുപിടുത്തം—റിയൊ ഇൻഫന്റ് പിന്നിട്ടിരിക്കുന്നു.

ഞായറാഴ്ച ഡിസംബർ 17

ശുക്രനുദിക്കുന്നതുവരെ അമരക്കാറ്റിന്റെ സഹായത്തോടെ കരയോട് ചേർന്ന് യാത്ര തുടർന്നു. സന്ധ്യയോടെ കാറ്റ് കിഴക്കുനിന്നായി കടലിൽ തന്നെ നിലയുറപ്പിച്ചു.

ചൊവ്വാഴ്ച, ഡിസംബർ 19

സന്ധ്യവരെ കാറ്റിന്റെ ഗതിക്കനുസരിച്ച് പായകൾ അഴിച്ചും കെട്ടിയും നിന്നു. സന്ധ്യയോടെ കാറ്റ് പടിഞ്ഞാറേക്ക് മാറി. രാവിലെ തീരപ്രദേശം നിരീക്ഷിക്കാമെന്ന് കരുതി രാത്രി മുഴുവൻ അതേപടി നിന്നു.

ബുധനാഴ്ച ഡിസംബർ 20

രാവിലെ തന്നെ ഞങ്ങൾ കരയ്ക്ക് പോകാൻ തയാറെടുത്തു. ആശ്ചര്യമായിരിക്കുന്നു. ഇത് സാന്റ്ക്രൂസ് ദ്വീപാണ്. കടലിലെ ശക്തിയായ ഒഴുക്കുകൾ കാരണം പുറപ്പെട്ടതിന്റെ 60 കാതം പിറകിലെത്തിയിരിക്കുന്നു.[23] അന്നുതന്നെ പഴയ പടി വീണ്ടും മുന്നോട്ടു യാത്ര. മുന്നുനാലു ദിവസങ്ങൾ ശക്തിയേറിയ കാറ്റ് ഞങ്ങൾക്കനുകൂലമായി വീശി. വിഘ്നകാരികളായ കടലൊഴുക്കുകളെ മറികടക്കാൻ ഇത് ഞങ്ങളെ സഹായിച്ചു. ദയാലുവായ ദൈവം തമ്പുരാൻ പ്രീതിയോടെ ഞങ്ങളെ മുന്നോട്ടു നയിച്ചു. പിന്നീടൊരിക്കലും ഞങ്ങൾക്ക് പിന്തിരിയേണ്ടി വന്നില്ല. എന്നും അങ്ങനെ തന്നെയാവാൻ ദൈവകടാക്ഷം ഉണ്ടാവട്ടെ.

നടാൽ (Nataal)

തിങ്കളാഴ്ച ഡിസംബർ 25

ക്രിസ്തുമസ് ദിനം. ദയസ് അവസാനമായി കണ്ടെത്തിയ സ്ഥലത്തുനിന്നും 70 കാതം ദൂരം വരെയുള്ള പുതിയ തീരപ്രദേശങ്ങൾ[24] കണ്ടുപിടിച്ചിരിക്കുന്നു. അത്താഴത്തിന് ശേഷം മന്ദഗതിയിലുള്ള കാറ്റിനുവേണ്ടി കൊച്ചുപായകൾ തയാറാക്കുന്നതിനിടയിൽ പാമരം മുകളിൽനിന്ന് ഏതാനും വാര താഴെ പിളർന്നിരിക്കുന്നത് ഞങ്ങളുടെ ശ്രദ്ധയിൽപ്പെട്ടു. ഈ പിളർപ്പ് കാറ്റിനൊത്ത് വിടരുകയും അടയുകയും ചെയ്തുകൊണ്ടിരുന്നു. തൽക്കാലം വടം കൊണ്ട് പാമരം മുറുക്കി ഉറപ്പിച്ചു. സുരക്ഷിതമായ ഒരു തുറമുഖത്ത് എത്തിയാൽ ഉടൻ വിസ്തരിച്ചു കേടുപാടുകൾ തീർക്കാമെന്ന് കരുതി.

വ്യാഴാഴ്ച ഡിസംബർ 28

തീരത്തിന് അടുത്ത് നങ്കൂരമിട്ടു. ഒരുപാട് മീൻ പിടിച്ചു. സന്ധ്യയോടെ യാത്ര തുടർന്നു. വടം മുറിഞ്ഞുപോയതിനാൽ ഞങ്ങൾക്ക് ഒരു നങ്കൂരം നഷ്ടപ്പെട്ടു. തുറമുഖങ്ങളുമായി സമ്പർക്കമില്ലാതെ കടലിൽ ഏറെ നാളുകളായി സഞ്ചരിക്കയാൽ കുടിവെള്ളത്തിന് ക്ഷാമം. പാചകം ഉപ്പുവെള്ളത്തിൽ. വെള്ളം ഒരാൾക്ക് ദിവസം ഒരു ക്വർത്തില്ലോ മാത്രം[25] (ഏകദേശം അര ലിറ്റർ). എത്രയും പെട്ടെന്ന് തുറമുഖം കണ്ടെത്തേണ്ടത് അത്യാവശ്യമായിരിക്കുന്നു.

വ്യാഴാഴ്ച ജനുവരി 11[26]

ഒരു ചെറിയ നദി കണ്ടെത്തിയിരിക്കുന്നു. തീരത്തിനടുത്ത് നങ്കൂരമിട്ടു.

വെള്ളിയാഴ്ച ജനുവരി 12

വഞ്ചികളിൽ ഞങ്ങൾ കരയ്ക്കടുത്തു. കരയിൽ സ്ത്രീകളും പുരുഷന്മാരും അടക്കം ഒരുപറ്റം നീഗ്രോകൾ. അവർക്കെല്ലാം നല്ല പൊക്കമുണ്ട്. കൂട്ടത്തിൽ മൂപ്പനെന്ന് തോന്നിക്കുന്ന ഒരാളും. മണിക്ങോയിൽ ഒരുപാടു ദിവസങ്ങൾ പാർത്തു. പരിചയമുള്ള മാർട്ടിൻ അൽഫോൻസായ്ക്ക് കരയ്ക്കിറങ്ങാൻ മുഖ്യ ക്യാപ്റ്റന്റെ നിർദേശം. കൂട്ടിന് മറ്റൊരാളും. നാട്ടുകാർ ഇരുവരെയും സാദരം സ്വീകരിച്ചു. ഇതുകണ്ട് മുഖ്യ ക്യാപ്റ്റൻ മൂപ്പന് സമ്മാനമായി ഒരു മേൽക്കുപ്പായവും ചുവന്ന കാലുറകളും തൊപ്പിയും വളകളും കൊടുത്തയച്ചു. മൂപ്പൻ ഞങ്ങൾക്ക് സ്വാഗതമോതി വേണ്ടതെന്തും എടുത്തുകൊള്ളാൻ അനുവാദം നൽകുകയും ചെയ്തു. ഇങ്ങനെയൊക്കെയാണ് അൽഫോൻസാ വ്യാഖ്യാനിച്ചത്. അന്ന് രാത്രി, അൽഫോൻസായും കൂട്ടുകാരനും, മൂപ്പന്റെ കൂടെ അവരുടെ ഗ്രാമത്തിലേക്ക് പോയി. ഞങ്ങൾ തിരിച്ച് കപ്പലിലേക്കും.

പോകുന്ന വഴിക്ക് മൂപ്പൻ സമ്മാനം കിട്ടിയ വസ്ത്രങ്ങൾ ധരിക്കുകയും ഏറ്റവും ആഹ്ലാദത്തോടെ "കണ്ടോ എനിക്ക് കിട്ടിയതു കണ്ടോ" എന്ന് വഴിനീളെ കാണാനെത്തിയ എല്ലാവരോടും പറയുകയും ചെയ്തത്രെ. കൂടെയുണ്ടായിരുന്നവർ ഗ്രാമം എത്തുന്നതുവരെ മൂനുനാല് തവണ കൈതട്ടി അനുമോദിക്കുകയും ചെയ്തു. പ്രദർശന പരിപാടികളെല്ലാം കഴിഞ്ഞ് മൂപ്പൻ സ്വന്തം കുടിലിലേക്ക് പോയി. വിരുന്നുകാർക്ക് ചാമക്കഞ്ഞിയും കോഴിയും (കോഴി പോർച്ചുഗലിലെ പോലെ തന്നെ). രാത്രി മുഴുവൻ ഗ്രാമീണർ വിരുന്നുകാരെ ഒരുനോക്ക് കാണാനെത്തി.

ശനിയാഴ്ച ജനുവരി 13

മൂപ്പൻ വിരുന്നുകാരെ സന്ദർശിച്ചു. മുഖ്യ ക്യാപ്റ്റനു നന്ദിസൂചകമായി കോഴികൾ നൽകി, കപ്പലിലേക്ക്തിരിച്ചുപോയ്ക്കൊള്ളാൻ പറ

ഞ്ഞു. തുണയ്ക്കായി രണ്ട് നാട്ടുകാരും. മൂപ്പൻ ഇത്രയും കൂടി പറഞ്ഞു. തനിക്ക് മേലെ ഇനിയൊരു വലിയ മൂപ്പൻ ഉണ്ടെന്നും തനിക്ക് ലഭിച്ച വസ്ത്രാഭരണാദികൾ താൻ അദ്ദേഹത്തെ കാണിക്കുമെന്നും. ഞങ്ങളുടെ രണ്ടാൾക്കാർ കപ്പലിലേക്ക് എത്തുമ്പോഴേക്കും അകമ്പടിയായി ഇരുനൂറോളം നാട്ടുകാർ. എല്ലാവരും വിദേശീയരായ ഞങ്ങളെ കാണാൻ എത്തിയതാണ്.

ഇവിടെ ജനങ്ങൾ തിങ്ങിപ്പാർക്കുന്നു. ഒരുപാടു മൂപ്പന്മാരുമുണ്ട്.[27] സ്ത്രീകൾ പുരുഷന്മാരേക്കാൾ അധികമാണെന്ന് തോന്നുന്നു. കാരണം ഞങ്ങളെ കാണാൻ എത്തിയവരിൽ പുരുഷന്മാർക്ക് ഇരട്ടി സ്ത്രീകൾ എന്ന തോതിൽ ആയിരുന്നു. ഇവരുടെ വീടുകൾ വയ്ക്കോൽ മേഞ്ഞതാണ്. നീണ്ട അമ്പും വില്ലും കുന്തങ്ങളും ഇരുമ്പ് കത്തികളുമാണ് ആയുധങ്ങൾ.

ചെമ്പ് സുലഭമാണെന്ന് തോന്നുന്നു. കാരണം കൈകാലുകളിലും പിരിച്ചുവച്ച തലമുടിയിലും ഇവർ ചെമ്പ് കൊണ്ടുള്ള ആഭരണങ്ങൾ ധരിച്ചിരിക്കുന്നു. വെള്ളീയവും ഇല്ലാതില്ല. കത്തികളുടെ കൈപ്പിടി വെള്ളീയം; കത്തിയുടെ ഉറകൾ ആനക്കൊമ്പിൽ തീർത്തത്. നാരുതുണികൾക്ക് ഏറെ വില കൽപ്പിക്കുന്നതായി തോന്നുന്നു. കാരണം ഉടുപ്പുകൾക്ക് പകരമായി വേണ്ടുവോളം ചെമ്പ് സാമഗ്രികൾ നൽകാൻ അവർ തയാറായി. വലിയ കിഴങ്ങുകൾ തുരന്നെടുത്ത പാത്രങ്ങളിൽ സമുദ്രജലം നിറച്ചു ഉൾപ്രദേശങ്ങളിൽ കുഴികളിൽ ഒഴിച്ച് അവർ ഉപ്പുണ്ടാക്കുന്നു.

ഞങ്ങൾ ഇവിടെ അഞ്ചു ദിവസം താമസിച്ചു. നാട്ടുകാർ കപ്പലിലേക്ക് കുടിവെള്ളം എത്തിച്ചു. പക്ഷേ ഈ അഞ്ചു ദിവസം കൊണ്ട് വേണ്ടത്ര വെള്ളം ശേഖരിക്കാൻ കഴിഞ്ഞില്ലെങ്കിലും ഞങ്ങൾക്ക് യാത്ര പുറപ്പെടേണ്ടിവന്നു. കാരണം കാറ്റ് അനുകൂലമായി വീശാൻ തുടങ്ങിയിരുന്നു. ഞങ്ങൾ നങ്കൂരമിട്ട കടലിലേക്ക് തള്ളിനിന്നിരുന്ന ഈ സ്ഥലത്തിന് ഞങ്ങൾ ടെറ ഡാ ബോവാ ജെൻതെ (നല്ലവരുടെ നാട്) എന്നും നദിക്ക് റിയൊ ദു കൊബ്ര് (ചെമ്പ് നദി) എന്നും പേരിട്ടു.[28]

തിങ്കളാഴ്ച ജനുവരി 22

മരങ്ങൾ തിങ്ങിനിൽക്കുന്ന ഒരു താണ തീരപ്രദേശം. സ്ഥലം ഏതെന്നറിയാൻ ഞങ്ങൾ നങ്കൂരമിട്ടു.

വ്യാഴാഴ്ച ജനുവരി 25

രാത്രിയോടെ ഞങ്ങൾ കരയിൽ പ്രവേശിച്ചു. ബെറിയോ കപ്പൽ തലേ ദിവസം തന്നെ (ജനുവരി കഴിയാൻ എട്ട് ദിവസമുള്ളപ്പോൾ അതായത് ജനുവരി 24 ന് തന്നെ) അവിടെ എത്തിയിരുന്നു.

ഈ താണ ചതുപ്പ് നിലത്തിൽ ഫലവൃക്ഷങ്ങൾ സമൃദ്ധിയായി വളരുന്നു. നാട്ടുകാർ ഈ മരങ്ങളിലെ പഴങ്ങൾ തിന്നുന്നത് കണ്ടു. കറുത്ത് സുദൃഢഗാത്രരായ ഇവിടത്തുകാർ അരയിൽ കെട്ടിയിരുന്ന കൗപീനമൊ

ഴിച്ചാൽ നഗ്നരാണ്. സ്ത്രീകളുടെ കൗപീനം പുരുഷന്മാരുടേതിനേക്കാൾ വീതിയുള്ളതാണ്. യുവതികൾ സുന്ദരികളാണ്. അവർ അധരങ്ങളിൽ മൂന്നിടത്തായി വെള്ളീയം കൊണ്ടുള്ള കുണുക്കുകൾ ഇട്ടിരിക്കുന്നു. അവർ ഞങ്ങളോട് വളരെ താൽപ്പര്യം കാട്ടി. കടത്തുവഞ്ചികളിൽ അവർ തങ്ങളുടെ സാധന സാമഗ്രികൾ കൊണ്ടുവന്നു. ഞങ്ങൾ വെള്ളം ശേഖരിക്കാൻ ഗ്രാമത്തിലേക്ക് പോയി.

രണ്ടുമൂന്ന് ദിവസങ്ങൾ കഴിഞ്ഞപ്പോൾ ഇവിടത്തെ രണ്ട് മാന്യന്മാർ ഞങ്ങളെ കാണാനെത്തി. ഗർവികളായ ഇവർക്ക് ഞങ്ങൾ കൊടുത്തതൊന്നും തന്നെ ബോധിച്ചില്ല. പട്ടുനൂലുകൾ കൊണ്ടുള്ള ചിത്രവേലകളാൽ അരികുകൾ മോടിപിടിപ്പിച്ച ഒരു തൊപ്പിയാണ് ഒരാൾ ധരിച്ചിരുന്നത്. മറ്റേയാൾ പച്ച നിറത്തിലുള്ള പട്ടുതൊപ്പിയും. തങ്ങളുടെ കൂട്ടത്തിലുള്ള ഒരു യുവാവ് മറ്റൊരു ദൂരദേശത്തുനിന്ന് വന്നവനാണെന്നും അയാൾ ഇത്തരം വലിയ കപ്പലുകൾ ഒട്ടനവധി കണ്ടിട്ടുണ്ടെന്നും അവർ ഞങ്ങളെ ആംഗ്യഭാഷയിൽ പറഞ്ഞ് മനസിലാക്കിച്ചു. ലക്ഷണങ്ങൾ കണ്ടു കാര്യസാധ്യം (പാമരത്തിന്റെ കേടുപാടു തീർക്കൽ) തീർച്ചയെന്ന് ഞങ്ങൾക്ക് തോന്നി. ഈ മാന്യന്മാർ നദീതീരത്ത് കപ്പലിന് അടുത്തായി കുടിലുകൾ കെട്ടി ഏഴു ദിവസത്തോളം താമസിച്ചു. ദിവസേന മാറ്റക്കച്ചവടത്തിനായി കാവി മുക്കിയ തുണികൾ കൊടുത്തയച്ചു. മടുത്തപ്പോൾ അവർ കടത്തുവഞ്ചികളിൽ ഒഴുക്കിനെതിർദിശയിൽ തുഴഞ്ഞുപോയി.

ഞങ്ങളോ ഇവിടെ 32 ദിനങ്ങൾ പാർത്തു. വേണ്ടത്ര വെള്ളം ശേഖരിച്ചു. കപ്പൽ ചരിച്ചുവച്ച് അറ്റകുറ്റപ്പണികൾ ചെയ്തുതീർത്തു. റാഫേൽ നൗകയുടെ പാമരത്തിന്റെ കേടുപാടുകൾ തീർത്തു. ഞങ്ങളുടെ കൂട്ടാളികളിൽ ഒരുപാടുപേർ രോഗഗ്രസ്തരായി. അവരുടെ കൈകാലുകളിൽ നീരു വന്ന് വീർത്തു. തൊണ്ണുകൾ തടിച്ചുവീർത്തു പല്ലുകൾക്ക് മേലെ തൂങ്ങിക്കിടന്നു. അവർക്ക് ആഹാരം ഒന്നുംതന്നെ കഴിക്കാൻ പറ്റാത്ത നില വന്നു. ഞങ്ങളിവിടെ ഒരു സ്തൂപമുയർത്തി. സെന്റ് റാഫേൽ എന്ന് സ്ഥലത്തിന് പേരിട്ടു. ആ പേരുള്ള കപ്പലാണല്ലോ ഞങ്ങളെ ഇവിടെ എത്തിച്ചത്. ഈ നദിക്ക് റിയോ ദോ ബോസ് സിനയിസ് (River of good Signs) എന്നും.[29]

മൊസാംബിക്കിലേക്ക്

ശനിയാഴ്ച ഫെബ്രുവരി 24

ഞങ്ങൾ യാത്രയായി. പുറംകടലിൽ എത്തി. രാത്രി, കരയിൽ നിന്ന് വിട്ടുനിൽക്കാനായി ഞങ്ങൾ വടക്കുകിഴക്കായി നീങ്ങി. ഈ നിൽപ്പിൽ കര വളരെ മനോഹരമായി കാണപ്പെടുന്നു.

ഞായറാഴ്ച ഫെബ്രുവരി 25

ഞങ്ങളുടെ നിൽപ്പ് വടക്കു കിഴക്കായിത്തന്നെ. സന്ധ്യയോടെ മൂന്ന് കൊച്ചു ദ്വീപുകൾ ഞങ്ങളുടെ കണ്ണിൽപ്പെട്ടു. ഇവയിൽ രണ്ടെണ്ണം ഉയർന്ന മരങ്ങൾ നിറഞ്ഞത്. മൂന്നാമത്തേത് കൂട്ടത്തിൽ ചെറുതും തരിശും.[30] ഇവയ്ക്കിടയിലെ ദൂരം ഏതാണ്ട് നാല് കാതം വരും. ഞങ്ങൾ യാത്ര തുടർന്നു. അടുത്ത ആറു ദിവസങ്ങൾ നിർദിഷ്ട മാർഗത്തിലൂടെ യാത്ര തുടർന്നു. രാത്രിയിൽ മാത്രം വിശ്രമം.

വ്യാഴാഴ്ച മാർച്ച് 1

ഞങ്ങൾ ദ്വീപുകളും വൻകരകളും കണ്ടു. പക്ഷേ രാത്രിയായതിനാൽ പുലരും വരെ പുറംകടലിൽ തന്നെ നിലയുറപ്പിച്ചു. രാവിലെ ഞങ്ങൾ കരയോട് അടുത്തു. അതിനെപ്പറ്റി പുറകെ.

മൊസാംബിക്[31]

വെള്ളിയാഴ്ച മാർച്ച് 2

നിക്കോളോ കൊയെലോക്ക് ഒരബദ്ധം പിണഞ്ഞു. ഉൾക്കടൽ ആണെന്ന് കരുതി ഒരു കടലിടുക്കിൽ കുടുങ്ങിപ്പോയി. വല്ലവിധേനയും കപ്പൽ പുറകോട്ടോടിച്ചു. വീണ്ടും ഞങ്ങളോടൊപ്പം ചേർന്നു. ഇതിനകം മുഖ്യ ക്യാപ്ടനെയും അദ്ദേഹത്തിന്റെ സഹോദരനേയും സ്വീകരിക്കാനെന്നോണം അനേകം കടത്തുവഞ്ചികൾ ആ ദ്വീപിൽ നിന്നായിരിക്കണം വരുന്നത് കണ്ടു. നങ്കൂരമിടാൻ പറ്റിയ സ്ഥലത്തിന്റെ അന്വേഷണത്തിലായിരുന്നു ഞങ്ങൾ. ഈ കടത്തുവഞ്ചികൾ ഞങ്ങളെ അനുഗമിച്ചു. ആംഗ്യഭാഷയിൽ ഞങ്ങളോട് നിൽക്കാൻ ആവശ്യപ്പെട്ടു. ഞങ്ങൾ ഈ വഞ്ചികൾ പുറപ്പെട്ട ദ്വീപിനോട് ചേർന്ന് നങ്കൂരമിട്ടു. ഏഴെട്ടു വഞ്ചികൾ ഞങ്ങളെ സമീപിച്ചു. അതിലുള്ളവർ അനഫില്സ് എന്ന വാദ്യോപകരണം വായിച്ചുകൊണ്ടിരുന്നു. അവർ തീരപ്രദേശത്തേക്ക് ഞങ്ങളെ ക്ഷണിച്ചു. തുറമുഖത്തേക്കുള്ള വഴി കാട്ടിത്തരുവാനും അവർ സന്നദ്ധരായിരുന്നു. അവരിൽ ചിലർ കപ്പലിലേക്ക് വരികയുണ്ടായി. ഞങ്ങളോടൊപ്പം ഭക്ഷണം കഴിക്കുകയും പിന്നീട് തൃപ്തരായി തിരിച്ചുപോകുകയും ചെയ്തു.

കരയോടടുക്കണമെങ്കിൽ ഈ നാട്ടുകാരെപ്പറ്റി കൂടുതൽ അറിയേണ്ടതുണ്ട് എന്നായിരുന്നു മുഖ്യ ക്യാപ്റ്റന്റെ അഭിപ്രായം. ഇതിനായി കൊയെലോയോടു കപ്പലുമായി ആദ്യം പോയി തീരത്തിന്റെ ആഴവും വ്യാപ്തിയും കണക്കാക്കി വരാൻ ആവശ്യപ്പെട്ടു. പ്രായോഗികമാണെന്ന് കണ്ടാൽ നമുക്ക് പോകാം. കൊയെലോക്ക് വീണ്ടും കഷ്ടകാലം. ദ്വീപിനോട് അടുക്കവേ കരയിൽത്തട്ടി ബെറിയോയുടെ ചുക്കാൻ മുറിഞ്ഞുപോയി. അദ്ദേഹം ഉടൻ തന്നെ കരയിൽ പിന്തിരിഞ്ഞു ആഴക്കടലിലേക്ക്

നീങ്ങി. ഞങ്ങൾ കരയിൽ നിന്ന് രണ്ട് കപ്പൽ ദൂരത്തിൽ നങ്കൂരമിട്ടു നില യുറപ്പിച്ചു.

ഈ നാട്ടുകാർ ബലിഷ്ടരും ചെമ്പൻ നിറമുള്ളവരുമാണ്. ഇവർ മൊഹമ്മദീയർ ആണ്. ഇവരുടെ ഭാഷ മൂർ വംശജരുടേതു തന്നെ.[32] മെച്ച പ്പെട്ട പരുത്തിനൂലും ചണനൂലും കൊണ്ടുള്ള വസ്ത്രങ്ങൾ ധരിച്ചിരിക്കു ന്നു. വസ്ത്രങ്ങളിൽ വിവിധ വർണങ്ങളിലുള്ള വീതിയേറിയ വരകൾ. മാത്രമല്ല മിക്കവയിലും വിസ്തരിച്ചുള്ള ചിത്രത്തുന്നലുകളും. എല്ലാവർക്കു മുണ്ട് തൊപ്പി. പട്ടുതൊപ്പിയുടെ അരികുകൾ സ്വർണനൂലുകൾ കൊണ്ട് മോടി പിടിപ്പിച്ചിരിക്കുന്നു.

ഇവർ വ്യാപാരികൾ ആണെന്ന് തോന്നുന്നു. തുറമുഖത്ത് വെളുത്ത അറബികളുടെ നാല് കപ്പലുകൾ കണ്ടു. ആ കപ്പലുകൾ നിറയെ വില യേറിയ ചരക്കുകൾ. സ്വർണം, വെള്ളി, മുത്തുകൾ,[33] മുന്തിയ ഇനം കല്ലു കൾ, കരയാമ്പൂ, കുരുമുളക്, ഇഞ്ചി എന്നിവയാണത്രെ. ഇതെല്ലാം ഈ നാട്ടുകാരുടെ ഉപഭോഗ്യവസ്തുക്കൾ. സ്വർണം ഒഴിച്ചുള്ള മറ്റു സാധന ങ്ങൾ എല്ലാം അറബികൾ കൊണ്ടുവന്നത്. മാത്രവുമല്ല ഞങ്ങൾ പോകാൻ ഉദ്ദേശിക്കുന്ന ആ വിദൂര രാജ്യത്തെ ഇതെല്ലാം സുലഭമത്രെ. വില കൊടുത്തു വാങ്ങേണ്ട ആവശ്യമില്ല. കൊട്ടയിൽ ഇഷ്ടം പോലെ വാരി നിറച്ചുകൊണ്ടുവരാം; അത്രയ്ക്ക് സുലഭം. മുഖ്യക്യാപ്റ്റന്റെ കൂടെ ഉണ്ടായിരുന്ന ഒരു നാവികനാണ് ഇത് പറഞ്ഞത്. പണ്ടൊരിക്കൽ അയാൾ മൂർ വംശജരുടെ തടവുകാരൻ ആയിരുന്നത്രെ. അയാൾക്ക് അവരുടെ ഭാഷ വശമുണ്ടായിരുന്നു. അയാൾ വഴി അറബി വ്യാപാരികളിൽ നിന്ന് ഞങ്ങൾ അനേകം കാര്യങ്ങൾ മനസിലാക്കി. ഞങ്ങൾ പോകാൻ ഉദ്ദേ ശിക്കുന്ന മാർഗത്തിൽ ആഴം കുറഞ്ഞ സമുദ്രഭാഗങ്ങളുണ്ട്. സൂക്ഷിക്ക ണം, കടൽത്തീരത്തായി ഒട്ടനേകം പട്ടണങ്ങളും അറബികളും ക്രിസ്ത്യാ നികളും പാർക്കുന്ന അതിസമ്പന്നമായ ഒരു ദ്വീപും.

ഞങ്ങൾക്ക് കിട്ടിയ മറ്റൊരു പ്രധാന വാർത്ത പ്രേസ്റ്റർ ജോണിനെ[34] പറ്റിയായിരുന്നു. അദ്ദേഹം ഇവിടെ അടുത്തുതന്നെ ആണെന്നും തീരദേ ശത്തുള്ള അനേകം പട്ടണങ്ങൾ അദ്ദേഹത്തിന്റെ അധീനതയിൽ ആണെ ന്നും. ഈ പട്ടണവാസികൾ പ്രമുഖ വ്യാപാരികളും വലിയ കപ്പലുക ളുടെ ഉടമകളുമത്രെ. പ്രേസ്റ്റർ ജോണിന്റെ വാസസ്ഥാനം ഉൾപ്രദേശ ത്താണ്. അവിടെയെത്താൻ ഒട്ടക സവാരി തന്നെ ശരണം. അറബിക ളുടെ കൂട്ടത്തിൽ ഇന്ത്യയിൽ നിന്നുള്ള രണ്ട് ക്രിസ്ത്യൻ തടവുകാർ ഉണ്ടായിരുന്നു. ഈ വിവരങ്ങൾ എല്ലാം കേട്ട ഞങ്ങൾ അതീവ സന്തു ഷ്ടരായി. ദൈവമേ ഞങ്ങളുടെ കാര്യസാധ്യത്തിനായി ആയുരാരോഗ്യം നൽകേണമേ.

ഇവിടെ മൊസാംബിക്കിലെ തലവന്റെ സ്ഥാനപ്പേര് സുൽത്താൻ എന്നാണ്. അദ്ദേഹം സേവകരുടെ അകമ്പടിയോടെ പല പ്രാവശ്യം ഞങ്ങളുടെ കപ്പൽ സന്ദർശിച്ചു. മുഖ്യ ക്യാപ്റ്റൻ അദ്ദേഹത്തിന് ആഹാ രവസ്തുക്കളും തൊപ്പി, ഉടുപ്പുകൾ, പവിഴം തുടങ്ങിയ സമ്മാനങ്ങളും

നൽകി. അഭിമാനിയായ അദ്ദേഹം ഈ സമ്മാനങ്ങളെ അവജ്ഞയോടെയാണ് നോക്കിക്കണ്ടത്. രക്തവർണത്തിലുള്ള തുണികളായിരുന്നു അദ്ദേഹത്തിന് വേണ്ടിയിരുന്നത്. അത് ഞങ്ങളുടെ പക്കൽ ഇല്ലായിരുന്നുതാനും. പക്ഷേ കൈവശമുള്ളതെല്ലാം ഞങ്ങൾ അദ്ദേഹത്തിന് നൽകി.

ഈത്തപ്പഴവും മധുരപലഹാരങ്ങളും ഒരുക്കി ഒരുദിവസം മുഖ്യ ക്യാപ്റ്റൻ സുൽത്താനെ വിരുന്നിന് ക്ഷണിച്ചു. വിരുന്നിനിടയിൽ ഞങ്ങൾക്ക് വഴികാട്ടികളായി രണ്ട് നാവികരെ വിട്ടുതരാൻ അപേക്ഷിച്ചു. സുൽത്താൻ സമ്മതം മൂളി. രണ്ടുപേരെ ഏർപ്പാടാക്കാം. നിബന്ധനകൾ ഞങ്ങൾ തന്നെ അവരുമായി ചർച്ച ചെയ്തു തീരുമാനിക്കണം. കരാർ പ്രകാരം വഴികാട്ടികൾ ഓരോരുത്തർക്കും 30 സ്വർണമിട്കളും[35] രണ്ട് ജോഡി മർളോട്ടയും[36] വീതം നൽകപ്പെടും. പകരം അവർ അന്നു മുതൽ ഞങ്ങളുടെ ജോലിക്കാർ. കരയ്ക്ക് പോകണമെങ്കിൽ ഊഴമിട്ടേ പോകാവൂ. ഒരാൾ എപ്പോഴും കപ്പലിൽ ഉണ്ടാവണം. ഇതെല്ലാം അവർക്ക് സ്വീകാര്യമായെന്ന് തോന്നുന്നു.

ശനിയാഴ്ച മാർച്ച് 10

യാത്ര പുറപ്പെട്ടു. ഒരു കാതം ദൂരെ സമുദ്രത്തിൽ ഒരു ദ്വീപിന് സമീപമായി നങ്കൂരമിട്ടു. ഞായറാഴ്ച ഞങ്ങളിവിടെ കുർബാന ചൊല്ലി ചിലർ കുമ്പസരിക്കുകയും കൂദാശ കൂടുകയും ചെയ്തു.

ഞങ്ങൾക്ക് കിട്ടിയ കരാർനാവികരിൽ ഒരാൾ ഈ ദ്വീപിലെ നിവാസി ആയിരുന്നു. നങ്കൂരമിട്ട ശേഷം രണ്ട് വഞ്ചികളിൽ ഞങ്ങൾ സായുധരായി അയാളെ അന്വേഷിച്ചു ദ്വീപിലേക്ക് തിരിച്ചു. ഒരു വഞ്ചിയിൽ മുഖ്യ ക്യാപ്റ്റനും മറ്റതിൽ കൊയെലോയും. പക്ഷേ താമസിയാതെ ദ്വീപിൽ നിന്ന് നിറയെ ആൾക്കാരുമായി അഞ്ചാറു വള്ളങ്ങൾ ഞങ്ങളെ വളഞ്ഞു. അവരുടെ കൈകളിൽ അമ്പുകളും പരിചകളും ഉണ്ടായിരുന്നു. ആംഗ്യഭാഷയിൽ അവർ ഞങ്ങളോട് തിരിച്ചുപോകാൻ ആവശ്യപ്പെട്ടു. ക്ഷുഭിതനായ മുഖ്യ ക്യാപ്റ്റൻ കൂടെയുണ്ടായിരുന്ന മറ്റേ നാവികനെ ദൃഢമായി ബന്ധിച്ച ശേഷം നാട്ടുവഞ്ചികൾക്ക് നേരെ വെടിവയ്ക്കാൻ കൽപ്പന നൽകി. ആവശ്യം വന്നാൽ സഹായമെത്തിക്കാനായി പൗലോ ഡ ഗാമ സ്വന്തം കപ്പലിൽത്തന്നെ നിലയുറപ്പിച്ചിരുന്നു. അദ്ദേഹം ഉടൻ തന്നെ ബെരിയോയിൽ പുറപ്പെട്ടു. ഭയന്നുപോയ അറബികൾ എത്രയും വേഗത്തിൽ ദ്വീപിലേക്ക് തന്നെ തുഴഞ്ഞുപോയി. നങ്കൂരമിട്ട സ്ഥലത്തേക്ക് ഞങ്ങളും.

ഇവിടുത്തെ കപ്പലുകൾക്ക് നല്ല വലിപ്പവും അനേകം തട്ടുകളുമുണ്ട്. പക്ഷേ ആണികൾ ഇല്ല തന്നെ. പകരം തടികൾ കയറുകൾ കൊണ്ട് കെട്ടിയുറപ്പിച്ചിരിക്കുന്നു. വഞ്ചികളും അപ്രകാരം തന്നെ. പായകൾ ഓല മെടഞ്ഞു ഉണ്ടാക്കിയതാണ്. നാവികരുടെ കൈവശം ജനോവ സൂചി[37] ഉണ്ട്. ഇതിന്റെ സഹായത്തോടെ ഇവർ ഗതി നിയന്ത്രിക്കുകയും സ്ഥലനിർണയം ചെയ്യുകയും സമുദ്രയാത്രക്ക് ആവശ്യമായ രേഖാചിത്രങ്ങൾ

വരയ്ക്കുകയും ചെയ്യുന്നു. ഈ നാട്ടിലെ പനകൾ മത്തങ്ങയോളം വലുപ്പമുള്ള ഫലങ്ങൾ തരുന്നു. ഇവയുടെ അകക്കാമ്പാണ് രക്ഷയ്ക്ക് യോഗ്യം. ഇതിനൊരു അണ്ടിച്ചുവയുണ്ട്[38]. ഇവിടെ മത്തങ്ങകളും വെള്ളരിക്കകളും സുലഭമാണ്. മാറ്റക്കച്ചവടത്തിനുള്ള സാധനങ്ങൾ ഇതെല്ലാം തന്നെ.

നിക്ലോ കൊയെലോ തുറമുഖത്തിറങ്ങിയ ദിവസം ആ നാട്ടിലെ പ്രഭു വമ്പിച്ച അകമ്പടിയോടെ ഞങ്ങളെ കാണാൻ കപ്പലിൽ എത്തി. അദ്ദേഹത്തെ ഞങ്ങൾ സാദരം സ്വീകരിച്ചു. കൊയെലോ നൽകിയ ചുവന്ന ശിരോവസ്ത്രത്തിന് പകരമായി അദ്ദേഹം താൻ പ്രാർഥനയ്ക്ക് ഉപയോഗിക്കുന്ന ഒരു കറുത്ത ജപമാല സൗഹാർദ വാഗ്ദാനമെന്ന പോലെ നൽകി. തനിക്ക് കരയിലേക്ക് തിരിച്ചുപോകാൻ കൊയെലോയുടെ വഞ്ചി കിട്ടിയാൽ കൊള്ളാമെന്ന് ആഗ്രഹം പ്രകടിപ്പിച്ചപ്പോൾ കൊയെലോ സമ്മതിച്ചു.

കരയ്ക്കെത്തിയ പ്രഭു കൂടെവന്ന എല്ലാവരെയും വീട്ടിലേക്ക് ക്ഷണിക്കുകയും വിരുന്നു നൽകുകയും ചെയ്തു. വിട പറയും നേരത്ത്, ഒരു ഭരണി നിറയെ കരയാമ്പൂവും ജീരകവുമിട്ടു പഴക്കി സൂക്ഷിച്ച ഈന്തപ്പഴം നിക്ലോ കൊയെലോക്ക് സമ്മാനസൂചകമായി കൊടുത്തയച്ചു.

അതിനുശേഷം അദ്ദേഹം ഒട്ടനവധി സമ്മാനങ്ങൾ മുഖ്യ ക്യാപ്റ്റന് എത്തിച്ചു. ഈ സൗഹാർദ പ്രകടനങ്ങൾക്കെല്ലാം കാരണം, ഞങ്ങൾ ഏതോ വിദൂര ദേശത്തെ തുർക്കികളോ അറബികളോ ആണെന്ന ധാരണയായിരുന്നു. ഞങ്ങൾ തുർക്കരെന്ന് ധരിച്ച് അദ്ദേഹം ഞങ്ങളുടെ ആയുധങ്ങളും നിയമപുസ്തകങ്ങളും കാണാൻ ഉത്സുകത കാണിച്ചു. പക്ഷേ ഞങ്ങൾ ക്രിസ്ത്യാനികൾ ആണെന്ന് അറിഞ്ഞ നിമിഷം എല്ലാം പാടെ മാറി. ഞങ്ങളെ പിടിച്ചുകെട്ടി തടവിലാക്കാനും കൊല്ലാനും അവർ പരിപാടിയിട്ടു. ഞങ്ങളുടെ കൂടെയുണ്ടായിരുന്ന ഈ നാട്ടുകാരനായ കരാറു നാവികനാണ് ഇതെല്ലാം വെളിപ്പെടുത്തിയത്.

ഞായറാഴ്ച മാർച്ച് 11

ദ്വീപിൽ ഒരു മരത്തണലിൽ ഞങ്ങൾ കുർബാന നടത്തി. കൊച്ചു സ്ഫടിക മുത്തുകൾക്ക് പകരമായി കോഴികളും ആടുകളും പ്രാവുകളും സ്വീകരിച്ചു. കപ്പലിൽ എത്തിയ ഉടൻ ഞങ്ങൾ യാത്രയായി.

ചൊവ്വാഴ്ച മാർച്ച് 13

മുനമ്പിന് പുറകിലായി ഉയർന്ന പാവത ശിഖരങ്ങൾ കണ്ടു. തീരപ്രദേശത്ത് വിരളമായ തോതിൽ മരങ്ങളും. ഞങ്ങൾ ഇതിനകം 20 കാതം താണ്ടിയിരുന്നു. കാറ്റില്ലാഞ്ഞതിനാൽ ചൊവ്വാഴ്ചയും ബുധനാഴ്ചയും ഞങ്ങൾ അവിടെത്തന്നെ നിലകൊണ്ടു.

വ്യാഴാഴ്ച മാർച്ച് 15

രാത്രിയിൽ മന്ദഗതിയിലുള്ള കിഴക്കൻ കാറ്റ് രാവിലെ അമരഭാഗത്തിന് നാല് കാതം ദൂരെയായി മൊസാംബിക്. പക്ഷേ സന്ധ്യവരെ ഞങ്ങൾ മുന്നോട്ടുതന്നെ പോയി. കഴിഞ്ഞ ഞായറാഴ്ച കുർബാന ചൊല്ലിയ ദ്വീപിന് സമീപമായി നങ്കൂരമിട്ടു. അനുകൂലമായ കാറ്റിനെയും പ്രതീക്ഷിച്ച് ഞങ്ങൾ ഇവിടെ എട്ടുദിവസം താമസിച്ചു.

ഈ ദിവസങ്ങളിൽ ഒരുനാൾ മൊസാംബിക് രാജാവിന്റെ സന്ദേശമെത്തി. ഞങ്ങളുമായി സൗഹാർദ സംഭാഷണത്തിനും സമാധാനപരമായി കാര്യങ്ങൾ നടത്താനും ആഗ്രഹിക്കുന്നു. സന്ദേശവാഹകൻ ഒരു കുലീനനായ വെളുത്ത അറബി. ശരീഫ് അതായത് പുരോഹിതൻ ആയിരുന്നെങ്കിലും ആൾ വലിയ മദ്യപാനിയാണ്.

മറ്റൊരിക്കൽ മകനോടൊപ്പം ഒരു അറബി ഞങ്ങളെ കാണാനെത്തി. മെക്കാക്കാരനായ അയാൾ അവിടന്നുള്ള ഒരു കപ്പലിൽ മാർഗദർശിയായി മൊസംബിക്കിൽ എത്തിയതാണ്. അയാൾക്ക് ഞങ്ങളോടൊപ്പം യാത്ര ചെയ്താൽ കൊള്ളാമെന്നുണ്ട്.

കാലാവസ്ഥ അനുകൂലമല്ലാതിരുന്നതിനാൽ കുടിവെള്ളത്തിനായി വീണ്ടും മൊസംബിക് തുറമുഖത്ത്[39] പ്രവേശിക്കേണ്ടിവന്നു. ജലാശയങ്ങൾ എല്ലാം വൻകരയിലാണ്. ബാക്കിയെല്ലായിടവും ഉപ്പുവെള്ളം മാത്രം.

വ്യാഴാഴ്ച മാർച്ച് 22

തുറമുഖത്ത് പ്രവേശിച്ചു. ഇരുട്ടിത്തുടങ്ങിയപ്പോൾ വഞ്ചികൾ ഇറക്കി. അർധരാത്രി മുഖ്യ ക്യാപ്റ്റനും കൊയെലോയും ഞങ്ങളിൽ ചിലരും വെള്ളം കണ്ടെത്താനുള്ള ശ്രമത്തിൽ ഏർപ്പെട്ടു. ഞങ്ങളുടെ കൂടെ കരാറുകാരൻ നാവികനും ഉണ്ടായിരുന്നു. വെള്ളം കണ്ടുപിടിക്കുന്നതിനല്ല രക്ഷപ്പെടാനായിരുന്നു അയാളുടെ ഉദ്ദേശ്യം. കാരണം അയാൾ ഞങ്ങളെ ഒരുവിധത്തിലും സഹായിച്ചില്ല. രാവിലെ വരെ വൃഥാശ്രമം നടത്തി ഞങ്ങൾ പിന്തിരിഞ്ഞു.

വെള്ളിയാഴ്ച മാർച്ച് 23

രാത്രിയോടെ ഞങ്ങൾ വീണ്ടും വൻകരയിലേക്ക്. അതേ കരാറുകാരൻ നാവികനും കൂടെയുണ്ട്. ജലാശയങ്ങൾ കണ്ടെങ്കിലും കരയ്ക്കടുക്കാൻ വിഷമം. കാരണം ഇരുപതോളം ആയുധധാരികളായ നാട്ടുകാർ കടൽത്തീരത്തുണ്ട്. കഠാരികളുമായി അവർ അടുക്കരുതെന്ന് ഞങ്ങളെ വിലക്കി. മുഖ്യ ക്യാപ്റ്റൻ അവർക്ക് നേരെ മൂന്ന് വെടികൾ വയ്ക്കാൻ ഉത്തരവിട്ടു. ഭയന്നോടിയ നാട്ടുകാർ പൊന്തകളിൽ അഭയം തേടി. ഞങ്ങൾക്ക് സൗകര്യപൂർവം കരയ്ക്കിറങ്ങാൻ ഇത് സഹായകമായി. വേണ്ടത്ര വെള്ളം ശേഖരിച്ചു ഞങ്ങൾ തിരിച്ചെത്തി.

സൂര്യാസ്തമയ സമയത്ത് ഞങ്ങൾക്ക് മറ്റൊരു കാര്യം പിടികിട്ടി. ജോ ഡി കൊയിമ്പ്രയുടെ കീഴിൽ ഉണ്ടായിരുന്ന ഒരു നീഗ്രോ വംശജൻ രക്ഷപ്പെട്ടിരിക്കുന്നു.

ഞായറാഴ്ച മാർച്ച് 24

മംഗളവാർത്ത തിരുനാളിന് തലേന്ന് ഒരു അറബി ഞങ്ങളുടെ കപ്പലിന് സമീപം വന്ന് ഇങ്ങനെ അറിയിച്ചു. വെള്ളം വേണമെങ്കിൽ പോയി കൊണ്ടുവന്നോളൂ. അൽപ്പം പരിഹാസച്ചുവയുണ്ടോ. ഇതിലെന്തോ കുതന്ത്രം ഉണ്ടെന്ന് ഞങ്ങൾക്ക് തോന്നി. ഞങ്ങൾക്കായി കെണി ഒരുക്കിയിരിക്കുമോ?

ഇതു കേട്ടയുടൻ മുഖ്യ ക്യാപ്റ്റൻ പോകാൻ തന്നെ തീരുമാനിച്ചു. ഇവർക്ക് നാശനഷ്ടങ്ങൾ വരുത്തിവെയ്ക്കാനുള്ള എല്ലാ ഉപായങ്ങളും നമ്മുടെ കൈവശം ഉണ്ടെന്ന് അവരെ ബോധ്യപ്പെടുത്താം. ശക്തിപ്രദർശനം തന്നെയാവട്ടെ അമരത്ത് വെടിക്കുള്ള സാമഗ്രികളുമായി സായുധരായ ഞങ്ങൾ വഞ്ചികളിൽ ഗ്രാമത്തിന് നേരെ നീങ്ങി. അറബികൾ മരപ്പലകകൾ ചേർത്തുവച്ച് വേലി കെട്ടിയിരുന്നു. അതിനകത്ത് എന്താണെന്ന് ഞങ്ങൾക്ക് കാണാൻ പറ്റിയില്ല. കത്തികളും വില്ലുകളും കവണകളും വാളുകളുമായി ഒരുപാടുപേർ കടൽത്തീരത്ത് ഉലാത്തുകയാണ്. ഞങ്ങളെ നോട്ടമിട്ടയുടൻ അവർ കവണകൾ ഉപയോഗിച്ച് കല്ലേറ് നടത്തി. പക്ഷേ ഞങ്ങളുടെ വെടിയുണ്ടകളുടെ ചൂട് താങ്ങാനാവാതെ അവർ പലകവേലിക്ക് പുറകിൽ ഓടിയൊളിച്ചു. നഷ്ടം അവർക്ക് തന്നെയായിരുന്നു. മൂന്ന് മണിക്കൂർ നീണ്ടുനിന്ന ഈ ഏറ്റുമുട്ടലിൽ അവരിൽ രണ്ടുപേർ കൊല്ലപ്പെട്ടു. ഒരാൾ സമുദ്രതീരത്തും മറ്റേയാൾ വേലിക്കപ്പുറത്തും.

കുറെക്കഴിഞ്ഞപ്പോൾ ഞങ്ങൾ ക്ഷീണിതരായി കപ്പലിൽ തിരിച്ചെത്തി. അത്താഴത്തിന് തയാറായി.

അവരും കിട്ടിയതെല്ലാം പെറുക്കിക്കൂട്ടി കൊച്ചുവള്ളങ്ങളിൽ സ്ഥലം വിട്ടു.

അത്താഴത്തിന് ശേഷം ഞങ്ങൾ വീണ്ടും വഞ്ചിയിറക്കി. രണ്ടോ മൂന്നോ നാട്ടുകാരെ തടവിലെടുക്കണം. പിന്നീട് ഇവരെ കൈമാറ്റം ചെയ്തു ഞങ്ങളിൽ നിന്ന് രക്ഷപ്പെട്ട നീഗ്രോ വംശജനെയും ഇന്നാട്ടുകാർ തടവിൽ വെച്ചിരിക്കുന്ന രണ്ട് ഇന്ത്യൻ ക്രിസ്ത്യാനികളെയും വീണ്ടെടുക്കണം. ഞങ്ങൾ രണ്ട് കടത്തുവള്ളങ്ങളെ പിന്തുടർന്നു. ഒന്നിൽ ഒരു മേൽജാതിക്കാരനും അയാളുടെ ചരക്കുകളും മറ്റേതിൽ നാല് നീഗ്രോ വംശജർ. നീഗ്രോ വംശജരെ പൗലോ ഡ ഗാമ തടവിൽ എടുത്തു. കരയിൽ ഉപേക്ഷിക്കപ്പെട്ട നിലയിൽ കണ്ട രണ്ട് വള്ളങ്ങൾ ഞങ്ങൾ കൈവശപ്പെടുത്തി. അവയിലുണ്ടായിരുന്നതോ മെച്ചപ്പെട്ട പരുത്തി തുണികൾ, ഓല മെടഞ്ഞുണ്ടാക്കിയ കൊട്ടകൾ, വെണ്ണ നിറച്ച മിനുത്ത ഭരണികൾ, സുഗന്ധ ദ്രവ്യങ്ങൾ നിറച്ച കൊച്ചു പളുങ്ക് കുപ്പികൾ, നിയമപുസ്തകം, പരുത്തിനൂൽക്കെട്ടുകൾ, പരുത്തിവല, ധാന്യം നിറച്ച കൊട്ടകൾ എന്നിവ. നിയമപുസ്തകം ഒഴിച്ച് ബാക്കിയെല്ലാം മുഖ്യ ക്യാപ്റ്റൻ സഹയാത്രി

കർക്ക് വിതരണം ചെയ്തു. നിയമപുസ്തകം രാജാവിനെ കാണിക്കാൻ മാറ്റിവച്ചു.

ഞായറാഴ്ച ഞങ്ങൾ വേണ്ടത്ര വെള്ളം ശേഖരിച്ചു. തിങ്കളാഴ്ച ആയുധസന്നാഹങ്ങളോടെ വഞ്ചിയിൽ ഗ്രാമത്തിന് നേരെ നീങ്ങി. നാട്ടുകാർക്ക് കടൽക്കരയിലേക്ക് വരുവാൻ ധൈര്യമില്ലെന്ന് തോന്നുന്നു. സ്വന്തം വീടുകളിൽ നിലയുറപ്പിച്ചു. അവർ ആംഗ്യങ്ങൾ കാട്ടി. ഒന്നുരണ്ടു വെടി വച്ചശേഷം ഞങ്ങൾ വീണ്ടും കപ്പലിലേക്ക്.

ചൊവ്വാഴ്ച മാർച്ച് 27

തുറമുഖത്തുനിന്ന് നീങ്ങി. സെന്റ് ജോർജ് ദ്വീപിനടുത്ത് ഞങ്ങൾ നങ്കൂരമിട്ടു. അനുകൂലമായ കാറ്റിനുവേണ്ടി ദൈവത്തിനോട് പ്രാർഥിച്ചുകൊണ്ട് മൂന്നുദിവസം ഇവിടെ നിലയുറപ്പിച്ചു.

വ്യാഴാഴ്ച മാർച്ച് 29

ഞങ്ങൾ ദ്വീപിൽനിന്ന് പുറപ്പെട്ടു. വളരെ മന്ദഗതിയിൽ, ശനിയാഴ്ച രാവിലെ വരെ 28 കാതം മാത്രമേ സഞ്ചരിക്കാൻ പറ്റിയുള്ളൂ.

ശനിയാഴ്ച മാർച്ച് 31

രാവിലെ കപ്പലിൽ സമാന്തരമായി കണ്ടു. അറബികളുടെ നാട്. ഇവിടത്തെ ശക്തിയേറിയ കടലൊഴുക്കുകൾ ഞങ്ങൾ മുൻപ് അനുഭവിച്ചറിഞ്ഞതാണല്ലോ.

ഞായറാഴ്ച ഏപ്രിൽ 1

വൻകരയോട് ചേർന്നു കിടക്കുന്ന ചില ദ്വീപുകൾ.[40] ഞങ്ങളിതിന് പേരിട്ടു. ചമ്മട്ടി പ്രഹര ദ്വീപ് (Ilha do Acoutado) ഞങ്ങൾ കരാറിൽ എടുത്ത അറബി നാവികന് ഇവിടെവച്ച് കിട്ടിയ ശിക്ഷയായിരുന്നു ചമ്മട്ടി പ്രഹരം. തലേന്ന് രാത്രിയിൽ, ഈ ദ്വീപുകൾ തന്നെയാണ് വൻകരയെന്ന് നുണ പറഞ്ഞ് മുഖ്യ ക്യാപ്റ്റനെ തെറ്റിദ്ധരിപ്പിക്കാൻ ശ്രമിച്ചതായിരുന്നു അയാളുടെ കുറ്റം.

നാട്ടുകാരുടെ കൊച്ചുവള്ളങ്ങൾ ദ്വീപിനും വൻകരയ്ക്കുമിടയിൽ ഗതാഗതം നടത്തുന്നു. വൻകരയോട് ചേർന്ന സമുദ്രഭാഗത്തിന് 40 ഫാതം (24 അടി) താഴ്ചയുണ്ട്. പക്ഷേ ഞങ്ങൾ അങ്ങോട്ട് അടുത്തില്ല. ഇത് അനേകം ദ്വീപുകൾ അടങ്ങിയ ഒരു വലിയ ദ്വീപ സമൂഹമാണ് എല്ലാത്തിലും ആൾപ്പാർപ്പുണ്ട്.

തിങ്കളാഴ്ച ഏപ്രിൽ 2

കരയിൽ നിന്ന് 5 കാതം ദൂരെ വേറെയും ദ്വീപുകൾ.

ബുധനാഴ്ച ഏപ്രിൽ 4

ഞങ്ങൾ വടക്ക് പടിഞ്ഞാറായി നീങ്ങി. ഒരു നീണ്ട വൻകരയും സമീപത്തായി രണ്ട് കൊച്ചു ദ്വീപുകളും കണ്ടു. മണൽത്തിട്ടകൾ നിറഞ്ഞ ആഴം കുറഞ്ഞ സമുദ്രം. കരാറിലെടുത്ത നാവികർ സ്ഥലനിർണയം നടത്താൻ ശ്രമിച്ചു. മൂന്നു കാതം പിറകിലായി ക്രിസ്ത്യാനികൾ പാർക്കുന്ന ഒരു ദ്വീപുണ്ടെന്ന്[41] അവർ അഭിപ്രായപ്പെട്ടു. ഞങ്ങൾ പകൽ മുഴുവൻ ആ ദ്വീപിലേക്കെത്താൻ വിഫലശ്രമം നടത്തി. കാറ്റ് ഞങ്ങൾക്ക് ഒട്ടും അനുകൂലമായിരുന്നില്ല. ഈ പാഴ്ശ്രമം ഉപേക്ഷിച്ച് മൊംബാസയ്ക്ക് തിരിക്കാൻ ഞങ്ങൾ നിശ്ചയിച്ചു. മൊംബാസയിലേക്ക് നാലുദിവസത്തെ യാത്രയുണ്ട്. ഈ ദ്വീപ് ഞങ്ങൾ കണ്ടെത്താൻ ആഗ്രഹിച്ച രാജ്യങ്ങളിൽ ഒന്നായിരുന്നു. കാരണം അവിടത്തെ നിവാസികൾ ക്രിസ്ത്യാനികൾ ആയിരുന്നതുതന്നെ.

യാത്ര വടക്കോട്ട്. ഏറെ വൈകിയിരുന്നു. ശക്തിയുള്ള കാറ്റും. രാത്രിയോടെ ഒരു വലിയ ദ്വീപ് കണ്ടു.[42] കരാർ നാവികർ പറഞ്ഞു — അവിടെ ഒരു ക്രിസ്ത്യാനികളുടെയും അറബികളുടെയും നഗരങ്ങൾ ഉണ്ടെന്ന്. ഏതായാലും അന്ന് രാത്രി ഞങ്ങൾ പുറംകടലിൽ തന്നെ നിന്നു.

വ്യാഴാഴ്ച ഏപ്രിൽ 5

രാവിലെ നോക്കിയപ്പോൾ ദ്വീപില്ല. വീണ്ടും വടക്ക് പടിഞ്ഞാറായി നീങ്ങി. സന്ധ്യയായപ്പോഴേക്കും അതാ മുന്നിൽ ദ്വീപ്. അടുത്ത രാത്രിയിൽ വടക്ക് പടിഞ്ഞാറായും പകൽ നേരത്ത് വടക്ക് വടക്കുപടിഞ്ഞാറായും ഞങ്ങൾ നീങ്ങി. കാറ്റ് അനുകൂലമായിരുന്നു.

വെള്ളിയാഴ്ച ഏപ്രിൽ 6

ഉദയത്തിന് രണ്ട് മണിക്കൂർ ഉള്ളപ്പോൾ സെന്റ് റാഫേൽ മണൽത്തിട്ടയിൽ തട്ടി വഴിമുട്ടി നിന്നു. കരയിലേക്ക് ഇനിയും രണ്ട് കാതം ദൂരമുണ്ട്. രഫെലിലെ യാത്രികർ ഉടൻതന്നെ മറ്റു കപ്പലുകൾക്ക് അപായസൂചന നൽകി. മറ്റു കപ്പലുകൾ വഴിമുട്ടിയ രഫെലിന് ഒരു വെടി ദൂരെ നങ്കൂരമിട്ട് നിലയുറപ്പിച്ചു. ഞങ്ങൾ വഞ്ചികൾ ഇറക്കി. വേലിയിറക്ക സമയത്ത് പാവം റാഫേൽ കരയിൽ കുടുങ്ങിക്കിടന്നു. വഞ്ചികളുടെ സഹായത്തോടെ നങ്കൂരമുറപ്പിക്കയും വേലിയേറ്റ സമയത്ത് കപ്പൽ വീണ്ടും കടലിലേക്ക് എടുക്കുകയും ചെയ്തു. സന്തോഷിക്കേണ്ട കാര്യം തന്നെ.

മണൽത്തിട്ടകൾക്ക് അഭിമുഖമായി വൻകരയിൽ മനോഹരമായ പർവതനിരകൾ. പർവത നിരകൾക്കും മണൽത്തിട്ടകൾക്കും ഞങ്ങൾ പേരിട്ടു — സെർഷ ഡാ സാഓ റാഫേൽ. സെന്റ് റാഫേൽ കരയ്ക്ക് മുട്ടികിടക്കുമ്പോൾ രണ്ട് അറബി വഞ്ചികൾ ഞങ്ങളെ സമീപിച്ചു. ഒന്നിൽ നിറയെ മധുരനാരങ്ങകൾ. പോർച്ചുഗലിൽ കിട്ടുന്നതിനേക്കാൾ മെച്ചപ്പെട്ടത്. ഈ രണ്ട് വഞ്ചികൾ മൊംബാസ വരെ ഞങ്ങളെ അനുഗമിച്ചു.

മൊംബാസ

ശനിയാഴ്ച ഏപ്രിൽ 7

കുരുത്തോലപ്പെരുന്നാളിന് തലേന്ന് കടൽത്തീരത്തിന് സമാന്തരമായി ഞങ്ങൾ നീങ്ങി. വൻകരയിൽ നിന്ന് 15 കാതം ദൂരെ 6 കാതം നീളത്തിൽ കുറെ ദ്വീപുകൾ.[43] ഈ നാട്ടിലെ കപ്പലുകൾക്ക് വേണ്ട പാമരങ്ങൾ ഈ ദ്വീപിൽ നിന്നാണത്രെ വരുന്നത്. ദ്വീപുനിവാസികൾ അറബികൾ.

ഞങ്ങൾ മൊംബാസയ്ക്ക് ദൂരെയായി നങ്കൂരമിട്ടു. തുറമുഖത്ത് പ്രവേശിച്ചില്ല. ഞങ്ങളെ കണ്ടയുടൻ ഒരു ഒറ്റ പാമരക്കപ്പൽ ഞങ്ങളെ സമീപിച്ചു. നഗരത്തിന് അഭിമുഖമായി കടൽത്തീരത്ത് കൊടികളും തോരണങ്ങളും ചാർത്തിയ അനേകം കപ്പലുകൾ ഉണ്ടായിരുന്നു.

ഒട്ടും മോശമല്ലാത്ത വിധത്തിൽ ഞങ്ങളും കപ്പലുകൾ അലങ്കരിച്ചു. സത്യത്തിൽ ഞങ്ങളുടേതായിരുന്നു ഏറ്റവും മുന്തിയ പ്രദർശനം. കാരണം ഞങ്ങളുടെ കൈവശം വേണ്ടുവോളം അലങ്കാര സാധനങ്ങൾ ഉണ്ടായിരുന്നു. ഒരൊറ്റ കാര്യത്തിലേ ഞങ്ങൾക്ക് വിമ്മിഷ്ടം ഉണ്ടായിരുന്നുള്ളു. ആൾബലമില്ല. ഉള്ളവരോ രോഗഗ്രസ്തരും. ഇവിടെ നങ്കൂരമിടാൻ പറ്റിയതിൽ ഞങ്ങൾ സന്തുഷ്ടരായിരുന്നു. കാരണം നേരം പുലർന്നാൽ ഇവിടത്തെ ക്രിസ്ത്യാനികളുടെ കൂടെ കുർബാന കൈക്കൊള്ളാൻ പറ്റുമെന്ന വിശ്വാസം ഞങ്ങൾക്കുണ്ടായിരുന്നു. ക്രിസ്ത്യാനികൾ സ്വന്തം വൈദികന്റെ നേതൃത്വത്തിൽ അറബികളിൽ നിന്ന് വേറിട്ടാണത്രെ പാർക്കുന്നത്.

ഞങ്ങളുടെ കൂടെ ഉണ്ടായിരുന്ന മാർഗദർശികൾ പറഞ്ഞാണ് ഇതെല്ലാം അറിഞ്ഞത്. ക്രിസ്ത്യാനികൾ ഞങ്ങളെ സ്വീകരിക്കാനെത്തുമെന്നും സാദരപൂർവം സ്വഗൃഹങ്ങളിലേക്ക് ക്ഷണിക്കുമെന്നും കൂടി അവർ പറഞ്ഞു.

പക്ഷേ സംഗതികളുടെ കിടപ്പ് ഇങ്ങനെയൊന്നും അല്ലെന്ന് പിന്നീട് മനസിലായി. അർധരാത്രിയോടെ ഒരു കപ്പൽ ഞങ്ങളെ സമീപിച്ചു. വളഞ്ഞ കൈപ്പിടിയുള്ള വാളുകളും പരിചകളും ഏന്തിയ നൂറോളം നാട്ടുകാർ അതിൽ ഉണ്ടായിരുന്നു. മുഖ്യ ക്യാപ്റ്റന്റെ കപ്പലിൽ കയറിപ്പറ്റാൻ ശ്രമിച്ച അവരെ ഞങ്ങൾ ബലം പ്രയോഗിച്ച് തടഞ്ഞുനിർത്തി. കൂട്ടത്തിൽ കുലീനരെന്ന് തോന്നിച്ച നാലഞ്ചുപേരെ മാത്രം കപ്പലിലേക്ക് കയറ്റി. ഒന്നുരണ്ടു മണിക്കൂറുകൾക്ക് ശേഷം എല്ലാവരും തിരിച്ചുപോയി. ഞങ്ങളുടെ കപ്പലുകൾ തട്ടിയെടുക്കാൻ പറ്റുമോ എന്നറിയാൻ ആവണം ഈ സന്ദർശനം എന്ന് ഞങ്ങൾ ഊഹിച്ചു.

ഞായറാഴ്ച ഏപ്രിൽ 8

കുരുത്തോലപ്പെരുന്നാൾ ദിനം. മൊംബാസയിലെ രാജാവ് മുഖ്യകപ്പിത്താന് സമ്മാനങ്ങൾ അയച്ചിട്ടുണ്ട്. ഒരു ചെമ്മരിയാട്, ഒട്ടനേകം മധുര

നാരങ്ങകൾ, നാരങ്ങകൾ, കരിമ്പിൻ തണ്ടുകൾ എന്നിവ. ഇതിനെല്ലാം പുറമെ സുരക്ഷാ വാഗ്ദാനമെന്ന നിലയിൽ ഒരു മോതിരവും തുറമുഖത്ത് പ്രവേശിക്കുകയാണെങ്കിൽ ആവശ്യങ്ങളെല്ലാം നിറവേറ്റാമെന്ന ഉറപ്പും.

സമ്മാനങ്ങൾ കൊണ്ടുവന്നത് വെളുത്ത നിറമുള്ള രണ്ടുപേർ. തങ്ങൾ ക്രിസ്ത്യാനികൾ ആണെന്ന് അവർ പറഞ്ഞു. സത്യമായിരിക്കാം. മുഖ്യ ക്യാപ്റ്റനും രാജാവിന് സമ്മാനം കൊടുത്തയച്ചു. ഒരു പവിഴഹാരം. പിറ്റേന്ന് താൻ തുറമുഖത്ത് പ്രവേശിക്കാൻ ഉദ്ദേശിക്കുന്നു എന്ന സന്ദേശവും. അന്ന് രാത്രിയിൽ വീണ്ടും നാല് കുലീനരായ അറബികൾ ഞങ്ങളെ സന്ദർശിച്ചു.

ഈ സൗഹൃദ സൂചനകൾ സ്ഥിരീകരിക്കാൻ മുഖ്യ ക്യാപ്റ്റന്റെ രണ്ട് പ്രതിനിധികൾ രാജാവിനെ സമീപിച്ചു. ഇവരെ അരമന വരെ നാട്ടുകാർ അനുഗമിച്ചു. അരമനയ്ക്ക് അകത്തു കടക്കുക അത്ര എളുപ്പമല്ല. നാല് കവാടങ്ങൾ. ഓരോ കവാടത്തിലും ഊരിപ്പിടിച്ച വാളുകളുമായി കാവൽക്കാർ, ഇതെല്ലാം കടന്ന് പ്രതിനിധികൾ രാജസമക്ഷം എത്തി. രാജാവ് അവരെ പ്രീതിയോടെ സ്വീകരിച്ചു. നഗരം ചുറ്റിക്കാണിക്കാൻ ഏർപ്പാട് ചെയ്തു. വഴിമധ്യേ രണ്ട് ക്രിസ്തീയ വ്യാപാരികളുടെ വീടുകളും അവർ സന്ദർശിച്ചു.

ഒരു വീട്ടിൽ പരിശുദ്ധാത്മാവിന്റെ പടമുള്ള ഒരു കടലാസ് കണ്ടു. ഈ പടം[44] വീട്ടുകാർ ഏറെ വില മതിക്കുന്നതായി തോന്നി. എല്ലാം കണ്ട് തിരിച്ചുപോരുമ്പോൾ രാജാവ് ഓരോ പിടി കരയാമ്പൂ, കുരുമുളക്, ചോളം എന്നിവ നൽകി. ഇവ കപ്പലിൽ നിറയ്ക്കാൻ അനുവാദം തരുന്നു എന്ന മട്ടിൽ.

ചൊവ്വാഴ്ച ഏപ്രിൽ 10

തുറമുഖത്ത് പ്രവേശിക്കാൻ തയാറെടുപ്പ്. നങ്കൂരമിടാനുള്ള വൃഥാ ശ്രമത്തിനിടയിൽ മുഖ്യ ക്യാപ്റ്റന്റെ കപ്പൽ പിറകെ വന്ന കപ്പലിൽ മുട്ടി. സംഗതി എന്തെന്നറിയാൻ കപ്പലിലുണ്ടായിരുന്ന അറബികൾ ദ്രുതഗതിയിൽ തോണിയിറക്കി. സന്ദർഭം മുതലെടുത്തുകൊണ്ട് മൊസാംബിക്കിൽ നിന്ന് കരാറിലെടുത്ത രണ്ട് നാവികരും വെള്ളത്തിലേക്ക് എടുത്തുചാടി തോണിക്കാർ ഇവരെ പിടികൂടി തിരിച്ചുകൊണ്ടുവന്നു.

അന്നുരാത്രി വിചാരണ നടന്നു. മൊസംബിക്കിൽ നിന്നുള്ള ഈ രണ്ട് കരാറുകാരുടെയും ശരീരത്തിൽ തിളച്ച എണ്ണ ഒഴിക്കാൻ മുഖ്യ ക്യാപ്റ്റൻ ഉത്തരവിട്ടു. ഞങ്ങൾക്കെതിരെയുള്ള ഗൂഢാലോചനയുടെ സത്യാവസ്ഥ തുറന്നു പറയാൻ ഈ ശിക്ഷ അവരെ നിർബന്ധിതരാക്കുമെന്ന് ഞങ്ങൾ വിശ്വസിച്ചു. ഒടുവിൽ അവർ സമ്മതിക്കുക തന്നെ ചെയ്തു. തുറമുഖത്ത് എത്തിയ ഉടൻ ഞങ്ങളെ തടവിലാക്കാൻ നിർദേശങ്ങൾ നൽകപ്പെട്ടിട്ടുണ്ടെന്നും മൊസാംബിക്കിലെ ഞങ്ങളുടെ പ്രവൃത്തികൾക്കുള്ള പ്രതികാരപദ്ധതിയാണ് ഇതെന്നും. പ്രതികളുടെ കൈകൾ കെട്ടിയിരുന്നെങ്കിലും ഈ പീഡനം രണ്ടാമതൊരിക്കൽ കൂടി

ആവർത്തിക്കുന്നതിനിടയിൽ ഒരുത്തൻ കടലിലേക്ക് എടുത്തുചാടി രക്ഷപ്പെട്ടു. മറ്റേയാൾ പ്രഭാത നിരീക്ഷണവേളയിലും.

അർധരാത്രിയോടെ രണ്ട് കടത്തുവഞ്ചികൾ നിറയെ നാട്ടുകാർ കപ്പലിന് സമീപമെത്തി. വഞ്ചികൾ മാറി ഒരിടത്ത് നിലയുറപ്പിച്ചു. അതിൽ നിന്ന് ആൾക്കാർ ബെറിയോയും രഫേലും ലക്ഷ്യമാക്കി നീന്താൻ തുടങ്ങി. ബെറിയോയുടെ നങ്കൂരമുറപ്പിച്ച വടം മുറിക്കാനായിരുന്നു ശ്രമം. കപ്പലിലെ നിരീക്ഷകൻ ആദ്യം വിചാരിച്ചു വലിയ മീനുകൾ കയറ് കൊത്തി വലിക്കുകയാണെന്ന്. പക്ഷേ സത്യാവസ്ഥ മനസിലായ ഉടൻ കൂകി വിളിച്ചു മറ്റ് കപ്പലുകളിലുള്ളവരെ ജാഗരൂകരാക്കി. മറ്റൊരു കൂട്ടം നാട്ടുകാർ ഏറ്റവും അറ്റത്തുള്ള പാമരത്തിന്റെ കയറുകൾ മുറിക്കാനുള്ള ശ്രമത്തിലായിരുന്നു. കണ്ടുപിടിക്കപ്പെട്ടു എന്നറിഞ്ഞ ഉടൻ അവർ നിശ്ശബ്ദം വെള്ളത്തിലിറങ്ങി നീന്തി രക്ഷപ്പെട്ടു.

ഈ പട്ടികളുടെ ഒട്ടനേകം നീചകൃത്യങ്ങൾക്ക് ഞങ്ങൾ ഇരയായി. പക്ഷേ കാരുണ്യവാനായ ഞങ്ങളുടെ പ്രഭു ഈ അവിശ്വാസികൾക്ക് ജയിക്കാനുള്ള അവസരം ഒരിക്കലും നൽകിയില്ല.

മൊംബാസ കടലോരത്തുള്ള വലിയ പട്ടണമാണ്. ഈ തുറമുഖത്ത് നിത്യേന അനേകം കപ്പലുകൾ വന്നും പോയുമിരിക്കുന്നു. പട്ടണത്തിലേക്ക് പ്രവേശിക്കുന്നിടത്ത് ഒരു വലിയ സ്തൂപവും കടലോരത്ത് താഴ്ന്ന നിരപ്പിൽ ഒരു കോട്ടയുമുണ്ട്. കരയ്ക്ക് പോയവർ ഇരുമ്പ് ചങ്ങലക്കിട്ട ഒട്ടനേകം തടവുകാരെ കണ്ടു. ഇവർ ക്രിസ്ത്യാനികൾ ആവാൻ സാധ്യതയുണ്ട്. കാരണം ഇവിടെ ക്രിസ്ത്യാനികളും അറബികളും പരസ്പരം യുദ്ധത്തിൽ ഏർപ്പെട്ടിരിക്കുകയാണ്.

അറബികൾക്കാണ് ഇവിടത്തെ മേൽക്കോയ്മകൾ. ക്രിസ്തീയ വ്യാപാരികൾ ഇവിടത്തെ സ്ഥിരംതാമസക്കാർ അല്ല. അവർ രണ്ടാംകിടക്കാർ മാത്രം. ദൈവാനുഗ്രഹത്താൽ ഈ നഗരത്തിൽ എത്തിയ ശേഷം ഞങ്ങളുടെ സഹയാത്രികർ എല്ലാം രോഗവിമുക്തരായി. ഇവിടത്തെ കാലാവസ്ഥ വളരെ നല്ലതാണ്.

ബുധനാഴ്ച ഏപ്രിൽ 11; വ്യാഴാഴ്ച ഏപ്രിൽ 12

ഇവിടത്തെ പട്ടികളുടെ വിദ്വേഷവും വഞ്ചനയും മനസിലായിട്ടും ഞങ്ങൾ ഇവിടെത്തന്നെ നിന്നു.

വെള്ളിയാഴ്ച ഏപ്രിൽ 13

രാവിലെ തന്നെ യാത്ര പുറപ്പെട്ടു. കാറ്റ് മന്ദഗതിയിൽ മൊംബാസയിൽ നിന്നു എട്ട് കാതം ദൂരെ കരയോട് അടുപ്പിച്ച് നങ്കൂരമിട്ടു.

ശനിയാഴ്ച ഏപ്രിൽ 14

പ്രഭാതവേളയിൽ കാറ്റിന് എതിർദിശയിൽ മൂന്നു കാതം ദൂരെ രണ്ട്

വഞ്ചികൾ കണ്ടു. ഞങ്ങളുടൻ അവരെ തുരത്തി. അവരെ തടവിലെടുക്കാനായിരുന്നു ഉദ്ദേശ്യം. ഇനിയങ്ങോട്ടുള്ള യാത്രയ്ക്ക് ഞങ്ങൾക്ക് ഒരു നാവികന്റെ ആവശ്യമുണ്ടായിരുന്നു. ഒരു വഞ്ചി ഞങ്ങൾ കീഴ്പ്പെടുത്തി. മറ്റേത് കരയിലേക്ക് രക്ഷപ്പെട്ടു. കീഴ്പ്പെടുത്തിയ വഞ്ചിയിൽ 17 പേരുണ്ട്. ധാരാളം സ്വർണവും വെള്ളിയും ചോളവും മറ്റനവധി പലവ്യഞ്ജനങ്ങളും. ഒരു സ്ത്രീയും ഉണ്ടായിരുന്നു. ബോട്ടിലുണ്ടായിരുന്ന ഒരു കുലീനവൃദ്ധന്റെ ഭാര്യ. ഞങ്ങൾ അടുത്തെത്തിയ ഉടൻ അവരെല്ലാം കടലിൽ ചാടി. പക്ഷേ ഞങ്ങൾ അവരെയെല്ലാം വീണ്ടെടുത്തു.

സൂര്യാസ്തമയത്തോടെ ഞങ്ങൾ മൊംബാസയിൽ നിന്ന് മുപ്പത് കാതം ദൂരെ മിളിന്ദെ (മാലിന്ദി) എന്ന സ്ഥലത്ത് നങ്കൂരമിട്ടു. മൊംബാസക്കും മിലിന്ദെക്കും ഇടയിലുള്ള സ്ഥലങ്ങൾ — ബെനാപ, ടോകനുഗോ, കിനെറ്റ്.[45]

മിലിന്ദെ (മാലിന്ദി)[46]

ഈസ്റ്റർ ഞായറാഴ്ച ഏപ്രിൽ 15

ഞങ്ങൾ കീഴ്പ്പെടുത്തിയ വഞ്ചിയിലെ അറബികൾ ഇന്ത്യയിൽ നിന്നുള്ള നാല് കപ്പലുകളെ പ്രതീക്ഷിച്ചു. മിലിന്ദെ നഗരത്തിൽ എത്തിയവരാണ്. കപ്പലുകൾ ക്രിസ്ത്യാനിമാരുടേതാണ്.[47] അവരുടെ അടുത്തേക്ക് തങ്ങളെ കൊണ്ടുപോകയാണെങ്കിൽ ക്രിസ്ത്യാനി വഴികാട്ടികളെ ഏർപ്പാടാക്കി തരാമെന്ന് മാത്രമല്ല ഞങ്ങൾക്ക് വേണ്ടതെന്തും വെള്ളമോ വിറകോ മറ്റെന്തും കപ്പലിൽ എത്തിക്കാമെന്നും തടവുകാർ കേണപേക്ഷിച്ചു. മുഖ്യ ക്യാപ്റ്റനു നാട്ടുകാരനായ വഴികാട്ടി തന്നെ വേണമെന്ന് നിർബന്ധമുള്ളതു പോലെ. തടവുകാരുമായി ചർച്ച ചെയ്ത ശേഷം നഗരത്തിന് പുറത്ത് വൻകരയ്ക്ക് അരക്കാതം ദൂരെ നങ്കൂരമിട്ടു. നാട്ടുകാർ കപ്പലിനെ സമീപിക്കാൻ ധൈര്യപ്പെട്ടില്ല. ഞങ്ങൾ അവരുടെ തോണി പിടിച്ചെടുത്തു യാത്രക്കാരെ തടവിലാക്കിയ വിവരം അവർ അറിഞ്ഞുകാണും.

തിങ്കളാഴ്ച ഏപ്രിൽ 16

തടവുകാരിൽ ഏറ്റവും വൃദ്ധനായ അറബിയെ സന്ദേശവാഹകനായി മുഖ്യക്യാപ്റ്റൻ മണൽത്തിട്ടയിലേക്കയച്ചു. അവിടുന്ന് ഒരു വള്ളത്തിൽ വൻകരയിലേക്കും. വൃദ്ധൻ രാജാവിനെ സന്ദർശിച്ചു സൗഹാർദം സ്ഥാപിക്കാനുള്ള മുഖ്യ ക്യാപ്റ്റന്റെ ഉത്സുകത അറിയിച്ചു. രാജാവ് സന്ദേശം ചെവിക്കൊണ്ടു. അത്താഴത്തിന് ശേഷം മൂന്ന് ചെമ്മരിയാടുകളുമായി ഒറ്റപ്പാമരക്കപ്പലിൽ വൃദ്ധൻ തിരിച്ചെത്തി. കൂടെ അശ്വാരൂഢനായ ഒരു സായുധധാരിയും മറ്റൊരു ഉയർന്ന ഉദ്യോഗസ്ഥനും.

രാജാവിന്റെ ദൂതൻ ഇപ്രകാരം മുഖ്യക്യാപ്റ്റനോട് പറഞ്ഞു രാജാവ്

സൗഹാർദബന്ധത്തിന് തൽപ്പരനാണ്. തന്റെ പരിധിയിൽ ഒതുങ്ങുന്ന തെന്തും വഴികാട്ടികളോ ചരക്കുകളോ എന്തുമാവട്ടെ സ്വേച്ഛയാ നൽകാൻ തയാർ. താൻ പിറ്റേന്ന് തുറമുഖത്ത് പ്രവേശിക്കാൻ ഉദ്ദേശിക്കുന്നു എന്ന റിയിച്ചുകൊണ്ട് മുഖ്യ ക്യാപ്റ്റൻ ബഹുമാനസൂചകമായി രാജാവിന് രണ്ട് വരി പവിഴമാലയും ഒരു ബെലന്ദ്രോയും[48] ഒരു തൊപ്പിയും കൊച്ചുമണി കളും രണ്ട് നീളം ലംബെലും[49] മൂന്ന് കൈ കഴുകാനുള്ള താലങ്ങളും കൊടുത്തയച്ചു.

ചൊവ്വാഴ്ച ഏപ്രിൽ 17

ഞങ്ങൾ നഗരത്തെ സമീപിച്ചു. രാജാവ് മുഖ്യ ക്യാപ്റ്റന് അനേകം സമ്മാനങ്ങൾ കൊടുത്തയച്ചിരുന്നു. ആറ് ചെമ്മരിയാടുകൾ; ധാരാളം കര യാമ്പൂ, ജീരകം, ഇഞ്ചി, ജാതിക്ക, കുരുമുളക് എന്നിവ. കൂടിക്കാഴ്ചക്ക് താൽപ്പര്യം ഉണ്ടെങ്കിൽ ഇരുവരും സ്വന്തം തോണികളിൽ കടലിൽ സന്ധി ക്കാമെന്നും സന്ദേശം കിട്ടി.

ബുധനാഴ്ച, ഏപ്രിൽ 18

അത്താഴശേഷം രാജാവ് ഒരു വഞ്ചിയിൽ കപ്പലിന് സമീപമെത്തി. മുഖ്യ ക്യാപ്റ്റൻ ഉടൻതന്നെ മുന്തിയ തരത്തിൽ സജ്ജീകരിച്ച ഒരു തോണിയിൽ രാജാവിനെ കാണാൻ ചെന്നു. ഇരുതോണികളും പാർശ്വം ചേർന്ന് നിന്നു. രാജാവും മുഖ്യ ക്യാപ്റ്റനും കുശലപ്രശ്നങ്ങൾ നടത്തി. രാജാവ് വിശ്രമാർത്ഥം മുഖ്യ ക്യാപ്റ്റനെ സ്വഗൃഹത്തിലേക്ക് ക്ഷണിച്ചു. അതിനുശേഷം താൻ കപ്പൽ സന്ദർശിക്കാമെന്നും പറഞ്ഞു. തനിക്ക് കപ്പൽ വിട്ട് കരക്കിറങ്ങാൻ അനുവാദമില്ലെന്ന് മുഖ്യ ക്യാപ്റ്റൻ ഖേദ പൂർവം അറിയിച്ചു. അങ്ങനെ ചെയ്താൽ തന്നെപ്പറ്റി മോശമായ അഭി പ്രായങ്ങൾ തന്റെ മേലധികാരിക്ക് നൽകപ്പെടുമെന്നും. രാജാവിനും ശങ്ക യായതുപോലെ. താൻ കപ്പലിൽ കയറിയാൽ പ്രജകൾ എന്തു പറയും? അവരോട് താൻ എന്ത് മറുപടി പറയും? അദ്ദേഹം പോർച്ചുഗീസ് രാജാ വിന്റെ പേര് ആരാഞ്ഞു. അത് എഴുതിക്കൊടുക്കപ്പെട്ടു. ഞങ്ങളുടെ മട ക്കയാത്രയിൽ ഒരു സന്ദേശമോ, ഒരു രാജദൂതനെയോ അയക്കാമെന്ന് സമ്മതിച്ചു.

എല്ലാം പറഞ്ഞ ശേഷം മുഖ്യ ക്യാപ്റ്റൻ തടവിൽ എടുത്ത എല്ലാ നാട്ടുകാരെയും വിട്ടയച്ചു. ഇതിൽ രാജാവ് ഏറെ സന്തുഷ്ടനായി. ഒരു നഗരം തന്നെ സമ്മാനമായി കിട്ടുന്നതിലുമധികം വിലയേറിയതാണ് ഈ കൃത്യമെന്ന് അഭിപ്രായപ്പെട്ടു. രാജാവ് പ്രസന്നവദനനായി ഞങ്ങളുടെ കപ്പലുകൾ പ്രദക്ഷിണം വച്ചു. ഞങ്ങൾ ബഹുമാനസൂചകമായി വെടി മുഴക്കി. മൂന്ന് മണിക്കൂറുകളോളം ചെലവിട്ട ശേഷം രാജാവ് തിരിച്ചു പോയി. കൂട്ടത്തിൽ അരമന സന്ദർശിക്കാനായി ഞങ്ങളുടെ രണ്ട് കൂട്ടാ

ളികളെയും കൊണ്ടുപോയി. ഇതിന് പകരമെന്നോണം തന്റെ ഒരു പുത്രനെയും ഒരു ഉയർന്ന ഉദ്യോഗസ്ഥനെയും കപ്പലിൽ നിർത്തി.

മുഖ്യ ക്യാപ്റ്റന് കരയ്ക്കിറങ്ങാൻ വൈമുഖ്യമുള്ളതിനാൽ താൻ പിറ്റേന്ന് കടപ്പുറത്ത് അശ്വാരൂഢരുടെ അഭ്യസ്ത പ്രകടനങ്ങൾക്ക് ഏർപ്പാട് ചെയ്യുമെന്നു കൂടി രാജാവ് പ്രസ്താവിച്ചു.

രാജാവ് ചുവന്ന നിറമുള്ള രാജകീയ വസ്ത്രമാണ് ധരിച്ചിരുന്നത്. അരികുകൾ പച്ച സാറ്റിൻകൊണ്ട് മോടിപിടിപ്പിച്ചിരുന്നു. സുവിഭൂഷിതമായ തൊപ്പി തലയിൽ. ഇരട്ട മെത്തയിട്ട വെള്ളീയം കൊണ്ടുള്ള ഇരിപ്പിടം. വൃത്താകൃതിയിലുള്ള ചുവന്ന പട്ടിന്റെ മേൽക്കട്ടി ഒരു നീണ്ട വടിയിൽ ഉറപ്പിച്ചിരിക്കുന്നു. വെള്ളിയുറയിട്ട വാൾ ധരിച്ച വൃദ്ധനായ ഒരനുചരൻ കൂടെയുണ്ട്. പലതരം കൊമ്പ് വാദ്യങ്ങളിൽ നിന്ന് സംഗീത വീചികൾ. ഒരാൾ വലിപ്പമുള്ള ആനക്കൊമ്പിൽ തീർത്ത കാഹളങ്ങൾ ആനക്കൊമ്പിൽ ഒരുപാട് കൊത്തുപണികൾ. പാർശ്വഭാഗത്തുള്ള ഒരു ചെറിയ ദ്വാരത്തിലൂടെ ഊതുമ്പോൾ മധുരധ്വനികൾ പുറപ്പെടുന്നു.

വ്യാഴാഴ്ച, ഏപ്രിൽ 19

മുഖ്യ ക്യാപ്റ്റനും നികോളൊ കൊയെലോയും മേൽത്തട്ടിൽ പീരങ്കികൾ ഘടിപ്പിച്ച ഒരു വഞ്ചിയിൽ നഗരനിരീക്ഷണം നടത്തി. കടൽക്കരയിൽ അനേകം പേർ. രണ്ട് അശ്വാരൂഢർ കാഴ്ചക്കാരുടെ കൗതുകത്തിനെന്നോണം ഏറ്റുമുട്ടുന്നത് കണ്ടു. അരമനയുടെ കൽപ്പടവുകളിൽ നിന്ന് പല്ലക്കിൽ ഏറി രാജാവ് മുഖ്യ ക്യാപ്റ്റന്റെ വഞ്ചിക്ക് സമീപമെത്തി. തന്റെ വൃദ്ധനും നിസ്സഹായനുമായ പിതാവിന് ക്യാപ്റ്റനെ കാണാൻ ആഗ്രഹമുണ്ടെന്നും അതിനാൽ കരയ്ക്ക് ഇറങ്ങണമെന്നുമുള്ള രാജാവിന്റെ അഭ്യർഥന ക്യാപ്റ്റൻ വീണ്ടും ഖേദപൂർവം നിരസിച്ചു.

ഇന്ത്യയിൽ നിന്നുള്ള ക്രിസ്ത്യാനികളുടെ നാല് കപ്പലുകൾ തുറമുഖത്തുണ്ട്. ഇന്ത്യൻ ക്രിസ്ത്യാനികൾ ആദ്യസന്ദർശനം നടത്തിയത് പൗലോ ഡി ഗാമയുടെ കപ്പലിലാണ്. അപ്പോൾ മുഖ്യ ക്യാപ്റ്റൻ അതിലുണ്ടായിരുന്നു. ഉണ്ണിയേശുവിനെ മടിയിലെടുത്തു കുരിശിനടിയിൽ ഇരിക്കുന്ന ദൈവമാതാവിന്റെ വിഗ്രഹം ഞങ്ങളവരെ കാണിച്ചു. ഇന്ത്യക്കാർ ഉടനെ ഈ വിഗ്രഹത്തെ[50] പ്രണമിച്ചു. ഞങ്ങളവിടെ ഉണ്ടായിരുന്നിടത്തോളം ദിവസങ്ങളിൽ അവർ പ്രാർഥനക്കായി എത്തുകയും ഗ്രാമ്പൂവും കുരുമുളകും മറ്റു ചില സാധനങ്ങളും നിവേദ്യമായി കൊണ്ടുവരികയും ചെയ്തു.

ഇന്ത്യക്കാർക്ക് ഇരുണ്ട നിറമാണ്. അൽപ്പ വസ്ത്രധാരികളായ ഇവർക്ക് നീണ്ട താടിയും മുടിയും ഉണ്ട്. ഇത് രണ്ടും അവർ മെടഞ്ഞിടുന്നു. കാളയിറച്ചി കഴിക്കില്ലെന്നവർ പറഞ്ഞു. ഇവരുടെ ഭാഷ അറബികളുടേതിൽ നിന്ന് വളരെയേറെ വ്യത്യസ്തമാണ്. പക്ഷേ ആശയവിനിമയം നടത്താനുള്ളത്ര അറബിക് ഇവർക്ക് വശമുണ്ടെന്ന് തോന്നുന്നു.

മുഖ്യ ക്യാപ്റ്റൻ വഞ്ചിയിൽ നഗരനിരീക്ഷണം നടത്തിയ ദിവസം ഇന്ത്യൻ ക്രിസ്ത്യാനികൾ തങ്ങളുടെ കപ്പലിൽ നിന്ന് വെടി മുഴക്കുകയുണ്ടായി. മുഖ്യ ക്യാപ്റ്റൻ അവരുടെ കപ്പലിന് സമീപമായി പോകുമ്പോൾ 'ക്രസ്ട ക്രിസ്ട'[51] എന്ന് ഉച്ചത്തിൽ വിളിച്ചുപറയുകയും ചെയ്തു.

അന്നു രാത്രി രാജാവിന്റെ അനുവാദത്തോടെ അവർ ഞങ്ങൾക്ക് അത്താഴവിരുന്ന് നൽകി. രാത്രിയിൽ ആഘോഷസൂചകമായി വെടി മുഴക്കുകയും വാണക്കുറ്റികൾ തൊടുത്തുവിടുകയും ഉണ്ടായി. മെലിന്ദരുടെ സൗഹാർദപ്രകടനം വെറും നാട്യമാണെന്നും യാതൊരു കാരണവശാലും കരയ്ക്കിറങ്ങരുതെന്നും ഇന്ത്യക്കാർ ക്യാപ്റ്റന് മുന്നറിയിപ്പ് നൽകി.

ഞായറാഴ്ച ഏപ്രിൽ 22

രാജാവിന്റെ വിശ്വസ്ത ദൂതൻ തോണിയേറി കപ്പലിലെത്തി. രണ്ടു ദിവസമായി സന്ദർശകരൊന്നും ഇല്ലാതിരുന്നതിനാൽ സംശയാലുവായ മുഖ്യക്യാപ്റ്റൻ ഈ ദൂതനെ പിടിച്ചുകെട്ടി. വാഗ്ദാന പ്രകാരം വഴികാട്ടികളെ നൽകാൻ രാജാവിന് സന്ദേശമയച്ചു.

രാജാവ് ഒരു ക്രിസ്ത്യാനിയായ വഴികാട്ടിയെ[52] നൽകിയപ്പോൾ ഞങ്ങൾ ദൂതനെ വിട്ടയച്ചു. രാജാവ് അയച്ചുതന്ന ക്രിസ്തീയനായ വഴികാട്ടി മിടുക്കനായിരുന്നു. അയാളിൽ നിന്ന് ഞങ്ങൾ പല വിവരങ്ങളും ശേഖരിച്ചു. മൊസംബിക്കിന് അടുത്തുള്ളത് ക്രിസ്തീയ ദ്വീപല്ലെന്നും സത്യത്തിൽ മൊസംബിക് രാജാവിന്റെ കീഴിലുള്ള ദ്വീപാണതെന്നും അതിൽ പകുതി ഭാഗത്ത് ക്രിസ്ത്യാനികളും മറ്റേ പകുതിയിൽ അറബികളും താമസിക്കുന്നു എന്നും അയാൾ പറഞ്ഞു. അവിടെ മുത്തുകൾ സുലഭമാണ്. ദ്വീപിന്റെ പേർ കീലോയി[53] എന്നാണ്. അറബികൾ ഞങ്ങളെ അവിടെ എത്തിക്കാനാണ് ശ്രമിച്ചത്.

മെലിന്ദെ നഗരം ഉൾക്കടൽ തീരത്ത് നീണ്ടുകിടക്കുന്നു. അൽകൊഷെറ്റ് നഗരവുമായി[54] സാമ്യമുണ്ട്. വെള്ള പൂശിയ വീടുകൾക്ക് നല്ല ഉയരവും ധാരാളം ജനാലുകളും ഉണ്ട്. പനത്തോട്ടങ്ങൾക്ക് ചുറ്റുമായി ഇവർ ചോളവും പച്ചക്കറികളും കൃഷി ചെയ്യുന്നു. സൽക്കാരങ്ങളും പ്രദർശന പയറ്റുകളും സംഗീത പരിപാടികളുമായി ഞങ്ങളിവിടെ ഒൻപത് ദിവസം ആഘോഷപൂർവം ചെലവിട്ടു.

2

അറബിക്കടലിലൂടെ

ചൊവ്വാഴ്ച, ഏപ്രിൽ 24

രാജാവ് നൽകിയ വഴികാട്ടിയോടൊപ്പം ഞങ്ങൾ കലെകൂറ്റ് ലക്ഷ്യമാക്കി യാത്ര പുറപ്പെട്ടു. അവിടത്തെ തീര പ്രദേശത്തിന്റെ കിടപ്പ് തെക്കു വടക്കായി ഒരുൾക്കടലിനെ വലയം ചെയ്തുകൊണ്ടാണത്രെ. ഈ ഉൾക്കടൽ തീരത്ത് ക്രിസ്ത്യാനികളുടെയും അറബികളുടെയും ഒരുപാട് നഗരങ്ങൾ ഉണ്ട്. അതിലൊന്നാണ് കാംബേ.[55] ഞങ്ങൾ പോകുന്ന വഴിക്ക് തന്നെയാണ് അറുനൂറോളം ആൾത്താമസമുള്ള ദ്വീപുകളും ചെങ്കടലും മെക്കയും.

വെള്ളിയാഴ്ച മെയ് 18

ഒരുപാട് കാലത്തിന് ശേഷം ധ്രുവനക്ഷത്രം കണ്ടു. 23 ദിവസങ്ങളായി കര കണ്ടിട്ട്. ഇന്ന് അതിദൂരെ ഉയർന്ന മലനിരകൾ കണ്ടു.[56] കാറ്റ് സഹായകമായതിനാൽ 600 കാതം സഞ്ചരിച്ചുകാണും. പ്രഥമ ദർശനത്തിൽ കാര എട്ടുകാതം ദൂരെ, കടൽ 45 ആൾ താഴ്ചയിലും. അന്ന് രാത്രി കരയിൽ നിന്ന് വിട്ടുനിൽക്കാനായി ഞങ്ങൾ തെക്കുപടിഞ്ഞാറായി നീങ്ങി.

ശനിയാഴ്ച മെയ് 19

തീരപ്രദേശത്തിന് അടുത്തായാണ് പൊയ്ക്കൊണ്ടിരുന്നതെങ്കിലും കഠിനമായ ഇടിയും മഴയും[57] കാരണം സമീപപ്രദേശങ്ങൾ തിരിച്ചറിയാൻ പറ്റിയില്ല.

ഞായറാഴ്ച മെയ് 20

സമീപസ്ഥമായി മനോഹരമായ മലനിരകൾ ഉണ്ടായിരുന്നു. ഞങ്ങളുടെ വഴികാട്ടിക്ക് സ്ഥലം പെട്ടെന്ന് കൃത്യമായി തിരിച്ചറിയാൻ പറ്റിയില്ല. കരയോട് കുറേക്കൂടി അടുത്തപ്പോൾ അയാൾ പറഞ്ഞു നമ്മൾ കലെകൂറ്റിന്[58] വടക്കായിട്ടാണെന്നും ഇത് തന്നെയാണ് ഞങ്ങളുടെ ലക്ഷ്യസ്ഥാനമെന്നും.

അന്ന് രാത്രി കലെകൂറ്റ് പട്ടണത്തിന് രണ്ട് കാതം ദൂരെ ഞങ്ങൾ നങ്കൂരമിട്ടു. കാപ്പ[59] എന്ന ഈ പട്ടണത്തെ ഞങ്ങളുടെ വഴികാട്ടി കലെകൂറ്റ് എന്ന് തെറ്റിദ്ധരിച്ചതിനാലാണ് ഇപ്രകാരം ചെയ്തത്. അൽപ്പം ദൂരെയായി പന്തരിനി[60] എന്ന പട്ടണമുണ്ട്. ഞങ്ങൾ കരയിൽ നിന്ന് ഒന്നര കാതം ദൂരത്തിൽ നങ്കൂരമിട്ടു. കരയിൽ നിന്ന് പുറപ്പെട്ട നാല് വഞ്ചികളിലായി കുറേപ്പേർ ഞങ്ങളെ സമീപിച്ചു. അവർക്ക് അറിയേണ്ടത് ഞങ്ങൾ ഏതു നാട്ടുകാർ ആണെന്നായിരുന്നു. കലെകൂറ്റിലേക്കുള്ള വഴി അവർ ചൂണ്ടിക്കാട്ടിത്തന്നു.

കലെകൂറ്റ് അഥവാ കോഴിക്കോട്

തിങ്കളാഴ്ച മെയ് 21

തലേന്നത്തെ വഞ്ചികൾ വീണ്ടും വന്നിരിക്കുന്നു. മുഖ്യ ക്യാപ്റ്റൻ അവയിലെ യാത്രക്കാർക്കൊപ്പം ഒരടിമയെ[61] കരയിലേക്കയച്ചു. വഞ്ചിക്കാർ അടിമയെ ടൂണീസിൽ നിന്ന് വന്ന രണ്ട് അറബികളുടെ[62] സമീപത്തേക്ക് കൂട്ടിക്കൊണ്ടുപോയി. ഈ അറബികൾക്ക് ജെനോവീസ് കസ്റ്റിലൃൻ ഭാഷകൾ വശമുണ്ടായിരുന്നു. സ്വീകരണം ഒട്ടുംതന്നെ സൗഹാർദപരം ആയിരുന്നില്ല. “നിന്നെ ചെകുത്താൻ കൊണ്ടുപോകട്ടെ! നീയെന്തിനിവിടെ വന്നു?” ക്രിസ്ത്യാനികളെയും സുഗന്ധ വ്യഞ്ജനങ്ങളെയും തേടിയുള്ള യാത്രയാണെന്ന് പറഞ്ഞപ്പോഴേ കൂടുതൽ പരിഹാസത്തോടെ “കസ്ടില്ല, ഫ്രാൻസ് വെനീസ് രാജാക്കന്മാർ എന്താണ് എഴുന്നെള്ളാത്തത്” എന്നായി. പോർച്ചുഗലിലെ രാജാവ് അതിന് അനുവദിക്കാത്തത് കൊണ്ടാണെന്ന് അടിമ. അത് അവർ ശരിവച്ചു. ഈ സംഭാഷണത്തിന് ശേഷം അറബികൾ അടിമയെ വാസസ്ഥലത്തേക്ക് കൂട്ടിക്കൊണ്ടുപോയി. ഗോതമ്പപ്പവും തേനും നൽകി. അടിമ മറ്റൊരു അറബിയുടെ കൂടെയാണ് തിരിച്ചുവന്നത്. അറബി കപ്പലിൽ കയറിയതും “നിങ്ങൾ എത്ര ഭാഗ്യവാന്മാർ, എന്തൊരു ധീര സാഹസിക ഉദ്യമം! ഇവിടെ എന്തു മാത്രം മാണിക്യ മരതക കല്ലുകൾ! ഈ സമ്പന്ന രാജ്യത്തിലേക്ക് നിങ്ങളെ എത്തിച്ച ദൈവത്തോട് നന്ദി പറയൂ” ഈ വാക്കുകൾ ഞങ്ങളെ കുറച്ചൊന്നുമല്ല അത്ഭുതപ്പെടുത്തിയത്. കാരണം സ്വന്തം നാട്ടിൽ നിന്ന് ഇത്രയും ദൂരെ പോർച്ചുഗീസ് ഭാഷ കേൾക്കാൻ പറ്റുമെന്ന് ഞങ്ങൾ സ്വപ്നേപി വിചാരിച്ചതല്ല.

കലെകൂറ്റ് ക്രിസ്ത്യാനികളുടെ പട്ടണമാണ്.[63] ഇവർക്ക് ഇരുണ്ട നിറമാണ്. ചിലർക്ക് നീണ്ട താടിയും നീളമേറിയ തലമുടിയും. മറ്റു ചിലർ മുടി ചെറുതായി വെട്ടിയിരിക്കുന്നു. ഇനിയും ചിലർ തല മുഴുവൻ മൊട്ടയടിച്ചിട്ടുണ്ടെങ്കിലും ഉച്ചിയിൽ മാത്രം അൽപ്പം മുടി ബാക്കി വച്ചിരിക്കുന്നു. ഇത് ഇവർ ക്രിസ്ത്യാനികൾ എന്നതിന്റെ സൂചനയത്രെ. ഇവർക്ക് മീശയുമുണ്ട്. ചെവിയും മൂക്കും തുളച്ച് ഇവർ സ്വർണാഭരണങ്ങൾ അണിയുന്നു. അരയ്ക്ക് മുകളിൽ നഗ്നരെങ്കിലും കൂട്ടത്തിൽ കുലീനരും ശ്രേഷ്ഠരും അരയ്ക്ക് താഴെ വളരെ മേന്മയേറിയ പരുത്തിതുണികളാണ് ധരിച്ചിരിക്കുന്നത്. ബാക്കിയുള്ളവർ കഴിയും വിധത്തിൽ നഗ്നത മറച്ചിരിക്കുന്നു.

സ്ത്രീകൾ പൊതുവെ കുറിയവരും വിരൂപികളുമാണ്. ഇവർ കഴുത്തിൽ ഒട്ടനവധി സ്വർണാഭരണങ്ങൾ ധരിച്ചിരിക്കുന്നു. കൈകളിൽ കടകങ്ങളും വിരലുകളിൽ രത്നങ്ങൾ പതിച്ച മോതിരങ്ങളും. ഇവരെല്ലാം സമ്പന്നരും ശാന്തശീലരുമാണ്. ഒറ്റ നോട്ടത്തിൽ പൊതുവേ വിവരമില്ലാത്തവരും അത്യാഗ്രഹികളുമാണെന്ന് തോന്നിക്കുന്നു.

ഞങ്ങൾ കലെകൂറ്റിൽ എത്തിയപ്പോൾ രാജാവ് 15 കാതം ദൂരെയായിരുന്നു.[64] മുഖ്യ ക്യാപ്റ്റൻ രണ്ടുപേരെ[65] സന്ദേശവുമായി അയച്ചു. പോർച്ചുഗൽ രാജാവിന്റെ കത്തുകളുമായി ഒരു പ്രതിനിധി സ്ഥലത്ത് എത്തിയിട്ടുണ്ടെന്നും ഉത്തരവുണ്ടെങ്കിൽ പ്രതിനിധി അവിടെയെത്തി മുഖം കാണിക്കാമെന്നും. രാജാവ് സന്ദേശവാഹകർക്ക് മുന്തിയതരം തുണികൾ സമ്മാനിച്ചു. ക്യാപ്റ്റന് സ്വാഗതം അരുളുകയും താൻ കലെകൂറ്റിലേക്ക് പുറപ്പെടാൻ തയാറായി നിൽക്കുകയാണെന്ന് അറിയിക്കുകയും ചെയ്തു. ഉടൻ തന്നെ അദ്ദേഹം വമ്പിച്ച അകമ്പടിയോടെ യാത്ര പുറപ്പെട്ടു.

ഞായറാഴ്ച മെയ് 27

ഞങ്ങളുടെ സന്ദേശവാഹകരോടൊപ്പം ഞങ്ങളെ പന്തരയനിയിലേക്ക് നയിക്കാനുള്ള രാജകൽപ്പനയുമായി ഒരു നാവികനും എത്തി. പന്തരയനി ഞങ്ങൾ ഇപ്പോൾ നിൽക്കുന്നതിന് വടക്കായിട്ടാണ്. ഞങ്ങൾ ഇപ്പോൾ നിന്നിരുന്ന സ്ഥലം കലെകൂറ്റിന് അഭിമുഖമായിട്ടാണെങ്കിലും പാറകൾ നിറഞ്ഞ അടിത്തട്ട് കാരണം അത്ര നല്ലതല്ലത്രെ. ഇത് വാസ്തവം തന്നെ. മാത്രമല്ല നഗരത്തിലേക്കായി വരുന്ന കപ്പലുകൾ എല്ലാം തന്നെ പന്തരയനിയിലെ സുരക്ഷിതസ്ഥലത്താണത്രെ നങ്കൂരമിടാറ്. ഞങ്ങൾക്കും ഇപ്പോഴത്തെ ഈ സ്ഥലം അത്ര സൗകര്യപ്രദമായി തോന്നിയിരുന്നില്ല. അതിനാൽ രാജസന്ദേശം ലഭിച്ചയുടൻ മുഖ്യ ക്യാപ്റ്റൻ പായകൾ കെട്ടി യാത്ര പുറപ്പെടാൻ കൽപ്പിച്ചു. പക്ഷേ നാവികർ എത്ര നിർബന്ധിച്ചിട്ടും കരയോട് ഏറെ സമീപമായി നങ്കൂരമിടാൻ ഞങ്ങൾ വിസമ്മതിച്ചു.

രാജാവ് നഗരത്തിൽ തിരിച്ചെത്തിയെന്ന വാർത്ത ഞങ്ങൾക്ക് കിട്ടി. രാജാവിന്റെ ഒരു ഉയർന്ന ഉദ്യോഗസ്ഥനും[66] മറ്റു ചില പ്രമാണിമാരും മുഖ്യ ക്യാപ്റ്റനെ രാജസന്നിധിയിലേക്ക് ആനയിക്കാൻ എത്തി. ഈ ഉയർന്ന ഉദ്യോഗസ്ഥൻ നഗരാധിപതിയാണെന്ന് തോന്നുന്നു. ഇരുനൂറോളം സായുധ ഭടന്മാരുടെ അകമ്പടിയോടെയാണ് അദ്ദേഹം ഇപ്പോഴും കാണപ്പെട്ടത്. അന്ന് നേരം ഏറെ വൈകിയിരുന്നതിനാൽ മുഖ്യ ക്യാപ്റ്റൻ പോക്ക് പിറ്റേ ദിവസത്തേക്ക് മാറ്റിവച്ചു.

തിങ്കളാഴ്ച മെയ് 28

പ്രഭാതത്തിൽ തന്നെ മുഖ്യ ക്യാപ്റ്റൻ രാജാവിനെ മുഖം കാണിക്കാൻ യാത്ര തിരിച്ചു. ഞാനടക്കം 13 പേർ[67] അദ്ദേഹത്തെ അനുഗമിച്ചു. ഞങ്ങൾ വിശേഷപ്പെട്ട വസ്ത്രങ്ങൾ ധരിച്ചു. വഞ്ചികളിൽ പീരങ്കികൾ സജ്ജമാക്കി. കുഴൽവാദ്യങ്ങളും പതാകകളും കയ്യിലെടുത്തു. കരയ്ക്കിറങ്ങിയ മുഖ്യ ക്യാപ്റ്റനെ നഗരാധിപതി സ്വീകരിച്ചു. ആയുധധാരികളും അല്ലാത്തവരുമായി ഒട്ടനേകം നാട്ടുകാർ ചുറ്റും. സ്വീകരണം സൗഹാർദ പരമായിരുന്നെങ്കിലും ഞങ്ങൾക്ക് അൽപ്പം ഭയം തോന്നാതിരുന്നില്ല. കാരണം ആയുധധാരികൾ ഊരിയ വാളുകൾ ഉയർത്തിപ്പിടിച്ചിരുന്നു. മുഖ്യ ക്യാപ്റ്റന് പോകാൻ ഒരു പല്ലക്കെത്തി. ഇവിടത്തെ ഉയർന്ന വംശജരും ധനികരായ വണിക്കുകളും ഇത്തരം പല്ലക്കുകളാണത്രെ ഉപയോഗിക്കാറ്. ഇതിനായി രാജാവിന് നികുതി കൊടുക്കേണ്ടതുണ്ട്. മുഖ്യക്യാപ്റ്റന്റെ പല്ലക്ക് ആറുപേർ മാറി മാറി ചുമന്നു.

ഇത്രയും അനുയായികളോടൊപ്പം ഞങ്ങൾ കലെകൂറ്റിലേക്കുള്ള പാതയിൽ മുന്നോട്ടുനീങ്ങി. ആദ്യമെത്തിയത് കാപ്വ എന്ന പട്ടണത്തിലായിരുന്നു. മുഖ്യ ക്യാപ്റ്റൻ അവിടത്തെ ഒരു നാട്ടുപ്രമാണിയുടെ വീട്ടിൽ വിശ്രമിച്ചു. ഞങ്ങൾക്ക് കിട്ടിയ ഭക്ഷണമോ ചോറും വെണ്ണയും മുന്തിയ തരം വേവിച്ച മത്സ്യവും. മുഖ്യ ക്യാപ്റ്റൻ ആഹാരം നിരസിച്ചു. ഭക്ഷണശേഷം ഞങ്ങളുടെ യാത്ര നദി വഴി.[68] ഞങ്ങൾ കയറിയ തോണികൾ കൂട്ടം തെറ്റി പിരിയാതിരിക്കാനാവണം ഒന്നിച്ചു കെട്ടിച്ചേർത്തിരുന്നു. നദിയിൽ മറ്റനേകം തോണികൾ; തോണികൾ നിറയെ ആൾക്കാർ. കരയിലോ എണ്ണിയാൽ തീരാത്തത്ര നാട്ടുകാർ. ഒരു കാതം ദൂരം പിന്നിട്ടപ്പോൾ ഞങ്ങൾ കരയിലേക്ക് വലിച്ചിട്ടിരുന്ന കുറെ കപ്പലുകൾ കണ്ടു. ഇവിടെ തുറമുഖമില്ല.

തോണിയാത്ര കഴിഞ്ഞു മുഖ്യ ക്യാപ്റ്റൻ വീണ്ടും പല്ലക്കിൽ. പാതയിൽ ഞങ്ങളെ കാണാൻ എത്തിയവരുടെ തിക്കും തിരക്കും. കുഞ്ഞുങ്ങളെയും കയ്യിലെടുത്ത് സ്ത്രീകൾ പോലും പുറകെ വന്നു.

കലെകൂറ്റിലെത്തിയപ്പോൾ ഞങ്ങൾ ഒരു വലിയ ക്രിസ്തീയ പള്ളിയിലേക്ക്[69] ആനയിക്കപ്പെട്ടു. ഞങ്ങൾ കണ്ടതോ ഇതാണ്.

ഈ പള്ളിക്ക് ഒരു വലിയ മഠത്തോളം (monastery) വലിപ്പമുണ്ട്. കടഞ്ഞെടുത്ത കല്ലുകൊണ്ട് നിർമിച്ച ഈ പള്ളിയുടെ മേൽക്കൂര ഓടു

പാകിയതാണ്. പ്രധാന പ്രവേശന ദ്വാരത്തിൽ വെള്ളോട് കൊണ്ടുള്ള ഒരുയർന്ന സ്തൂപം. ഇതിന് പാമരത്തോളം പൊക്കമുണ്ട്. അതിന് മുകളിൽ ഒരു പക്ഷിയുടെ രൂപം. കോഴിയാണെന്ന് തോന്നുന്നു. ഇതിനടുത്തായി ഒരാൾപ്പൊക്കത്തിൽ മറ്റൊരു സ്തൂപം. ദേവാലയത്തിന്റെ മധ്യത്തിൽ കടഞ്ഞെടുത്ത കൽപ്പടവുകൾക്ക് മുകളിൽ മറ്റൊരു കൊച്ചുപള്ളി. അതിനും വെള്ളോട് കൊണ്ടുള്ള ഇടുങ്ങിയ വാതിലുകളുണ്ട്. ഈ വാതിലിലൂടെ കഷ്ടിച്ച് ഒരാൾക്ക് മാത്രം പ്രവേശിക്കാം. ഈ കൊച്ചു പള്ളിക്കകത്താണത്രെ ദൈവമാതാവിന്റെ വിഗ്രഹം. മുഖ്യ കവാടത്തിന് സമീപത്തായി ചുമരിൽ ഏഴ് ചെറിയ മണികൾ. മുഖ്യ ക്യാപ്റ്റനോടൊപ്പം ഞങ്ങളും ഇവിടെ പ്രാർഥനകൾ അർപ്പിച്ചു.

കൊച്ചുപള്ളിക്കകത്തേക്ക് ഞങ്ങൾ കയറിയില്ല. ഇവിടത്തെ ആചാരാനുസാരം ക്വാഫീസിന്[70] മാത്രമേ ഇതിനകത്ത് കടക്കാൻ അനുവാദമുള്ളു. ക്വാഫീസ് ഇടത്തെ ചുമലിനും വലത്തേ കയ്യിനുമിടയിൽ കൂടെ നൂലുകൾ ധരിച്ചിരിക്കുന്നു. നമ്മുടെ ശെമ്മാശന്മാർ തോൽപ്പട്ട ധരിക്കും പോലെ. അവർ ഞങ്ങളുടെ മേൽ പുണ്യജലം തളിക്കുകയും വെളുത്ത നിറത്തിലുള്ള മണ്ണ് തരികയും ചെയ്തു. ഇവിടത്തെ ക്രിസ്ത്യാനികൾ ഈ മണ്ണ് നെറ്റിയിലും നെഞ്ചിലും കൈകളിലും പൂശിക്കണ്ടു.

മുഖ്യ ക്യാപ്റ്റൻ പിന്നീടാവട്ടെ എന്നുപറഞ്ഞ് ഈ പൊടി മറ്റാരെയോ ഏൽപ്പിച്ചു.

ചുമരുകളിൽ പല തരത്തിലുള്ള വർണപ്പകിട്ടുള്ള ചിത്രങ്ങൾ; പുണ്യവാളന്മാരുടേതാകാം.

ചിലർ കിരീടം ധരിച്ചിട്ടുണ്ട്. മറ്റു ചിലർക്ക് വായിൽ നിന്ന് പുറത്തേക്കുന്തി നിൽക്കുന്ന ദംഷ്ട്രങ്ങളുണ്ട്. ഇനിയും ചിലർക്കോ നാലും അഞ്ചും കൈകൾ.

ഈ ദേവാലയത്തിന് താഴെയായി ഒരു മൺകുളം. ഇത്തരം ജലാശയങ്ങൾ ഞങ്ങൾ വരുന്ന വഴി പലേടത്തും കണ്ടിരുന്നു.

ഇവിടം വിട്ടു ഞങ്ങൾ വീണ്ടും യാത്ര തുടർന്നു. കലെകൂറ്റ് നഗരത്തിലേക്ക് പ്രവേശിക്കുന്നിടത്തു മറ്റൊരു ക്രിസ്തീയ ദേവാലയം. മുമ്പ് വിസ്തരിച്ചതൊക്കെ തന്നെ ഇവിടെയും.

ആൾത്തിരക്ക് കൊണ്ട് മുന്നോട്ടുപോകാൻ വിഷമമായതു കാരണം മുഖ്യ ക്യാപ്റ്റനെയും ഞങ്ങളെയും അടുത്തുള്ള ഒരു ഭവനത്തിലേക്ക് തൽക്കാലം വിശ്രമാർഥം കൊണ്ടുപോയി.

രാജസന്നിധിയിലേക്ക് ഞങ്ങളെ കൊണ്ടുപോകാൻ നഗരാധിപതിയുടെ സഹോദരൻ എത്തിയിരിക്കുന്നു. ഇദ്ദേഹം ഒരു വലിയ പ്രഭുവാണെന്ന് തോന്നുന്നു. കാരണം ഒട്ടനേകം സേവകർ പെരുമ്പറ മുഴക്കിയും വെടി നിരത്തിയും, കൊമ്പ് വാദ്യങ്ങൾ മുഴക്കിയും അദ്ദേഹത്തെ അകമ്പടി സേവിച്ചിരുന്നു. സ്പെയിനിൽ ഒരു രാജാവിന് ലഭിക്കുന്നതിനേക്കാൾ ആദരവ് ഞങ്ങൾക്കിവിടെ കിട്ടി. തിരക്ക് പറഞ്ഞറിയിക്കാൻ വയ്യ. അക

മ്പടിക്കാരും അനുയായികളും അടക്കം രണ്ടായിരത്തോളം പേർ. കൂടാതെ വീടുകളുടെ മുറ്റത്തും മട്ടുപ്പാവിലും ആൾക്കാർ.

അരമന അടുക്കുംതോറും തിരക്ക് കൂടിക്കൂടി വന്നു. അരമനയിൽ നിന്ന് ഉയർന്ന ഉദ്യോഗസ്ഥരും പ്രമാണികളും ഞങ്ങളെ സ്വീകരിക്കാനെത്തി. സൂര്യാസ്തമനത്തിന് ഇനിയും ഒരു മണിക്കൂറേ ബാക്കിയുള്ളു. ഒരു പടിവാതിൽ കടന്നു ഞങ്ങൾ അതിവിശാലമായ ഒരു മുറ്റത്തേക്ക് പ്രവേശിച്ചു. രാജസന്നിധിയിലെത്താൻ ഇനിയും അത്തരം നാല് വാതിലുകൾ ഉണ്ട്. തിക്കിയും തിരക്കിയും ഞങ്ങൾ മുന്നോട്ടുനീങ്ങി. ഒരുപാട് പേർക്ക് പരിക്കേറ്റെന്നു തോന്നുന്നു. ഞങ്ങൾക്ക് ബലം പ്രയോഗിക്കേണ്ടിയും വന്നു. അവസാന കവാടത്തിലെത്തിയപ്പോൾ വൃദ്ധനായ ഒരു കുറിയ മനുഷ്യൻ ഞങ്ങളെ സ്വീകരിച്ചു. ഇദ്ദേഹം രാജപുരോഹിതനാണെന്ന് തോന്നുന്നു. ദേവാലയം സംബന്ധിച്ച എല്ലാ കാര്യങ്ങളിലും രാജാവ് ഇദ്ദേഹത്തിന്റെ ഉപദേശം ആരായുമെന്നറിയുന്നു.

രാജാവ് ഒരു ചെറിയ സഭയിൽ ആസനസ്ഥനായിരുന്നു. പച്ച വെൽവെറ്റ് വിരിച്ച ഇരിപ്പിടം. അതിനു മുകളിൽ മേന്മയേറിയ അതിശുഭ്രമായ പരുത്തിത്തുണി വിരിച്ച മെത്ത. ഈ തുണി ചണത്തുണികളേക്കാൾ മുന്തിയതാണ്. ഇടത്ത് വശത്ത് ഒരു വലിയ സ്വർണക്കോപ്പ (ഏകദേശം നാല് ലിറ്റർ) വലിപ്പം വരും. അത് രണ്ട് വലിയ (16"വീതി) ഇലകൾ കൊണ്ട് മൂടിയിട്ടുണ്ട്. ഈ പാത്രത്തിലേക്ക് രാജാവ് ഇടയ്ക്കിടെ തുപ്പുന്നത് കണ്ടു. അതംബാർ എന്ന ഔഷധ ഗുണമുള്ള ഇലകൾ[71] ചവയ്ക്കുന്നത് ഇന്നാട്ടുകാരുടെ രീതിയത്രെ. വലതുഭാഗത്ത് രണ്ട് കൈ ചുറ്റളവുള്ള ഒരു വലിയ സ്വർണത്താലം. ഔഷധ ഗുണമുള്ള ഇലകൾ ഈ താലത്തിലാണ് വച്ചിരിക്കുന്നത്. അനവധി വെള്ളിക്കൂജകളും കണ്ടു. ഇരിപ്പിടത്തിന് മുകളിലുള്ള വിതാനം സ്വർണമയം.

മുഖ്യ ക്യാപ്റ്റൻ നാട്ടുകാരെപ്പോലെ അഭിവാദ്യം ചെയ്തു. അതായത് ആദ്യം കൈ കൂപ്പി. പിന്നീട് കൂപ്പിയ കൈകൾ തലയ്ക്ക് മീതെ ഉയർത്തി. പിന്നീട് കൈകൾ വിടർത്തി മുഷ്ടി മടക്കി. രാജാവ് വലതുകൈ കൊണ്ട് മുഖ്യ ക്യാപ്റ്റനെ സമീപത്തേക്ക് വരാൻ സങ്കേതം നൽകിയെങ്കിലും മുഖ്യ ക്യാപ്റ്റൻ പോയില്ല. കാരണം താംബൂലം നൽകുന്ന സേവകനല്ലാതെ മറ്റാർക്കും രാജാവിന്റെ സമീപം ചെല്ലാൻ അനുവാദം ഇല്ലത്രെ. ബഹുമാനാർഥം അൽപ്പം ദൂരെ മാറിനിന്നു കൈകൾ കൊണ്ട് വായ മറച്ചു കൊണ്ടുവേണം രാജാവിനോട് സംസാരിക്കാൻ.

തനിക്ക് കാണത്തക്ക വിധം അടുത്തുള്ള കൽപ്പീഠങ്ങളിൽ ഇരിക്കാൻ ഞങ്ങൾക്ക് കൽപ്പന കിട്ടി. കൈ കഴുകുവാൻ വെള്ളവും കഴിക്കാൻ പഴങ്ങളും നൽകാനും ഉത്തരവായി. ചിലർ പഴങ്ങൾ തയാറാക്കുന്നത് കണ്ടു. ഒരെണ്ണം മത്തങ്ങ പോലെ. പക്ഷേ പുറമെ പരുപരുത്തത്. അകമേ അതീവ മാധുര്യമുള്ളതും. മറ്റൊന്ന് ഈന്തപ്പഴം പോലെ തോന്നിച്ചു. നല്ല സ്വാദ്. രാജാവ് ഞങ്ങൾ പഴങ്ങൾ[72] തിന്നുന്നത് കണ്ട് മന്ദഹസിച്ചു. താംബുലക്കാരനോട് എന്തോ പറയുന്നതും കണ്ടു.

രാജാവ് മുഖ്യ ക്യാപ്റ്റനെ നോക്കി ഇപ്രകാരം പറഞ്ഞു: "സഭാംഗങ്ങൾ പ്രഗത്ഭരും ബഹുമാന്യരുമാണ്. നിങ്ങൾ പറയാൻ ആഗ്രഹിക്കുന്നതെന്തും അവരോട് പറയൂ. അവർ പിന്നീട് നമ്മെ വിവരങ്ങൾ അറിയിക്കും. പോർച്ചുഗൽ രാജാവിന്റെ സന്ദേശം അദ്ദേഹത്തിന്റെ പ്രതിനിധിയായ താൻ രാജാവിന് മാത്രമായി മുഖദാവിൽ നൽകാൻ ആഗ്രഹിക്കുന്നു എന്നായിരുന്നു മുഖ്യ ക്യാപ്റ്റന്റെ മറുപടി. ഇത് ശരിവച്ച രാജാവ് മറ്റൊരു മുറിയിലേക്ക് മുഖ്യ ക്യാപ്റ്റനെ നയിക്കാൻ നിർദേശം നൽകുകയും സ്വയം അങ്ങോട്ട് പോകയും ചെയ്തു. ഇതെല്ലാം സന്ധ്യയോടെയാണ് നടന്നത്. രാജാവ് പോകാൻ എഴുന്നേറ്റ ഉടൻ സഭയിലുണ്ടായിരുന്ന ഒരു വൃദ്ധൻ അദ്ദേഹത്തിന്റെ പീഠം എടുത്തുകൊണ്ടുപോയി. താലങ്ങൾ അവിടെത്തന്നെ വച്ചു. ഞങ്ങൾ എല്ലാവരും സ്വസ്ഥാനത്ത് തന്നെ ഇരുന്നു.

സ്വകാര്യമുറിയിൽ എത്തിയ രാജാവ് സ്വർണനൂലുകൾ കൊണ്ട് ചിത്രവേലകൾ ചെയ്ത മറ്റൊരു പീഠത്തിൽ ആസനസ്ഥനായി മുഖ്യ ക്യാപ്റ്റന്റെ ആവശ്യങ്ങൾ ആരാഞ്ഞു.

അതിസമ്പന്നനായ, അനവധി രാജ്യങ്ങളുടെ അധിപതിയായ പോർച്ചുഗൽ രാജാവിന്റെ പ്രതിനിധിയാണ് താനെന്ന് ക്യാപ്റ്റൻ പ്രഖ്യാപിച്ചു. ഇവിടെങ്ങും കണ്ടും കേട്ടുമുള്ള രാജാക്കന്മാരുടെ സമ്പത്തിനേക്കാൾ എത്രയോ മടങ്ങ് സമ്പത്ത് പോർത്തുഗൽ രാജാവിനുണ്ട്. കഴിഞ്ഞ അറുപതു വർഷങ്ങളായി ഇന്നത്തെ രാജാവും അദ്ദേഹത്തിന്റെ പൂർവികരും ഇന്ത്യ കണ്ടെത്താനായി വർഷം തോറും കപ്പലുകൾ അയക്കുന്നു. മറ്റു ക്രിസ്തീയ രാജ്യങ്ങളും ക്രിസ്ത്യാനികളും ഇവിടങ്ങളിൽ ഉണ്ടെന്ന് ഞങ്ങൾക്ക് അറിവുണ്ട്. അവരെ തേടിയുള്ള യാത്രകളാണ് ഇവയെല്ലാം. അല്ലാതെ സ്വർണവും വെള്ളിയും തേടിയല്ല. അവ പോർച്ചുഗലിൽ സുലഭമാണ്. ഇവിടെയുള്ളതൊന്നും ഞങ്ങൾക്ക് ആവശ്യമില്ല. ഇതിനുമുമ്പത്തെ ക്യാപ്റ്റന്മാർ ഒന്നോ രണ്ടോ വർഷങ്ങളോളം സമുദ്രയാത്ര നടത്തി കൈവശമുള്ള സാധനങ്ങൾ തീർന്നപ്പോൾ പരാജിതരായി പോർച്ചുഗലിൽ തിരിച്ചെത്തി. ഡോം മാനുവൽ എന്ന ഇപ്പോഴത്തെ രാജാവ് തന്നെ മുഖ്യ ക്യാപ്റ്റനായി നിയമിച്ചപ്പോൾ നൽകിയ കൽപ്പന ഇതാണ് "ഈ ക്രിസ്തീയ രാജാവുമായി സമ്പർക്കം സ്ഥാപിക്കാതെ തിരിച്ചുവന്നാൽ തല കൊയ്തെടുക്കും." ഇവിടത്തെ രാജാവിന് നൽകാനായി പോർച്ചുഗൽ രാജാവ് രണ്ട് കത്തുകൾ തന്നയച്ചിട്ടുണ്ട്. അവ രണ്ടും നാളെ രാജസമക്ഷം സമർപ്പിക്കുന്നതാണ്. മാത്രമല്ല ഇവിടത്തെ രാജാവിന്റെ സഹോദരനും സുഹൃത്തുമായി തന്നെ കാണണമെന്ന് അദ്ദേഹം പ്രത്യേകം പറഞ്ഞയച്ചിരിക്കുന്നു.

സമോലിം രാജാവും സ്വാഗത വചനങ്ങൾ അരുളി. പോർച്ചുഗൽ രാജാവിനെ സഹോദരനും സുഹൃത്തുമായി താനും കണക്കാക്കുന്നു എന്നും പോർച്ചുഗലിലേക്ക് പ്രതിനിധികളെ അയക്കാൻ താനൊരുക്കമാണെന്നും പറഞ്ഞു. ഈ അവസാനം പറഞ്ഞത് രാജാവിന്റെ സൗമനസ്യം

കൊണ്ടായിരുന്നു. ഇവിടുത്തെ ചില നാട്ടുകാരെ കൂടാതെ പോർച്ചുഗൽ രാജാവിനെ മുഖം കാണിക്കാൻ തനിക്ക് ഒട്ടും ധൈര്യം ഇല്ലെന്ന മുഖ്യ ക്യാപ്റ്റന്റെ അപേക്ഷ പ്രകാരമായിരുന്നു ഇത്.

ഇങ്ങനെ പല കാര്യങ്ങളും അവർ ചർച്ച ചെയ്തു. രാത്രി ഏറെ വൈകിയിരുന്നു. ക്രിസ്ത്യാനികളുടെയോ അറബികളുടെയോ കൂടെ രാത്രി താമസിക്കാൻ ഇഷ്ടപ്പെടുന്നത് എന്ന രാജാവിന്റെ ചോദ്യത്തിന് രണ്ടു കൂട്ടരുടെ കൂടെയും വേണ്ട ഞങ്ങൾക്ക് പ്രത്യേകമായി ഒരു വാസ സ്ഥലം ഏർപ്പാടാക്കി തരണമെന്ന് മുഖ്യ ക്യാപ്റ്റൻ അപേക്ഷിച്ചു. രാജാവ് അതിനുള്ള കൽപ്പന നൽകാമെന്ന് പറഞ്ഞപ്പോൾ മുഖ്യ ക്യാപ്റ്റൻ രാജാ വിനോട് വിട പറഞ്ഞു ഞങ്ങളുടെ സമീപം വന്നു. ഞങ്ങൾ വലിയ മെഴു കുതിരികൾ കത്തിച്ചുവച്ചിരുന്ന ഒരു വരാന്തയിൽ ഇരിക്കുകയായിരുന്നു. രാത്രി നാലു മണിക്കൂർ കഴിഞ്ഞിരിക്കുന്നു.[73]

മുഖ്യ ക്യാപ്റ്റനോടൊപ്പം ഞങ്ങളുടെ സ്വകാര്യ വസതി തേടി ക്കൊണ്ട് യാത്ര. കൂടെ ഒരു വലിയ ആൾക്കൂട്ടം. പെരുമഴ. നിരത്തുക ളിൽ വെള്ളം നിറഞ്ഞിരിക്കുന്നു. മുഖ്യ ക്യാപ്റ്റൻ ആറാളുകൾ ചുമന്ന പല്ലക്കിൽ. നേരമേറെ ആയിട്ടും എങ്ങും എത്താതിരുന്നതിനാൽ മുഖ്യ ക്യാപ്റ്റന്റെ ക്ഷമ നശിച്ചു. രാജാവ് കൂടെ അയച്ചിരുന്ന ഇടനിലക്കാരൻ അറബിയോട് പരാതി പറഞ്ഞു. പ്രമാണിയായ ഈ അറബി ഞങ്ങളെ സ്വവസതിയിലേക്ക് കൂട്ടിക്കൊണ്ടുപോയി. ഇതിനകത്ത് വിശാലമായ ഒരു അകത്തളവും അതിനോട് ചേർന്ന് ഓടു മേഞ്ഞ ഒരു വരാന്തയുമുണ്ടാ യിരുന്നു. നിലത്ത് പരവതാനികൾ അരമനയിലേതെന്ന പോലെ. ഒട്ടന വധി വലിയ മെഴുകുതിരിക്കുറ്റികൾ. അവയ്ക്ക് മീതെ വലിയ ഇരുമ്പ് വിളക്കുകൾ. അതിൽ എണ്ണയോ വെണ്ണയോ എന്നറിയില്ല. ഓരോ വിള ക്കിനും നാല് തിരികൾ വീതം. നല്ല വെളിച്ചം. പന്തത്തിന് പകരം ഈ വിളക്കുകളാണ് ഇവിടത്തുകാർ ഉപയോഗിക്കുന്നത്.

മുഖ്യ ക്യാപ്റ്റനെ ഉദ്ദിഷ്ട വാസസ്ഥലത്ത് എത്തിക്കാൻ അറബി പ്രമാണി ഒരു കുതിരയെ ഏർപ്പാടാക്കി. ജീനിയില്ലാത്തത് അതിൽ കയ റാൻ മുഖ്യ ക്യാപ്റ്റൻ വിസമ്മതിച്ചു. ഞങ്ങൾ വീണ്ടും യാത്ര തുടർന്നു. വല്ല വിധേനയും താമസസ്ഥലത്ത് എത്തിപ്പറ്റി. കപ്പലിൽ നിന്നുള്ള ഞങ്ങ ളുടെ കൂട്ടുകാർ മുഖ്യ ക്യാപ്റ്റന്റെ കിടക്കയും രാജാവിനുള്ള കാഴ്ചവ സ്തുക്കളും മറ്റനേകം അവശ്യസാധനങ്ങളുമായി അവിടെ മുമ്പേ തന്നെ തമ്പടിച്ചിരിക്കുന്നു.[74]

ചൊവ്വാഴ്ച മേയ് 29

മുഖ്യ ക്യാപ്റ്റൻ രാജാവിനെ സന്ദർശിക്കാൻ തയാറെടുത്തു. കാഴ്ച വസ്തുക്കൾ ഒരുക്കി. 12 നീളം വരയൻ തുണികൾ, നാല് കടുംചുവപ്പ് മേലങ്കികൾ, നാല് തൊപ്പികൾ, നാലുവരി പവിഴമാല, കൈകഴുകാനുള്ള ആറു താംബാളങ്ങൾ അടങ്ങിയ പേടകം, ഒരു പെട്ടി പഞ്ചസാര, രണ്ട്

പേടകം എണ്ണ, രണ്ട് പേടകം തേൻ ഇത്രയും. കാഴ്ചവസ്തുക്കൾ നേരിട്ടയക്കാൻ പറ്റില്ല. നഗരാധിപതിയുടെയും ഇടനിലക്കാരനായ അറബി പ്രമാണിയുടെയും അറിവും സമ്മതവും വേണം. അവരോ ചിരിയോടു ചിരി. ഇതൊന്നും രാജാവിന് ചേർന്ന കാഴ്ചകൾ അല്ലെന്ന് അവർ പറഞ്ഞു. മെക്കയിലെ നിർധനരായ വ്യാപാരികൾ ഇതിൽക്കൂടുതൽ കാഴ്ച വെക്കുന്നവർ ആണ്. രാജാവിനുള്ള കാണിക്ക സ്വർണമാണ്; അതിൽ കുറഞ്ഞതൊന്നും അദ്ദേഹം സ്വീകരിക്കില്ല. മുഖ്യ ക്യാപ്റ്റൻ വിഷാദമഗ്നനായി. തന്റെ പക്കൽ സ്വർണമില്ലെന്നും, താൻ വ്യാപാരിയല്ലെന്നും രാജപ്രതിനിധി മാത്രമാണെന്നും പറഞ്ഞു. ഈ കാണിക്കകൾ തന്റെ സ്വന്തം സാധനങ്ങൾ ആണ്. പോർച്ചുഗീസ് രാജാവിന്റേത് അല്ല.[75] ഇനിയൊരിക്കൽക്കൂടി ഇവിടം സന്ദർശിക്കാൻ പോർച്ചുഗീസ് രാജാവ് കൽപ്പിക്കയാണെങ്കിൽ രാജോചിതമായ സമ്മാനങ്ങളും തന്നയയ്ക്കും. സമോലിം രാജാവ് ഇവ സ്വീകരിച്ചില്ലെങ്കിൽ കപ്പലിലേക്ക് തിരിച്ചയക്കുകയേ വഴിയുള്ളു. ഇടനിലക്കാരൻ അറബിയും നഗരാധിപതിയും കാഴ്ചവസ്തുക്കൾ രാജസന്നിധിയിലെത്തിക്കാൻ കൂട്ടാക്കിയില്ല. മാത്രമല്ല, നേരിട്ടയക്കാൻ മുഖ്യ ക്യാപ്റ്റനെ അനുവദിച്ചതും ഇല്ല. ഇവർ രണ്ടുപേരും പോയശേഷം മറ്റു ചില അറബി വ്യാപാരികൾ ഞങ്ങളെ സന്ദർശിച്ചു. കാഴ്ചവസ്തുക്കൾ നിന്ദാപൂർവം നോക്കിക്കണ്ടു.

കാണിക്കകൾ രാജസന്നിധിയിൽ എത്തിക്കാൻ ബുദ്ധിമുട്ടാണെന്ന് കണ്ട മുഖ്യ ക്യാപ്റ്റൻ സ്വയം സമോലിം രാജാവിനെ നേരിട്ടുകണ്ട് കാര്യങ്ങൾ വിശദീകരിച്ച ശേഷം കപ്പലിലേക്ക് തിരിച്ചുപോകാൻ തീരുമാനിച്ചു. ഇടനിലക്കാരൻ അറബിയും നഗരാധിപതിയും സമ്മതിച്ചു. മുഖ്യ ക്യാപ്റ്റനോട് അൽപ്പസമയം കാത്തിരിക്കാനും പിന്നീട് എല്ലാവർക്കും കൂടി രാജാവിനെ മുഖം കാണിക്കാൻ ചെല്ലാമെന്നും പറഞ്ഞ് അവർ സ്ഥലംവിട്ടു. മുഖ്യക്യാപ്റ്റൻ അന്ന് മുഴുവൻ കാത്തിരുന്നു. പോയവർ തിരിച്ചുവന്നതേയില്ല. മുഖ്യ ക്യാപ്റ്റൻ ക്രുദ്ധനായി. ഇത്തരം ചുണകെട്ട വിശ്വാസവഞ്ചകരെ കാത്തുനിൽക്കുന്നതിനേക്കാൾ ഭേദം ആരുടെയും സഹായം കൂടാതെ സ്വയം അരമനയിലേക്ക് ചെല്ലുന്നതാണെന്ന് നിശ്ചയിച്ചു. പക്ഷേ പിന്നീട് പിറ്റേന്നുവരെ കാത്തിരിക്കുകയാണ് നല്ലതെന്ന് അദ്ദേഹത്തിന് തോന്നി. ഞങ്ങളോ നൃത്തവും പാട്ടുമായി ശ്രദ്ധ വേർതിരിച്ചു സമയം കഴിച്ചു.

ബുധനാഴ്ച മെയ് 30

രാവിലെതന്നെ അറബികൾ വന്നു. മുഖ്യ ക്യാപ്റ്റനെയും ഞങ്ങളെയും അരമനയിലേക്ക് കൂട്ടിക്കൊണ്ടുപോയി. അരമന നിറയെ സായുധധാരികൾ. മുഖ്യ ക്യാപ്റ്റനും കൂട്ടർക്കും ഒരടഞ്ഞ വാതിലിന് മുന്നിലായി നീണ്ട നാല് മണിക്കൂറുകൾ കാത്തിരിക്കേണ്ടി വന്നു രാജാവിനെ മുഖം കാണിക്കാൻ. അകത്തേക്ക് പ്രവേശിക്കാൻ രാജാനുമതി നൽകപ്പെട്ടപ്പോൾ മാത്രമേ ഈ വാതിൽ തുറക്കപ്പെട്ടുള്ളു.

മുഖ്യ ക്യാപ്റ്റനോടൊപ്പം രണ്ടുപേർക്ക് മാത്രമേ അകത്ത് കടക്കാൻ അനുവാദമുള്ളൂ. ഈ പക്ഷാഭേദം ക്യാപ്റ്റനും ഞങ്ങൾക്കും അത്ര സുഖകരമായി തോന്നിയില്ല. പക്ഷേ എന്തു ചെയ്യാം. തന്റെ കാര്യദർശിയേയും ദ്വിഭാഷിയായി ഫർണോ മാർത്തിനേയും മുഖ്യക്യാപ്റ്റൻ കൂടെക്കൂട്ടി.

രാജാവ് മുഖ്യ ക്യാപ്റ്റനെ ചൊവ്വാഴ്ച തന്നെ പ്രതീക്ഷിച്ചിരുന്നുവത്രെ. ദൂരയാത്ര കാരണം ക്ഷീണിതനായതിനാൽ വരാൻ പറ്റിയില്ലെന്ന് മുഖ്യ ക്യാപ്റ്റൻ. സമ്പന്ന രാജ്യത്തിൽ നിന്നാണെന്ന് വീമ്പടിച്ച മുഖ്യ ക്യാപ്റ്റൻ വെറും കയ്യോടെ വന്നത് സമോലിം രാജാവിന് ഇഷ്ടപ്പെട്ടില്ല എന്ന് തോന്നുന്നു. രണ്ട് കത്തുകളുടെ കാര്യം പറഞ്ഞിരുന്നല്ലോ അതും ഇതുവരെ ഹാജരാക്കിയില്ല? മുഖ്യ ക്യാപ്റ്റൻ വിശദീകരണങ്ങൾ നൽകി. താൻ വ്യാപാരിയല്ലെന്നും ഈ യാത്രയുടെ ലക്ഷ്യം പുതിയ സ്ഥലങ്ങൾ കണ്ടുപിടിക്കുക മാത്രമാണെന്നും ഇനി വരുന്ന കപ്പലുകളിൽ യഥോചിതമായ സമ്മാനങ്ങൾ ഉണ്ടായിരിക്കുമെന്നും കത്തുകളിൽ ഒരെണ്ണം കൂടെ കൊണ്ടുവന്നിട്ടുണ്ടെന്നും മറ്റും.

രാജാവ് ചോദിച്ചു: "എന്ത് കണ്ടുപിടിക്കാനാണ് വന്നത്? മണ്ണോ മനുഷ്യരോ? മനുഷ്യരെ കാണാൻ ആണെങ്കിൽ വെറും കയ്യോടെയോ? കപ്പലിൽ സ്വർണവിഗ്രഹമുണ്ടെന്ന് കേട്ടല്ലോ" മുഖ്യ ക്യാപ്റ്റൻ പറഞ്ഞു: "സാന്റ മാരിയയുടേത് സ്വർണ വിഗ്രഹമല്ല. ഇനി അഥവാ ആണെങ്കിൽത്തന്നെയും അത് കൈമാറ്റം ചെയ്യാൻ താൻ സന്നദ്ധനല്ല. കാരണം അത് സമുദ്രയാത്രയിൽ തനിക്ക് വഴികാട്ടിയായ ദേവമാതാവാണ്. തിരിച്ചുപോകാനും ആ കാവൽദേവതയുടെ കാരുണ്യം വേണം."

രാജാവ് കത്ത് ആവശ്യപ്പെട്ടു. തനിക്ക് ഈ അറബികളെ വിശ്വാസമില്ലെന്നും ഒരുപക്ഷേ അവർ കത്ത് ശരിയായ രീതിയിൽ മൊഴിമാറ്റം ചെയ്യുകയില്ലെന്നും അറബിക് അറിയാവുന്ന ഒരു ക്രിസ്ത്യാനിയെ വരുത്തണമെന്നും മുഖ്യ ക്യാപ്റ്റൻ രാജാവിനോട് അപേക്ഷിച്ചു. രാജാവ് സമ്മതം മൂളി. ക്വാറം എന്ന കുറിയ മനുഷ്യനെത്തി. രണ്ട് കത്തുകളിൽ ഒന്ന് പോർച്ചുഗീസിലും മറ്റേതു അറബിക്കിലും ആയിരുന്നു. പോർച്ചുഗീസിലുള്ള സന്ദേശം സൗഹാർദപരമാണെന്നും അറബിക് കത്തിലെ ഉള്ളടക്കം തനിക്കറിയില്ലെന്നും മുഖ്യ ക്യാപ്റ്റൻ പറഞ്ഞു. ക്രിസ്ത്യാനിക്ക് അറബിക് വായിക്കാൻ അറിഞ്ഞുകൂടായിരുന്നു. അതിനാൽ നാല് അറബികൾ കൂടി അത് വായിക്കുകയും പിന്നീട് മൊഴിമാറ്റം ചെയ്ത് രാജാവിനെ ധരിപ്പിക്കുകയും ചെയ്തു. ഉള്ളടക്കം രാജാവിന് സ്വീകാര്യമായെന്ന് തോന്നുന്നു.

രാജാവിന്റെ അടുത്ത ചോദ്യം പോർച്ചുഗലിലെ വാണിജ്യ ചരക്കുകൾ എന്തെല്ലാമാണ് എന്നായിരുന്നു. മുഖ്യ ക്യാപ്റ്റന്റെ മറുപടി "ചോളം, വസ്ത്രങ്ങൾ, ഇരുമ്പ്, വെള്ളോട് ഇത്യാദി" എന്തെങ്കിലും സാമ്പിളുകൾ കൊണ്ടുവന്നിട്ടുണ്ടോ എന്ന ചോദ്യത്തിന്, സ്വൽപ്പം കരുതിയിട്ടുണ്ടെന്നും കപ്പലിലേക്ക് തിരിച്ചുപോകാൻ അനുവാദമുണ്ടെങ്കിൽ അതെല്ലാം കര

യ്ക്കിറക്കാമെന്നും മുഖ്യ ക്യാപ്റ്റൻ മറുപടി നൽകി. ഉറപ്പിനായി തന്റെ കൂട്ടത്തിലുള്ള നാലഞ്ചുപേരെ വാസസ്ഥാനത്ത് തന്നെ നിർത്താൻ മുഖ്യ ക്യാപ്റ്റൻ തയാറായിരുന്നു. രാജാവ് ഈ പ്രസ്താവം നിരസിച്ചു. എല്ലാ അനുയായികളെയും കൂട്ടി കപ്പലിലേക്ക് പൊയ്ക്കൊള്ളൂ. സുരക്ഷിത മായ സ്ഥാനത്ത് നങ്കൂരമിട്ട ശേഷം ചരക്കുകൾ എല്ലാം കരയിലിറക്കി ഏറ്റവും നല്ല വിലയ്ക്ക് വിറ്റോളൂ." മുഖ്യ ക്യാപ്റ്റനും ഞങ്ങളും വാസ സ്ഥാനത്തേക്ക് തിരിച്ചുപോന്നു. രാത്രി ഏറെ വൈകിയിരുന്നതിനാൽ അന്ന് കപ്പലിലേക്ക് പോകാൻ ശ്രമിച്ചില്ല.

വ്യാഴാഴ്ച മേയ് 31

രാവിലെ മുഖ്യ ക്യാപ്റ്റന് വേണ്ടി ജീനിയില്ലാത്ത കുതിര വന്നിരി ക്കുന്നു. അദ്ദേഹം അതിൽ കയറി യാത്ര ചെയ്യാൻ വിസമ്മതിച്ചു. ജീനി യില്ലാത്ത കുതിരപ്പുറത്ത് സഞ്ചരിക്കാൻ തനിക്ക് വിഷമമുണ്ടെന്നും പല്ലക്ക് വേണമെന്നും ആവശ്യപ്പെട്ടു. അതിനായി ഗുജരാട്ടെ[76] എന്ന ധനിക വ്യാപാരിയുടെ വീട്ടിൽ ചെല്ലേണ്ടി വന്നു. ഗുജരാട്ടെ പല്ലക്കിന് ഏർപ്പാട് ചെയ്തു. അത് എത്തിയ ഉടൻ മുഖ്യ ക്യാപ്റ്റൻ പന്തരനിയിലേക്ക് യാത്ര യായി. ഞങ്ങളുടെ കപ്പലുകൾ അവിടെയാണല്ലോ. കാൽനടക്കാരായ ഞങ്ങൾ പുറകിലായിപ്പോയി. ഇതിനിടയിൽ നഗരാധിപതിയുടെ പല്ലക്ക് ഞങ്ങളെ കടന്നുപോയി. ക്യാപ്റ്റനോടൊപ്പം എത്തിച്ചേരാൻ ആവും. ഞങ്ങൾക്ക് വഴിതെറ്റി. ഉൾപ്രദേശത്തെവിടെയോ അലഞ്ഞുതിരിഞ്ഞു. ഇതിനിടയിൽ നഗരാധിപതിയുടെ ഒരു സേവകൻ ഞങ്ങളെ ശരിയായ പാതയിൽ എത്തിച്ചു. പന്തരനിയിൽ എത്തിയ ഞങ്ങൾ മുഖ്യക്യാപ്റ്റനെ ഒരു വിശ്രമ മന്ദിരത്തിൽവച്ച് കണ്ടു. വഴിയോരം യാത്രക്കാരുടെ സൗക ര്യാർഥം അനേകം വിശ്രമ ഗൃഹങ്ങളുണ്ട്. മഴയിൽ നിന്ന് രക്ഷ നേടാൻ കൂടിയാവണം.

നഗരാധിപതിയും മറ്റു ചിലരും മുഖ്യ ക്യാപ്റ്റനോടൊപ്പം ഉണ്ടായി രുന്നു. ഞങ്ങൾ എല്ലാവരും എത്തിച്ചേർന്നപ്പോൾ മുഖ്യക്യാപ്റ്റൻ നഗ രാധിപതിയോട് ഒരു വഞ്ചി ആവശ്യപ്പെട്ടു. കപ്പലിലേക്ക് പോകാൻ. സന്ധ്യയാതിനാൽ (സൂര്യൻ അസ്തമിച്ചു കഴിഞ്ഞിരുന്നു) യാത്ര പിറ്റേന്ന് മതിയെന്ന് അവർ. മുഖ്യക്യാപ്റ്റന് വഞ്ചി കിട്ടിയേ തീരു എന്ന് നിർബ ന്ധം. അല്ലെങ്കിൽ രാജാവിനോട് ചെന്ന് ആക്ഷേപം ബോധിപ്പിക്കും. കപ്പ ലിലേക്ക് തിരിച്ചുചെല്ലാനുള്ള രാജകൽപ്പന നിരാകരിക്കുന്ന ഇവർ ക്രിസ്ത്യാനികളോ? മുഖ്യക്യാപ്റ്റന്റെ ഭാവം മാറിയത് കണ്ട നഗരാധി പതി മുപ്പത് വഞ്ചികൾ ഉടനെ ഏർപ്പെടുത്താമെന്നും ക്യാപ്റ്റനും കൂട്ടർക്കും എപ്പോൾ വേണമെങ്കിലും പോകാമെന്നും പറഞ്ഞ് ഞങ്ങളെ കടൽത്തീരത്തേക്ക് കൂട്ടിക്കൊണ്ടുപോയി. അവരുടെ ഉദ്ദേശ്യശുദ്ധിയെ പ്പറ്റി സംശയാലുവായ മുഖ്യക്യാപ്റ്റൻ മൂന്ന് പേരെ മുമ്പേ അയച്ചു. കപ്പ ലിലെ രണ്ട് വഞ്ചികളെയും പൗലോ ഡി ഗാമയേയും കാണാനിടയാ

യാൽ അവരോട് ഒളിഞ്ഞിരിക്കാനുള്ള രഹസ്യ നിർദേശവുമായിട്ടാണ് അവർ പോയത്. ഈ മൂന്നുപേർ ഒന്നും കാണാനാവാതെ വേറെ വഴിക്ക് തിരിച്ചെത്തി. അതുകാരണം ഞങ്ങൾക്ക് അവരെ കാണാൻ പറ്റിയില്ല.

ഞങ്ങളെ പിന്നീട് ഒരു അറബിയുടെ ഭവനത്തിലേക്ക് കൊണ്ടുപോയി. അവിടെ എത്തിയ ശേഷം നഗരാധിപതിയും കൂട്ടരും മുന്നേ പോയ ഞങ്ങളുടെ മൂന്ന് കൂട്ടാളികളെ തിരഞ്ഞുപിടിക്കാൻ പോയി. ഞങ്ങളോ മുഖ്യക്യാപ്റ്റന്റെ നിർദേശപ്രകാരം അരിയും കോഴികളും വാങ്ങി അത്താഴമൊരുക്കി. അന്ന് മുഴുവൻ കാൽനടയായി സഞ്ചരിച്ചതിനാൽ ഞങ്ങൾ തളർന്നവശരായിരുന്നു. ഞങ്ങളുടെ മൂന്ന് കൂട്ടാളികളെ തേടിപ്പോയവർ തിരിച്ചെത്തി. നാട്ടുകാർ നല്ലവരാണെന്നും രാത്രി പോകേണ്ട എന്ന് പറഞ്ഞത് ദുരുദ്ദേശ്യത്തോടെ അല്ലെന്നും മുഖ്യക്യാപ്റ്റന് മനസിലായി. കലെകൂറ്റിലെ സംഭവഗതികളാണ് ഞങ്ങളെ ഇപ്രകാരം തെറ്റിദ്ധരിക്കാൻ പ്രേരിപ്പിച്ചത്.

വെള്ളിയാഴ്ച ജൂൺ 1

മുഖ്യക്യാപ്റ്റൻ തന്റെ ആവശ്യം വീണ്ടും ഉന്നയിച്ചു. കപ്പലിൽ എത്താൻ വഞ്ചികൾ വേണം. നാട്ടുകാർ പരസ്പരം കുശുകുശുക്കുന്നത് കണ്ടു. കപ്പലുകൾ കുറേക്കൂടി കരയോരം കൊണ്ടുവരാമെങ്കിൽ വഞ്ചികൾ ഏർപ്പെടുത്താമെന്ന് അവർ. അങ്ങനെ ആവശ്യപ്പെട്ടാൽ താൻ ബന്ധിതനായിരിക്കുന്നു എന്ന് തന്റെ സഹോദരൻ ധരിക്കുമെന്നും പായകൾ വലിച്ചുയർത്തി നേരെ പോർച്ചുഗലിലേക്ക് തിരിച്ചുപോകുമെന്നും മുഖ്യക്യാപ്റ്റൻ. കപ്പൽ കരയോട് അടുത്തില്ലെങ്കിൽ ഞങ്ങളെ കപ്പലിൽ കയറാൻ അനുവദിക്കയില്ലെന്ന് നാട്ടുകാർ. കപ്പലിൽ കേറാൻ തനിക്ക് രാജാനുമതിയുണ്ടെന്നും തടസ്സം സൃഷ്ടിച്ചാൽ താൻ തിരികെ രാജാവിനെ കാണാൻ ചെല്ലുമെന്നും രാജാവ് കൽപ്പിച്ചാൽ താനും കൂട്ടരും സസന്തോഷം ഈ നാട്ടിൽ തന്നെ വസിക്കുമെന്നും മുഖ്യക്യാപ്റ്റൻ. അവർ പക്ഷേ അതിനുള്ള സന്ദർഭം നൽകിയില്ല. എല്ലാ വാതിലുകളും അവർ അടച്ചുപൂട്ടി. സായുധരായ പടയാളികൾ ഞങ്ങളുടെ കാവലിന്. ഈ കാവൽക്കാരുടെ അകമ്പടിയോടെ മാത്രമേ പുറത്തിറങ്ങാൻ പറ്റൂ.

ഞങ്ങളുടെ പങ്കായങ്ങളും പായകളും അടിയറ വയ്ക്കാൻ അവർ ആവശ്യപ്പെട്ടു. ക്യാപ്റ്റൻ വഴങ്ങിയില്ല. കപ്പലിലേക്ക് തിരിച്ചുപൊയ്ക്കൊള്ളാൻ സമോലിം രാജാവ് നിരുപാധികമായ അനുമതി നൽകിയിട്ടുണ്ടെന്നും എന്തു തന്നെ ചെയ്താലും ഒന്നും അടിയറ വയ്ക്കുന്ന പ്രശ്നമേയില്ലെന്നുമുള്ള നിലപാടിൽ മുഖ്യക്യാപ്റ്റൻ ഉറച്ചുനിന്നു.

മുഖ്യക്യാപ്റ്റനും ഞങ്ങളും നിരാശാഭരിതരായി എങ്കിലും ഒന്നും പുറമേ പ്രകടിപ്പിച്ചില്ല. അവരുടെ ചെയ്തികൾ ഞങ്ങൾ അലക്ഷ്യപ്പെടുത്തി. മുഖ്യക്യാപ്റ്റൻ “എന്റെ കാര്യം പോട്ടെ കൂട്ടാളികളെയെങ്കിലും കപ്പലിലേക്ക് തിരിച്ചുപോകാൻ അനുവദിക്കൂ. ഇവിടെ നിന്നാൽ അവർ

വിശന്നുമരിക്കും" എന്ന് അപേക്ഷിച്ചു. നാട്ടുകാരോ "പട്ടിണി കിടന്നു മരിക്കുന്നത് നിങ്ങളുടെ പ്രശ്നം. ഇവിടന്നു നിങ്ങളെ പോകാൻ അനുവദിക്കില്ല തന്നെ"

ഇതിനിടയിൽ ഞങ്ങൾ മുമ്പയച്ച മൂന്നുപേരിൽ ഒരാൾ തിരിച്ചെത്തി. നിക്ലോ കൊയെലോ കഴിഞ്ഞ രാത്രി മുതൽ വഞ്ചികളുമായി കാത്തു നിൽക്കയാണെന്ന് അയാൾ മുഖ്യക്യാപ്റ്റനോട് പറഞ്ഞു. ഇത് കേട്ടയുടൻ മുഖ്യക്യാപ്റ്റൻ രഹസ്യമായി കൊയെലോയുടെ അടുത്തേക്ക് ഒരാളെ പറഞ്ഞയച്ചു. ഞങ്ങൾ സായുധ ഭടന്മാരാൽ വലയം ചെയ്യപ്പെട്ടിരിക്കുകയാണെന്നും കൊയെലോ ഉടൻ തിരിച്ചുപോയി മറ്റു കപ്പലുകളോടൊപ്പം സുരക്ഷിതസ്ഥാനത്തേക്ക് മാറി നിൽക്കണം എന്നുമായിരുന്നു സന്ദേശം. സന്ദേശം കിട്ടിയ ഉടൻ കൊയെലോ സ്ഥലം വിട്ടു. ഞങ്ങളുടെ കാവൽക്കാർക്ക് എങ്ങനെയോ വിവരം കിട്ടിയെന്ന് തോന്നുന്നു. കൊയെലോയെ പിന്തുടരാൻ അവർ ഒട്ടനേകം വഞ്ചികൾ ഇറക്കി. കൊയെലോയെ പിടിക്കാൻ സാധ്യമല്ലെന്ന് കണ്ട് വഞ്ചികൾ തിരിച്ചെത്തി. അവർ വീണ്ടും മുഖ്യക്യാപ്റ്റനെ നിർബന്ധിച്ചു. "കപ്പലുകൾ തുറമുഖത്തോട് അടുപ്പിക്കാൻ സഹോദരന് നിർദേശം നൽകൂ." മുഖ്യക്യാപ്റ്റൻ വിസമ്മതിച്ചു. "ഞാൻ സന്ദേശം നൽകിയാലും എന്റെ സഹോദരൻ അതിന് മുതിരുകയില്ല. അഥവാ സഹോദരൻ തയാറായാൽ തന്നെ കൂടെയുള്ളവർ സമ്മതിക്കില്ല. കാരണം അവർ മരിക്കാൻ തയാറാവില്ല". ഞങ്ങളെ തടവിലാക്കിയവർക്ക് ഈ ഉത്തരം ഒട്ടും സ്വീകാര്യമായില്ല. "മുഖ്യക്യാപ്റ്റന്റെ ഉത്തരവ് ആരെങ്കിലും മറികടക്കുമോ?" എന്നായിരുന്നു അവരുടെ നിലപാട്. കപ്പലുകൾ തുറമുഖത്ത് അടുപ്പിക്കാൻ മുഖ്യ ക്യാപ്റ്റന് ഒട്ടും സമ്മതം ഇല്ലായിരുന്നു. അങ്ങനെ ചെയ്താൽ നാട്ടുകാർ തുറമുഖത്ത് എത്തിയ കപ്പലുകൾ പിടിച്ചെടുക്കുകയും ആദ്യം മുഖ്യ ക്യാപ്റ്റനെയും പിന്നീട് ഞങ്ങളെ എല്ലാവരെയും വക വരുത്തുകയും ചെയ്യുമെന്ന ആശങ്കയായിരുന്നു അദ്ദേഹത്തിന്.

അന്ന് മുഴുവൻ ഞങ്ങൾ ആശങ്കാഭരിതരായി കഴിച്ചുകൂട്ടി. രാത്രി കൂടുതൽ കാവൽക്കാർ എത്തി. പുരയ്ക്ക് ചുറ്റും ഉലാത്താൻ പോലും ഞങ്ങൾക്ക് അനുവാദമില്ലായിരുന്നു. ഓടുമേഞ്ഞ ഒരു കൊച്ച് അങ്കണത്തിൽ ഒരുപാട് കാവൽക്കാരാൽ ചുറ്റപ്പെട്ടു ഞങ്ങൾ. എന്തോ ദുരന്തം സംഭവിക്കാൻ പോകുന്നെന്ന തോന്നൽ. നാളെ ഞങ്ങളെ കൂട്ടം പിരിച്ചെയ്ക്കുമോ? ഈ കാവൽക്കാർക്ക് ഞങ്ങളോട് ഏറെ വിദ്വേഷമുണ്ട്. ആശങ്കകളൊന്നും പുറത്തുകാട്ടാതെ ഇതൊന്നും ഞങ്ങളെ ബാധിക്കാത്ത മട്ടിൽ ലഭ്യമായ സാധനസാമഗ്രികൾ കൊണ്ട് ഞങ്ങൾ അത്താഴമൊരുക്കി. ഇരട്ടത്തലയുള്ള മഴു, പരിച, അമ്പ്, വില്ല് എന്നിവയുമായി രാത്രി മുഴുവൻ ഊഴമിട്ട് ഉറങ്ങിയും ഉണർന്നും നൂറോളം സായുധധാരികൾ ഞങ്ങൾക്ക് കാവലിരുന്നു.

ശനിയാഴ്ച ജൂൺ 2

നഗരാധിപതിയും മറ്റു പ്രമാണികളും തിരിച്ചെത്തിയിരിക്കുന്നു. അവരുടെ സൗഹൃദപരമായ ഭാവമാറ്റം ഞങ്ങൾ പ്രത്യേകം ശ്രദ്ധിച്ചു. കപ്പലിലെ ചരക്കുകൾ കരയ്ക്കിറക്കാൻ ഉടൻ കൽപ്പന നൽകണം. ഇവിടെയെത്തുന്ന ഓരോ കപ്പലും ചരക്കുകളോടൊപ്പം ജോലിക്കാരെയും എത്രയും പെട്ടെന്ന് കരയ്ക്ക് ഇറക്കേണ്ടതുണ്ട്. ചരക്കുകൾ മുഴുവൻ വിറ്റുതീർന്ന ശേഷമേ തിരിച്ച് കപ്പലിലേക്ക് പോകാവൂ. അതിവിടത്തെ ചിട്ടയാണ്. ചരക്കുകൾ ഇറക്കിയാൽ ഉടൻ മുഖ്യക്യാപ്റ്റന് കപ്പലിലേക്ക് തിരിച്ചുപോകാം. മുഖ്യക്യാപ്റ്റൻ ഒട്ടും വൈകിച്ചില്ല. ഉടൻ ചരക്കുകൾ എത്തിക്കാൻ സഹോദരന് എഴുതി. സന്ദേശം കിട്ടിയ സഹോദരനും സമയം പാഴാക്കിയില്ല. ചരക്കുകൾ എത്തിയപ്പോൾ കൂട്ടത്തിൽ നിന്ന് രണ്ടുപേരെ മാത്രം കരയ്ക്ക് നിർത്തി മുഖ്യക്യാപ്റ്റൻ കൂട്ടത്തോടെ കപ്പലിലേക്ക് മടങ്ങി.

മൃഗതുല്യരായ മനുഷ്യരുടെ കൈകളിൽ നിന്ന് രക്ഷിച്ചതിന് ഞങ്ങൾ ആഹ്ലാദമനസ്കരായി ദൈവത്തോട് നന്ദി പറഞ്ഞു. കരയിൽ നിൽക്കുന്ന ജോലിക്കാർക്ക് ഇനി ഒന്നും ഭയപ്പെടാനില്ല. മുഖ്യക്യാപ്റ്റൻ അവരുടെ സുരക്ഷിതത്വം തീർച്ചയായും ഉറപ്പ് വരുത്തും.

വ്യാഴാഴ്ച ജൂൺ 7

അഞ്ചു ദിവസങ്ങൾക്ക് ശേഷം മുഖ്യക്യാപ്റ്റൻ സമോലിം രാജാവിന് വിസ്തരിച്ചു സന്ദേശമയച്ചു. കപ്പലിലേക്ക് തിരിച്ചുചെല്ലാൻ രാജാവ് നിരുപാധികമായ കൽപ്പന നൽകിയെങ്കിലും അദ്ദേഹത്തിന്റെ ഉദ്യോഗസ്ഥ പ്രമുഖർ വഴിമധ്യേ ഒരു രാത്രിയും പകലും തന്നെയും കൂട്ടരെയും തടഞ്ഞുനിർത്തുകയുണ്ടായി. ചരക്കുകൾ നിർദേശിച്ച പ്രകാരം കരയ്ക്ക് ഇറക്കിയെങ്കിലും അറബികൾ വില കുറച്ചു പറയുന്നു. ഇനിയെന്ത് ചെയ്യണം എന്ന് സമോലിം തന്നെ കൽപ്പിക്കണം. ചരക്കുകളുടെ കാര്യം പോട്ടെ. എന്തുവന്നാലും താനും തന്റെ കൂട്ടാളികളും രാജ്യസേവാ തൽപ്പരരാണ്. രാജാവ് ഉടൻ മറുപടി കൊടുത്തയച്ചു. തന്റെ കൽപ്പനയ്ക്ക് എതിരായി പ്രവർത്തിച്ചവർ എല്ലാം ചീത്ത ക്രിസ്ത്യാനികളാണ്. അവർക്കെല്ലാം ശിക്ഷ ലഭിക്കുന്നതാണ്. ചരക്കുകൾ നിരീക്ഷിച്ചു ഇഷ്ടപ്പെട്ടാൽ വില ഉറപ്പിക്കുന്നതിനായി സമോലിം രാജാവ് ഏഴെട്ടു വ്യാപാരികളെ അയച്ചു. അറബികൾ ഇടപെടുകയാണെങ്കിൽ അവരെ കൊല്ലാനുള്ള അധികാരവുമായി മറ്റൊരു പ്രമാണി കൂടിയെത്തി. ആദ്യത്തെ ഇടനിലക്കാരന് കൂട്ടായി.

രാജാവ് അയച്ച വ്യാപാരികൾ എട്ടുദിവസം അവിടെ തങ്ങി. പക്ഷേ ചരക്കുകൾ വാങ്ങാനല്ല വില കുറയ്ക്കാനാണ് ശ്രമിച്ചത്. അറബികൾ ഞങ്ങളുടെ പണ്ടകശാലയ്ക്ക് സമീപം വന്നതേയില്ല. പക്ഷേ അവർ ഞങ്ങളോടുള്ള വിദ്വേഷം ഒട്ടും മറച്ചുവച്ചില്ല. ഞങ്ങളിൽ ഒരുത്തനെ കണ്ട

പ്പോൾ "പോർച്ചുഗൽ, പോർച്ചുഗൽ" എന്ന് പറഞ്ഞ് അവർ കാർക്കിച്ചു തുപ്പി. ഞങ്ങളെ തടവിൽ എടുത്തു കൊല്ലാനായിരുന്നു ആദ്യം മുതൽക്കു തന്നെ അവരുടെ ഉദ്ദേശ്യം.

ചരക്കുകൾക്ക് ആവശ്യക്കാർ ഇല്ലെന്നുകണ്ട മുഖ്യക്യാപ്റ്റൻ അതെല്ലാം കലെകൂറ്റിലേക്ക് കൊണ്ടുപോകാൻ രാജാവിന്റെ അനുവാദം തേടി. സമോലിം രാജാവ് നഗരാധിപതിക്ക് കൽപ്പന നൽകി "ചരക്കുകൾ കലെകൂറ്റിലെത്തിക്കാൻ സൗജന്യമായി ചുമട്ടുകാരെ ഏർപ്പാട് ചെയ്യുക. തന്റെ രാജ്യത്തിൽ പോർച്ചുഗീസുകാർ ഒരു ചെലവും വഹിക്കേണ്ടതില്ല." ഇതെല്ലാം ദുരുദ്ദേശ്യത്തോടെ ആയിരുന്നു. ഞങ്ങൾ കള്ളന്മാരാണെന്നും തരംകിട്ടിയാൽ പിടിച്ചുപറി നടത്തുമെന്നും ആയിരുന്നു രാജാവിന് കിട്ടിയ സൂചനകൾ. എന്തുതന്നെയായാലും രാജാവ് ഇത്രയൊക്കെ ചെയ്തല്ലോ.

ഞായറാഴ്ച ജൂൺ 24

സെന്റ് ജോൺ പെരുനാൾ ദിനം. ചരക്കുകളെല്ലാം കലെകൂറ്റിലേക്ക് അയച്ചുകഴിഞ്ഞിരിക്കുന്നു. മുഖ്യക്യാപ്റ്റന്റെ നിർദേശപ്രകാരം ഓരോ കപ്പലിൽ നിന്നും ഒരാൾ വീതം മൂന്നോ നാലോ പേർ ചേർന്നു നഗരസന്ദർശനം നടത്തണം. അവർ തിരിച്ചുവന്ന ശേഷം ഇനിയൊരു മൂന്നാലു പേർ. ഇപ്രകാരം ഊഴമിട്ട് എല്ലാവർക്കും നഗരം സന്ദർശിക്കാനും അവനവന് വേണ്ട സാധനങ്ങൾ വാങ്ങാനും അവസരം കിട്ടും. വഴിവക്കിലെ ക്രിസ്ത്യാനികൾ ഞങ്ങളെ സൗഹാർദപൂർവം സ്വീകരിച്ചു. ഞങ്ങളിൽ ചിലർ ഭക്ഷണം കഴിക്കാനും ഉറങ്ങാനുമായി അവരുടെ വീടുകളിൽ ചെല്ലുകയും ഉണ്ടായി. നാട്ടുകാർ എല്ലാം പങ്കുവയ്ക്കാൻ തയാറായിരുന്നു. അതേപോലെ കപ്പൽ സന്ദർശിക്കാനും ഒരുപാട് പേരെത്തി. ഗോതമ്പപ്പത്തിന് പകരം മത്സ്യം കൈമാറ്റം ചെയ്യാൻ അവർ തയ്യാറായിരുന്നു. ഇവരിൽ മുതിർന്നവരും കുട്ടികളും ഉണ്ടായിരുന്നു. അവർക്കെല്ലാം ഭക്ഷണം നൽകാൻ മുഖ്യക്യാപ്റ്റൻ ഉത്തരവിട്ടു. സൗഹൃദബന്ധം സ്ഥാപിച്ചെടുക്കാനുള്ള ശ്രമം ആയിരുന്നു ഇതെല്ലാം. ഈ സന്ദർശകർ തിരിച്ചുചെല്ലുമ്പോൾ ഞങ്ങളെപ്പറ്റി നല്ല അഭിപ്രായം പറയുമല്ലോ. ചില ദിവസങ്ങളിൽ രാത്രി വളരെ വൈകുന്നത് വരെ സന്ദർശകരുടെ പ്രവാഹം തുടർന്നു. ഈ നാട്ടിൽ ജനസംഖ്യ വളരെ കൂടുതലാണെന്ന് തോന്നുന്നു. ഭക്ഷ്യക്ഷാമവും ഉണ്ട്. കപ്പലിലെ അറ്റകുറ്റപ്പണികളിൽ ഏർപ്പെട്ടിരുന്ന ഞങ്ങളുടെ ജോലിക്കാരിൽനിന്ന് നാട്ടുകാർ ബിസ്കറ്റ് തട്ടിപ്പറിച്ച സംഭവങ്ങളുമുണ്ടായി.

ഇപ്രകാരം മൂന്നും നാലും പേരായി എല്ലാവരും നഗരം ചുറ്റിക്കണ്ടു. വിൽക്കാനായി കൊണ്ടുപോയ വളകൾക്കും ഉടുപ്പുകൾക്കും മൊസാംബിക്കിൽ കിട്ടിയ വില കിട്ടിയില്ല. മുന്തിയ തരം ഷർട്ടിന് പോർച്ചുഗലിൽ 300 റീസ് ആണ് വില. ഇവിടെയോ? ഫാനോ[77] അതായത് ഏകദേശം 30

റീസ്. കാരണം ഇവിടെ 30 റീസ് വലിയ തുകയാണ്. ഉടുപ്പുകളും മറ്റനേകം സാധനങ്ങളും ഞങ്ങൾ കുറഞ്ഞ വിലയ്ക്ക് വിറ്റു. ഇന്നാട്ടിലെ സാധനങ്ങൾ ഗ്രാമ്പൂവും കരുവാപ്പട്ടയും മുന്തിയതരം കല്ലുകളും വാങ്ങിച്ചു. ഇവിടുത്തെ നാട്ടുകാരുടെ നല്ല നിലയിലുള്ള പെരുമാറ്റത്തിൽ പ്രസന്നനായ മുഖ്യ ക്യാപ്റ്റൻ മറ്റു ചിലരോടൊപ്പം ഒരു ദല്ലാളെയും കണക്കപ്പിള്ളയേയും അവിടെ നിർത്തി.

വ്യാഴാഴ്ച ആഗസ്റ്റ് 9

ഞങ്ങൾക്ക് തിരിച്ചുപോകാനുള്ള സമയമായി. മുഖ്യക്യാപ്റ്റൻ രാജാവിന് നന്ദിസൂചകമായി സമ്മാനങ്ങൾ അയച്ചു. കുന്തിരിക്കം, പവിഴം അങ്ങനെ മറ്റു പലതും. "ഞങ്ങൾ തിരിച്ചുപോകാൻ ആഗ്രഹിക്കുന്നു. ഈ സമ്മാനങ്ങൾക്ക് പകരമായി പോർച്ചുഗൽ രാജാവിന് കാഴ്ച വയ്ക്കാൻ ഓരോ ബഹർവ[78] വീതം കറുവപ്പട്ട, ഗ്രാമ്പൂ എന്നീ സുഗന്ധ വ്യഞ്ജനങ്ങൾ തരിക. എന്റെ ദല്ലാൾ ഇതിനുള്ള വില നൽകാൻ തയ്യാറാണ്. കൂടാതെ മുമ്പ് പറഞ്ഞ പ്രകാരം പോർച്ചുഗൽ രാജാവിന്റെ സഭയിലേക്ക് ഒന്നുരണ്ട് പ്രതിനിധികളെക്കൂടി അയക്കാൻ അപേക്ഷിക്കുന്നു."

നാലു ദിവസങ്ങൾക്ക് ശേഷമാണ് ഈ സന്ദേശം രാജാവിന് കിട്ടിയത്. സന്ദേശവാഹകൻ സഭയിൽ പ്രവേശിച്ചപ്പോൾ രാജാവ് പ്രസന്നവദനൻ ആയിരുന്നില്ലത്രെ. സന്ദേശവാഹകൻ കാഴ്ചവസ്തുക്കൾ പ്രദർശിപ്പിക്കുകയും സന്ദേശം നൽകുകയും ചെയ്തു. രാജാവ് കാഴ്ചവസ്തുക്കൾ ശ്രദ്ധിച്ചതേയില്ല. അതെല്ലാം ദല്ലാളിനെ ഏൽപ്പിക്കേണ്ടതായിരുന്നു പോലും. മുഖ്യക്യാപ്റ്റനുള്ള മറുപടി ഇപ്രകാരമായിരുന്നു. "തിരിച്ചുപോകാൻ ആഗ്രഹിക്കുന്നെങ്കിൽ 600 സെറഫിൻ[79] നികുതി നൽകണം. ഇത് ഈ നാട്ടിലെ നിയമമാണ്."

സന്ദേശവാഹകനായ ഡീഗോ ഡയസ് മുഖ്യക്യാപ്റ്റനുള്ള മറുപടിയും കൊണ്ട് പുറപ്പെട്ടു. പക്ഷേ അരമന വിട്ടപ്പോൾ തന്നെ ചിലർ അദ്ദേഹത്തെ പിന്തുടർന്നു. കലെകൂറ്റിലെ ഞങ്ങളുടെ ചരക്കുശാലയിലും അദ്ദേഹത്തെ ചുറ്റി കാവൽക്കാർ ഉണ്ടായിരുന്നു. ചരക്കുകൾ തിരിച്ച് കപ്പലിലേക്ക് അയക്കാതിരിക്കാനാവും ഈ കാവൽ. ഇതിനോടൊപ്പം നഗരം മുഴുവൻ ഒരൊറ്റ വഞ്ചിയും പോർച്ചുഗീസ് കപ്പലുകളെ സമീപിക്കരുതെന്ന വിളംബരവും.

ചരക്കുശാലയിലെ ഞങ്ങളുടെ കൂട്ടാളികൾക്ക് മനസിലായി തങ്ങൾ തടവിലാണെന്ന്. ഏതെങ്കിലും വിധത്തിൽ കപ്പലിൽ എത്തി മുഖ്യക്യാപ്റ്റനെ വിവരങ്ങൾ അറിയിക്കാൻ അവർ രഹസ്യമായി ഒരു നീഗ്രോ വംശജനെ കടൽത്തീരത്തേക്ക് പറഞ്ഞയച്ചു. നഗരാതിർത്തിക്ക് പുറത്ത് നീഗ്രോ ചില മുക്കുവരെ കൂട്ടുപിടിച്ചു. ഇരുട്ടിയത് കാരണം നഗരവാസികളുടെ കണ്ണിൽപ്പെടുകയില്ല എന്ന ധൈര്യത്തിൽ മൂന്ന് ഫാനോസിന് ഒരാൾ സമ്മതിച്ചു.

ഇത് സംഭവിച്ചത് തിങ്കളാഴ്ച ആഗസ്റ്റ് 13, 1498

വാർത്തകളറിഞ്ഞ ഞങ്ങൾ ഏറെ ദു:ഖിച്ചു. ഞങ്ങൾക്ക് പുറപ്പെടാൻ കഴിയില്ലെന്ന് മാത്രമല്ല ഞങ്ങളുടെ കൂട്ടുകാർ നാട്ടുകാരുടെ തടവിലും. ക്രിസ്ത്യാനിയായ സമോലിം രാജാവ് ഇത്തരം ഒരു ചതി ചെയ്യുമോ. അങ്ങനെയാവാൻ വഴിയില്ല. ഇതെല്ലാം സ്ഥലത്തെ അറബികളുടെ കുതന്ത്രങ്ങൾ കൊണ്ടാണെന്ന് ഞങ്ങൾക്ക് ബോധ്യമായി. ഇത്രയും കാലം ഇവിടുത്തെ വ്യാപാരത്തിന്റെ കുത്തക മുതലാളികളായ ഇവർക്ക് ഞങ്ങളുടെ വരവ് ദഹിച്ചിട്ടില്ല. ഞങ്ങൾ കടൽക്കള്ളന്മാർ ആണെന്നും ഞങ്ങൾ സ്ഥലം വിട്ടാൽ പിന്നെ മക്കയിൽ നിന്നും കാംബെയിൽ നിന്നുമുള്ള ചരക്കുകപ്പലുകൾ ഒന്നും തന്നെ കലെകൂറ്റിലേക്ക് വരികയില്ലെന്നും അറബികൾ സമോലിം രാജാവിനെ പറഞ്ഞു ധരിപ്പിച്ചിരിക്കുന്നു. മാത്രവുമല്ല നിർധനരായ പോർച്ചുഗീസുകാരുമായുള്ള വാണിജ്യ ഇടപാടിൽ സമോലിൻ രാജാവിന് യാതൊരു ലാഭവും ഉണ്ടാവാൻ ഇടയില്ല. മറിച്ച് പോർച്ചുഗീസുകാർ എല്ലാം അപഹരിച്ചു സ്വന്തം നാട്ടിലേക്ക് കടത്തും. ഈ നാട് നാമാവശേഷമാക്കയും ചെയ്യും. ഞങ്ങളെ പോർച്ചുഗലിലേക്ക് രക്ഷപ്പെടാൻ അനുവദിക്കരുതെന്നും പിടിച്ചുകെട്ടി വധിക്കണമെന്നും അറബികൾ ആവശ്യപ്പെട്ടു. അതിനായി രാജാവിന് വിലയേറിയ കോഴ കൊടുക്കാൻ പോലും അറബികൾ തയാറായിരുന്നു. മുഖ്യക്യാപ്റ്റൻ തന്റെ മറ്റൊരു അറബി സുഹൃത്തിൽ നിന്നാണ് ഇതെല്ലാം അറിഞ്ഞത്. യാതൊരു കാരണവശാലും കരയ്ക്കിറങ്ങരുതെന്ന് അയാൾ എല്ലാ ക്യാപ്റ്റന്മാർക്കും മുഖ്യക്യാപ്റ്റന് പ്രത്യേകിച്ചും മുന്നറിയിപ്പ് നൽകി. ആരോ പറഞ്ഞത്രെ കരയ്ക്കിറങ്ങിയാൽ ക്യാപ്റ്റന്മാരുടെ തല വെട്ടുമെന്ന്. സ്വർണം കാഴ്ച വയ്ക്കാത്ത സന്ദർശകർക്കുള്ള ഇവിടത്തെ രാജാവിന്റെ ശിക്ഷ. ഇതാണപ്പോൾ സംഗതികളുടെ കിടപ്പ്.

ചൊവ്വാഴ്ച ആഗസ്റ്റ് 14

കപ്പലിലേക്ക് വഞ്ചികൾ ഒന്നും അടുത്തില്ല.

ബുധനാഴ്ച ആഗസ്റ്റ് 15

ഒരു കൊച്ചു വഞ്ചിയിൽ നാല് യുവാക്കൾ. വിൽപ്പനയ്ക്കായി മുന്തിയ തരം കല്ലുകൾ കൊണ്ടുവന്നിരിക്കുന്നു. പക്ഷേ ഇതിന് പിന്നിൽ അറബികളുടെ ദുരുദ്ദേശ്യമുണ്ടോ? ഇവർക്ക് എന്തുതരം സ്വീകരണമാണ് ഞങ്ങൾ നൽകുക എന്നറിയാനാവുമോ? മുഖ്യക്യാപ്റ്റൻ അവരെ നല്ല രീതിയിൽ വരവേറ്റു. കരയിൽ ചരക്കുശാലയിൽ തടവിലാക്കപ്പെട്ടുള്ള തന്റെ അനുയായികൾക്കായി ഒരു കത്തെഴുതി അവരെ ഏൽപ്പിച്ചു. ഇതിനുശേഷം ദിവസേന അനേകം പേർ കച്ചവട സാധനങ്ങളുമായെത്തി. കൂട്ടത്തിൽ ചില ജിജ്ഞാസുക്കളും ഉണ്ടായിരുന്നു. ഞങ്ങൾ എല്ലാവരെയും സ്വീകരിച്ചു. ഭക്ഷണസാധനങ്ങൾ കൊടുത്തു.

ഞായറാഴ്ച ആഗസ്റ്റ് 19

ഏകദേശം ഇരുപത്തിയഞ്ച് സന്ദർശകർ കപ്പലിലെത്തി. അതിൽ ആറുപേർ നാട്ടുപ്രമാണികൾ ആണെന്ന് തോന്നുന്നു. കരയിലുള്ള ഞങ്ങളുടെ കൂട്ടാളികളെ തിരിച്ചെടുക്കാൻ ഈ അവസരം മുതലെടുക്കാൻ മുഖ്യ ക്യാപ്റ്റൻ തീരുമാനിച്ചു. ആറു പ്രമാണികൾ അടക്കം പതിനെട്ടുപേരെ അദ്ദേഹം കപ്പലിൽ തടഞ്ഞുവെച്ചു. രാജാവ് നൽകിയിരുന്ന അറബി ദല്ലാളിന് ഒരു കത്തുമായി ബാക്കിയുള്ളവരെ ഒരു വഞ്ചിയിൽ തിരിച്ചയച്ചു. കത്തിലെ സന്ദേശം ഇതായിരുന്നു "എന്റെ കൂട്ടാളികളെ തിരിച്ചയക്കാമെങ്കിൽ ഈ പതിനെട്ടു പേരെയും സ്വതന്ത്രരാക്കാം. വിവരമറിഞ്ഞ നാട്ടുകാർ ചരക്കുശാലയിൽ നിന്ന് തടവുകാരെയും കൂട്ടി അറബി ദല്ലാളിന്റെ വീട്ടിലെത്തി. തടവുകാരെ ആരും ഉപദ്രവിച്ചില്ല.

ബുധനാഴ്ച ആഗസ്റ്റ് 22

ഞങ്ങൾ യാത്രയ്ക്കുള്ള ഒരുക്കങ്ങൾ കൂട്ടി. പോർച്ചുഗലിലേക്ക് പോകുകയാണെന്നും വീണ്ടും തിരിച്ചുവരുമെന്നുമുള്ള സൂചനകൾ നൽകി. അപ്പോൾ അറിയാം ഞങ്ങൾ തസ്കരസംഘമോ മാന്യന്മാരോ എന്ന്. കാറ്റില്ലാത്തതിനാൽ കലെകൂറ്റിന് നാല് കാതം ദൂരെ ഞങ്ങൾ നങ്കൂരമിട്ടു.

വ്യാഴാഴ്ച ആഗസ്റ്റ് 23

ഞങ്ങൾ കരയെ ലക്ഷ്യമാക്കി നീങ്ങി. മണൽത്തിട്ടകൾ കാരണം കാലെകൂറ്റിന്റെ കാഴ്ചയിൽപ്പെടുന്ന ദൂരത്ത് നങ്കൂരമിട്ടു.

ശനിയാഴ്ച ആഗസ്റ്റ് 25

ഞങ്ങൾ പുറംകടലിൽ. കരയിൽ നിന്ന് ഒരുപാട് ദൂരത്തിൽ നിലകൊണ്ടു. ഇവിടെനിന്ന് കര കാണാൻ കഴിയില്ല.

ഞായറാഴ്ച ആഗസ്റ്റ് 26

കാറ്റിനെയും പ്രതീക്ഷിച്ചു നിന്നിരുന്ന ഞങ്ങളെ ഒരു വഞ്ചി സമീപിച്ചു. ഡീഗോ ഡയസ് അരമനയിൽ ഉണ്ടെന്നും കപ്പലിൽ തടഞ്ഞുവച്ചിരിക്കുന്നവരെ വിട്ടയച്ചാൽ ഡയസിനെ തിരികെ കപ്പലിൽ എത്തിക്കാം എന്നുമായിരുന്നു സന്ദേശം. മുഖ്യക്യാപ്റ്റന് ഇത് വിശ്വാസയോഗ്യമായി തോന്നിയില്ല. ഡീഗോ കൊല്ലപ്പെട്ടിരിക്കും എന്നായിരുന്നു അദ്ദേഹത്തിന്റെ അനുമാനം. ഈ സന്ദേശം ഞങ്ങളെ കബളിപ്പിച്ച് അധീനതയിലാക്കാനാണ്. പടയൊരുക്കം പൂർത്തിയാക്കാനോ മെക്കയിൽ നിന്നുള്ള കപ്പലുകൾ കൊണ്ട് ഞങ്ങളെ ആക്രമിക്കാനോ ആയിരിക്കണം ശ്രമം. അദ്ദേഹം വഞ്ചിക്കാരോട് തിരിച്ചുപോകാൻ ആവശ്യപ്പെട്ടു. അനുസരിച്ചില്ലെങ്കിൽ

വെടിവയ്ക്കുമെന്ന് ഭീഷണിപ്പെടുത്തി. ഡയസിനെ കൂട്ടാതെ, തന്റെ മറ്റു കൂട്ടാളികളുടെ കത്തുമില്ലാതെ തിരിച്ചുവരേണ്ട എന്ന കർശന നിർദേശം നൽകി. ഇത് ഉടനെ ചെയ്തില്ലെങ്കിൽ കപ്പലിൽ തടവിൽ വച്ചിട്ടുള്ള നാട്ടുകാരുടെ തല കൊയ്യും എന്ന ഭീഷണിയും മുഴക്കി.

ഒരു ചെറിയ കാറ്റ്. ഞങ്ങൾ കരയോരമായി മുന്നോട്ടുനീങ്ങി നങ്കൂരമിട്ടു.

ഞങ്ങൾ പോർച്ചുഗലിലേക്ക് തിരിച്ചുപോകയാണെന്ന് കേട്ടപ്പോൾ രാജാവ് പ്രായശ്ചിത്തം ചെയ്യാൻ തയാറായി. അദ്ദേഹം ഡീഗോ ഡയസിനെ അരമനയിലേക്ക് വിളിപ്പിച്ചു. കാഴ്ചവസ്തുക്കൾ സമർപ്പിച്ചപ്പോഴത്തെ ദുർമുഖനായിട്ടല്ല, ദയാലുവായിട്ടാണ് ഡയസിനെ സ്വീകരിച്ചത്. മുഖ്യക്യാപ്റ്റൻ നാട്ടുകാരെ കപ്പലിൽ കടത്തിക്കൊണ്ടുപോയതിന്റെ കാരണം ആരാഞ്ഞു. ഡയസ് ഇപ്രകാരം പറഞ്ഞു "ക്യാപ്റ്റനെ പോർച്ചുഗലിലേക്ക് തിരിച്ചുപോകാൻ അനുവദിക്കുന്നില്ലെന്ന് മാത്രമല്ല കൂട്ടാളികളെ നഗരത്തിൽ തടഞ്ഞുവച്ചിരിക്കുകയും ചെയ്തിരിക്കുന്നു." രാജാവിന് കാര്യം ബോധ്യമായതുപോലെ. തന്റെ ദല്ലാൾ എന്തെങ്കിലും ആവശ്യപ്പെട്ടിരുന്നോ എന്നായിരുന്നു അടുത്ത ചോദ്യം.[80] ഇതിൽ നിന്ന് ഞങ്ങൾക്ക് ഒരു കാര്യം മനസിലായി. രാജാവ് വസ്തുതകളെക്കുറിച്ച് അനഭിജ്ഞനാണ്; എല്ലാം ദല്ലാളിന്റെ വക്രബുദ്ധിയിൽ ഉദിച്ച അതിക്രമമാണ്.

ദല്ലാളിനോട് രാജാവ് ഇപ്രകാരം ചോദിച്ചു: "ഈയിടെ ഇവിടെ എത്തിയ വ്യാപാരികളുടെ പക്കൽ നിന്ന് അനധികൃതമായി നികുതി ഈടാക്കിയ ഒരു ദല്ലാളിക്ക് വധശിക്ഷ കിട്ടിയത് ഓർമയില്ലേ." രാജാവ് ഡയസിനോടായി പറഞ്ഞു; "നിങ്ങൾ എല്ലാവരും കപ്പലിലേക്ക് തിരിച്ചുപോകൂ. മുഖ്യക്യാപ്റ്റനോട് പറയൂ നാട്ടുകാരെ വിട്ടയക്കാൻ. ക്യാപ്റ്റൻ കരയിൽ സ്ഥാപിക്കാൻ ഉദ്ദേശിക്കുന്ന സ്തൂപവുമായി[81] നിങ്ങൾ തിരിച്ചു വരൂ. ചരക്കുകളുടെ മേൽനോട്ടത്തിനായി ഇവിടെ താമസിക്കൂ." രാജാവിന്റെ നിർദേശമനുസരിച്ച് ഡീഗോ ഒരു കത്ത് തയാറാക്കി. ഇരുമ്പ് തൂലിക കൊണ്ട് ഓലയിലെഴുതിയ കത്തിന്റെ ഉള്ളടക്കം ഇപ്രകാരമായിരുന്നു: "നിങ്ങളുടെ നാട്ടിലെ മാന്യനായ വാസ്കോ ഡ ഗാമ എന്റെ നാട്ടിൽ എത്തിയതിൽ ഞാൻ സന്തുഷ്ടനാണ്. എന്റെ നാട് കറുവാപ്പട്ട, ഗ്രാമ്പൂ, ഇഞ്ചി, കുരുമുളക്, വില പിടിച്ച രത്നങ്ങൾ എന്നിവയാൽ സമ്പന്നമാണ്. ഇതിന് പകരമായി സ്വർണം, വെള്ളി, ചുവന്ന പട്ടുതുണി എന്നിവ ഞാൻ ആവശ്യപ്പെടുന്നു.''

തിങ്കളാഴ്ച ആഗസ്റ്റ് 27

കടലിൽ നങ്കൂരമിട്ടിരിക്കുന്ന ഞങ്ങൾക്ക് സമീപം ഏഴു വഞ്ചികൾ എത്തി. അവയിൽ ഡീഗോ ഡയസിനെയും ഞങ്ങളുടെ മറ്റു കൂട്ടാളിക

ളെയും കൂടാതെ മറ്റനേകം പേർ. അമരഭാഗത്ത് ഉറപ്പിച്ചിരുന്ന മുഖ്യ ക്യാപ്റ്റന്റെ നീണ്ട തോണിയിൽ അവർ ഡയസിനെ കയറ്റി. ഡീഗോ തിരിച്ചുപോകണം എന്നായിരുന്നല്ലോ രാജകൽപ്പന. അതിനാൽ ചരക്കുകളൊന്നും കൂടെ കൊണ്ടുവന്നിരുന്നില്ല. മുഖ്യ ക്യാപ്റ്റൻ ആരെയും തിരിച്ചു കരയിലേക്ക് അയക്കാൻ സന്നദ്ധനായിരുന്നില്ല. സ്തൂപം ഉയർത്താൻ രാജാവ് സമ്മതിച്ചിരുന്നതിനാൽ അത് വഞ്ചിക്കാരെ ഏൽപ്പിച്ചു. തടഞ്ഞുവെച്ച ആറു പ്രമാണികളെ അദ്ദേഹം വിട്ടയച്ചു. നാളെ ചരക്കുകൾ എത്തിക്കാമെങ്കിൽ ഇനിയും ആറുപേരെ സ്വതന്ത്രരാക്കാമെന്ന് വാക്ക് നൽകി.

ചൊവ്വാഴ്ച ആഗസ്റ്റ് 28

ടൂണീസുകാരനായ ഒരു അറബി നങ്കൂരമിട്ടിരിക്കുന്ന ഞങ്ങളുടെ കപ്പലിൽ അഭയം തേടിയിരിക്കുന്നു. അയാൾക്ക് ഞങ്ങളുടെ ഭാഷ അറിയാം. തന്റെ സകല സമ്പാദ്യങ്ങളും കൊള്ളയടിക്കപ്പെട്ടിരിക്കുന്നു. ദൗർഭാഗ്യം തന്റെ സന്തത സഹചാരിയാണ്; ഇനിയും വലിയ വിപത്തുകൾ വരാൻ ഇരിക്കുന്നതേയുള്ളൂ എന്നെല്ലാം പറഞ്ഞ് അയാൾ വിലപിച്ചു. ഈ നാട്ടുകാർ തന്നെ പോർച്ചുഗൽ രാജാവിന്റെ ആജ്ഞ പ്രകാരം കലെകൂറ്റിലെത്തിയ ക്രിസ്ത്യാനിയാണെന്ന് തെറ്റിദ്ധരിച്ചിരിക്കയാണ്. ആയതിനാൽ അയാൾ ഞങ്ങളോടൊപ്പം തിരികെ പോകാൻ ആഗ്രഹിക്കുന്നു. ഈ നാട്ടിൽ നിന്നാൽ താൻ വധിക്കപ്പെടും എന്നയാൾ ഭയക്കുന്നു.

പത്തുമണിയോടെ ഏഴോളം വഞ്ചികൾ, നിറയെ ആൾക്കാരുമായി ഞങ്ങളെ സമീപിച്ചു. അതിൽ മൂന്ന് വഞ്ചികളിൽ വരയൻ തുണികൾ. ഞങ്ങൾ കരയ്ക്ക് ഉപേക്ഷിച്ച ചരക്കുകൾ ഇത്രയേ ഉള്ളൂ[82] എന്ന് അവർ ഞങ്ങളെ ബോധ്യപ്പെടുത്താൻ ശ്രമിച്ചു. ഒരു വഞ്ചി ഞങ്ങളോടടുത്തു. നാട്ടുകാരെ വിട്ടയക്കാമെങ്കിൽ ചരക്കുകൾ തിരികെ തരാമെന്നു പറഞ്ഞു. മറ്റു വഞ്ചികൾ ദൂരെ നിന്നതേയുള്ളൂ.

ഇതവരുടെ കൗശലമാണെന്ന് ഞങ്ങൾക്ക് മനസിലായി. മുഖ്യക്യാപ്റ്റൻ അവരെ വിരട്ടി. "ചരക്കുകൾ പോയാൽ പോട്ടെ. ഇവരെ ഞങ്ങൾ പോർച്ചുഗലിലേക്ക് കൊണ്ടുപോകയാണ്. താമസിയാതെ ഞങ്ങൾ തിരിച്ചെത്തും. അപ്പോൾ അറബികൾ പറഞ്ഞപോലെ ഞങ്ങൾ തസ്കര സംഘമോ അല്ലയോ എന്ന് കാണിച്ചുതരാം. അദ്ദേഹം അവർക്ക് മുന്നറിയിപ്പ് നൽകി.

ബുധനാഴ്ച ആഗസ്റ്റ് 29

മുഖ്യക്യാപ്റ്റൻ മറ്റ് ക്യാപ്റ്റന്മാരുമായി കൂടിയാലോചന നടത്തി. ഈ നാട് കണ്ടുപിടിക്കയും ഇവിടത്തെ സുഗന്ധവ്യഞ്ജനങ്ങളും വില പിടിച്ച കല്ലുകളും ശേഖരിക്കുകയും ചെയ്തു. ഇവിടത്തെ നാട്ടുകാരുമായി സൗഹൃദബന്ധം സ്ഥാപിക്കുക സാധ്യമല്ലെന്ന് തോന്നുന്നു. അതി

നാൽ ഇനി തിരിച്ചുപോക തന്നെ. തടഞ്ഞുവച്ചിരിക്കുന്ന നാട്ടുകാരെ പോർച്ചുഗലിലേക്ക് കൊണ്ടുപോവുക. തിരിച്ചുവരുമ്പോൾ സൗഹൃദ ബന്ധം സ്ഥാപിക്കാൻ ഒരുപക്ഷെ ഇവർ[83] തന്നെ സഹായിച്ചേക്കും. ഇത്രയും വലിയ ഒരു കണ്ടുപിടുത്തം നടത്തിയതിൽ അതീവ സന്തുഷ്ടരായി ഞങ്ങൾ മടക്കയാത്ര ആരംഭിച്ചു.

വ്യാഴാഴ്ച ആഗസ്റ്റ് 30

കലെകൂറ്റിന് വടക്ക് ഒരു കാതം ദൂരെയായി കാറ്റ് നിലച്ചതിനാൽ നിശ്ചലരായി നിന്ന ഞങ്ങളെ എഴുപതോളം വഞ്ചികൾ സമീപിച്ചു. ഇതിൽ നിറയെ സായുധധാരികൾ. മടക്കുകളുള്ള ചുവന്ന തുണി കൊണ്ടുള്ള മാർച്ചട്ടകൾ. ദേഹത്തും കൈകളിലും തലയിലും ഇത്തരം ആയുധങ്ങൾ...[84] വഞ്ചികൾ അടുത്തെത്തിയപ്പോൾ അവർക്ക് നേരെ വെടിവയ്ക്കാൻ മുഖ്യ ക്യാപ്റ്റൻ ഉത്തരവിട്ടു. ഒന്നൊന്നര മണിക്കൂറോളം അവർ ഞങ്ങളെ പിന്തുടർന്നു. ഞങ്ങളെ അപായപ്പെടുത്താനാവില്ല എന്നുകണ്ട് അവർ തിരികെപ്പോയി. ഞങ്ങളോ യാത്ര തുടർന്നു.

കലെകൂറ്റും അവിടത്തെ വാണിജ്യവും

ലോകമെമ്പാടും ഉപയോഗിക്കുന്ന സുഗന്ധവ്യഞ്ജനങ്ങളും വില പിടിച്ച രത്നങ്ങളും കാലെകൂറ്റ് അഥവാ അൾട ഇന്ത്യ[85] എന്ന ഈ രാജ്യത്ത് നിന്നാണ് ലഭ്യമാകുന്നത്. കാലെകൂറ്റ് നഗരത്തിൽ ഈ പറയുന്ന സുഗന്ധവ്യഞ്ജനങ്ങൾ കാണാം. ഇഞ്ചി, കുരുമുളക്, കറുവാപ്പട്ട ഇവ ഇവിടെത്തന്നെ ഉൽപ്പാദിപ്പിക്കപ്പെടുന്നു. പക്ഷേ കറുവാപ്പട്ട സില്ലാൻ എന്ന ദ്വീപിൽ നിന്ന് കിട്ടുന്നത്ര മുന്തിയതല്ല. സില്ലാൻ ദ്വീപ് ഇവിടുന്ന് എട്ടുദിവസത്തെ ദൂരത്തിലാണ്. കറുവാപ്പട്ടയുടെ പ്രധാന വിപണി കലെകൂറ്റിലാണ്. ഗ്രാമ്പൂ മലെക്കാ ദ്വീപിൽ നിന്ന് എത്തുന്നു. മക്കയിലേക്കുള്ള കപ്പലുകൾ ഇവ നിറച്ചു ജെഡയിലെത്തിക്കുന്നു. മലെക്ക ദ്വീപിൽ നിന്ന് ജെഡയിലേക്ക് 50 ദിവസത്തെ യാത്രയുണ്ട്. കാരണം ഈ കപ്പലുകളിൽ ഗതിമാറ്റത്തിനുള്ള വ്യവസ്ഥകളില്ല. ജെഡയിൽ വലിയ സുൽത്താന് നികുതി നൽകി ചരക്കുകൾ ഇറക്കുന്നു. ചരക്കുകൾ ചെറിയ വഞ്ചികളിൽ ഏറ്റി ചെങ്കടൽ വഴി സിനി പർവതങ്ങളിലെ സന്റ കാറ്ററീനയ്ക്ക് സമീപം റൂസ് എന്ന സ്ഥലത്ത് എത്തിക്കുന്നു. ഇവിടെ വീണ്ടും കരം കൊടുക്കേണ്ടതുണ്ട്. ഇവിടന്ന് വ്യാപാരികൾ സുഗന്ധ വ്യഞ്ജനങ്ങൾ ഒട്ടകപ്പുറത്ത് കയറ്റി കയ്റോയിൽ എത്തിക്കുന്നു. ഓരോ ഒട്ടകത്തിനും നാല് ക്രുസഡോയാണ് നിരക്ക്. പത്തുദിവസത്തെ യാത്രയുണ്ട്. കയ്റോയിൽ വീണ്ടും നികുതി. കയ്റോയിലേക്കുള്ള ഈ പാത സുരക്ഷിതമല്ല. വ്യാപാരികൾ സ്ഥലത്തെ തസ്കരസംഘത്തിന്റെ ബെദുയിനുകളുടെയും മറ്റും ആക്രമണത്തിന് വിധേയരാകാറുണ്ട്.

കചയ്രോയിൽ നിന്ന് നൈൽ നദി വഴി സുഗന്ധവ്യഞ്ജനങ്ങൾ രണ്ട് ദിവസത്തെ യാത്രയ്ക്ക് ശേഷം രോഷേറ്റ് എന്ന സ്ഥലത്ത് എത്തുന്നു. നൈൽ നദി ഉത്ഭവിക്കുന്നത് പ്രെസ്ടെർ ജോണിന്റെ ദേശമായ നിമ്ന സ്തിത ഇന്ത്യയിൽ നിന്നാണ് (അബിസിനിയ) രോഷറ്റിൽ നിന്ന് ഒരു ദിവസത്തെ വഴിയേ ഉള്ളു അലെക്സാൻഡ്രിയ തുറമുഖത്തേക്ക്. ഇവിടേക്കാണ് വെനീസിൽ നിന്നും ജനോവയിൽ നിന്നുമുള്ള തണ്ട് കപ്പലുകൾ സുഗന്ധ വ്യഞ്ജനങ്ങൾ അന്വേഷിച്ച് എത്തുന്നത്. ഈ വാണിജ്യ ഇടപാടിൽ വലിയ സുൽത്താന് 600,000 ക്രുസഡോ നികുതിയായി ലഭിക്കുന്നു. ഇതിൽനിന്ന് 100,000 ക്രുസഡോ സിഡാഡിം എന്നറിയപ്പെടുന്ന[86] രാജാവിന് സഹായധനമായി കിട്ടുന്നു പ്രെസ്ടെർ ജോണിനോട് യുദ്ധം ചെയ്യാൻ. വലിയ സുൽത്താൻ എന്ന പദവി പരമ്പരയായി പുത്രന് ലഭിക്കുന്നതല്ല; പണം കൊടുത്ത് വാങ്ങേണ്ടിയിരിക്കുന്നു.

തിരിച്ചുപോകലിന്റെ കഥ തുടരട്ടെ. ശക്തി കുറഞ്ഞ കരക്കാറ്റിന്റെയും കടൽക്കാറ്റിന്റെയും സഹായത്തോടെ നിരന്തരം ദിശ മാറ്റിക്കൊണ്ട് ഞങ്ങൾ കരയോട് ചേർന്ന് മുന്നോട്ടു പോയി. കാറ്റ് നിലച്ചപ്പോൾ നിശ്ചലം നില കൊണ്ടു.

3

തിരിച്ചു പോവുമ്പോൾ

തിങ്കളാഴ്ച സെപ്തംബർ 10

തടങ്കലിൽ വെച്ചിരുന്ന ഒരു നാട്ടുകാരനെ ക്യാപ്റ്റൻ കരയ്ക്കിറക്കി. ഒറ്റക്കണ്ണനായ അയാൾ അറബിക്കിൽ എഴുതിയ ഒരു സന്ദേശവുമായി സമോലിം രാജാവിന്റെ അടുത്തേക്ക് യാത്രയായി. കപ്പലിൽ ഉണ്ടായിരുന്ന ഒരു അറബിയാണ് ഈ കത്ത് എഴുതിയത്. ഞങ്ങൾ ഇപ്പോൾ നിൽക്കുന്ന സ്ഥലം 'കൊമ്പിയയ[87] ആണെന്നും ഇവിടുത്തെ രാജാവ് ബയോക്കോളെള[88] കലെകൂറ്റ് രാജാവുമായി യുദ്ധത്തിൽ ആണെന്നും ഈ അറബിയിൽ നിന്ന് ഞങ്ങളറിഞ്ഞു.

ചൊവ്വാഴ്ച സെപ്തംബർ 11

കടലിൽ നിശ്ചലരായി നിന്ന ഞങ്ങളെ ചില വഞ്ചികൾ സമീപിച്ചു. മത്സ്യം വിൽക്കാൻ അവർ നിർഭയരായി കപ്പലിലെത്തി.

ശനിയാഴ്ച സെപ്തംബർ 15

സമീപസ്ഥമായി കൊച്ചു ദ്വീപുകളുടെ[89] കൂട്ടം. വൻകരയിൽ നിന്ന് രണ്ട് കാതം ദൂരെ. ഞങ്ങൾ വഞ്ചികൾ ഇറക്കി ദ്വീപിൽച്ചെന്നു. സാന്റ മാറിയ എന്നൊരു സ്തൂപം ഇവിടെ സ്ഥാപിച്ചു. ഈ ദ്വീപിന് സാന്റ മാറിയ എന്നുതന്നെ പേരുമിട്ടു. ഡോം മാനുവൽ രാജാവ് സെന്റ് റാഫേൽ, സെന്റ് ഗബ്രിയേൽ പിന്നെ സാന്റ മാറിയ എന്ന് മൂന്ന് സ്തൂപങ്ങൾ ഉയർത്താൻ കൽപ്പിച്ചിരുന്നു. ഇവ മൂന്നും ഞങ്ങൾ സ്ഥാപിച്ചുകഴിഞ്ഞു. ആദ്യത്തേത് റിയോ ദെ ബോൺ. സൈൻസിന്റെ തീരത്ത് രണ്ടാമത്തേത്,. സെന്റ് ഗബ്രിയേൽ കലെകൂറ്റിൽ അവസാനത്തേത് ഇവിടെ സെന്റ് മാരിയയിൽ.

ഇവിടെയും മത്സ്യവിൽപ്പനക്കായി ഒട്ടനവധി വഞ്ചികൾ ഞങ്ങളെ സമീപിച്ചു. മുഖ്യക്യാപ്റ്റൻ അവർക്കെല്ലാം ഷർട്ടുകൾ സമ്മാനിച്ചു. അവർ സന്തുഷ്ടരായെന്ന് തോന്നുന്നു. ഈ ദ്വീപിൽ സ്തൂപം സ്ഥാപിക്കുന്നതിൽ അവർക്ക് സന്തോഷമേ ഉള്ളൂവെന്നും തങ്ങൾ ക്രിസ്ത്യാനികൾ ആണെന്ന വസ്തുത ഇതുകൊണ്ട് ഉറപ്പിക്കാമെന്നും അവർ പറഞ്ഞു. വളരെ സൗഹാർദപരമായിട്ടാണ് സ്തൂപം ഉയർത്തിയത്.

അന്ന് രാത്രി കരക്കാറ്റിനോടൊപ്പം ഞങ്ങൾ നിർദിഷ്ട ദിശയിൽ യാത്രയായി.

വ്യാഴാഴ്ച സെപ്തംബർ 20

നിരനിരയായി കുന്നുകൾ നിറഞ്ഞ മനോഹരമായ ഒരിടം. നല്ല ഭംഗിയുണ്ട്. ആരോഗ്യപ്രദവുമാണ് എന്ന് തോന്നുന്നു. ഇതിനോടടുത്ത് ആറു കൊച്ചു ദ്വീപുകൾ.[90] ഞങ്ങളിവിടെ നങ്കൂരമിട്ടു. കാറ്റ് അനുകൂലമാണെങ്കിൽ ഉൾക്കടലിൽ കൂടിയുള്ള ഞങ്ങളുടെ യാത്ര സുഗമമാവും. അതിനാവശ്യമുള്ള വെള്ളവും വിറകും ശേഖരിക്കാൻ ഒരു വഞ്ചിയിൽ കയറി ഞങ്ങൾ ദ്വീപിലെത്തി. തീരത്ത് ഇങ്ങിയപ്പോൾ ഒരു യുവാവ് ജലസ്രോതസ് കാണിച്ചുതന്നു. രണ്ട് കുന്നുകൾക്കിടയിൽ നദീതീരത്ത്. മുഖ്യ ക്യാപ്റ്റൻ നന്ദിസൂചകമായി യുവാവിന് ഒരു തൊപ്പി നൽകി. അറബിയോ ക്രിസ്ത്യാനിയോ എന്ന ചോദ്യത്തിന് ക്രിസ്ത്യാനി എന്നയാൾ മറുപടി നൽകി. ഞങ്ങളും ക്രിസ്ത്യാനികൾ ആണെന്ന് പറഞ്ഞപ്പോൾ അയാൾ സന്തുഷ്ടനായി കാണപ്പെട്ടു.

വെള്ളിയാഴ്ച സെപ്തംബർ 21

നാല് പേരടങ്ങുന്ന ഒരു സംഘം ഒരു വഞ്ചിയിൽ എത്തിയിരിക്കുന്നു. വെള്ളരിക്കയും മറ്റു കായ്കറികളും വിൽക്കാനാണ്. ഈ നാട്ടിൽ കറുവാപ്പട്ടയും ഇഞ്ചിയും മറ്റു സുഗന്ധ വ്യഞ്ജനങ്ങളും ലഭ്യമാണോ എന്ന മുഖ്യ ക്യാപ്റ്റന്റെ ചോദ്യത്തിന് കറുവാപ്പട്ട സുലഭമാണെന്നും മറ്റൊന്നും ഇല്ലെന്നും അവർ മറുപടി നൽകി. മുഖ്യ ക്യാപ്റ്റൻ സാമ്പിൾ കൊണ്ടുവരാൻ തന്റെ രണ്ട് അനുയായികളെ വൻകരയിലേക്ക് അയച്ചു. കറുവാപ്പട്ട മരങ്ങൾ തിങ്ങിവളരുന്ന ഒരു വലിയ കാട്ടിലേക്കാണ് നാട്ടുകാർ ഈ രണ്ടുപേരെ കൊണ്ടുപോയത്. അവർ രണ്ട് വലിയ ശാഖകൾ ഇലകളോടൊപ്പം പൊട്ടിച്ചെടുത്ത് കൊണ്ടുവന്നു. ദ്വീപിലേക്ക് വെള്ളം ശേഖരിക്കാൻ പോകവെ ഞങ്ങൾ മരച്ചില്ലകളുമായി വരുന്ന ഈ രണ്ട് കൂട്ടാളികളെ കണ്ടു. അവരോടൊപ്പം ഇരുപതോളം നാട്ടുകാരും ഉണ്ടായിരുന്നു. അവർ കപ്പിത്താന് വേണ്ടി കായ് കറികളും പശുവിൻ പാലും കോഴികളും കൊണ്ടുവന്നിരുന്നു. അടുത്തൊരിടത്ത് ഉണക്കിയ കറുവാപ്പട്ട സുലഭമാണെന്നും മുഖ്യ ക്യാപ്റ്റൻ അനുവദിക്കുന്ന പക്ഷം ഞങ്ങ

ളുടെ രണ്ട് കൂട്ടാളികളുടെ കൈവശം സാമ്പിളുകൾ[91] കൊടുത്തയക്കാമെന്നും നാട്ടുകാർ പറഞ്ഞു.

ജലം ശേഖരിച്ച ശേഷം ഞങ്ങൾ കപ്പലിലേക്ക് മടങ്ങി. പശുവും പന്നികളും കോഴികളുമായി പിറ്റേന്ന് എത്താമെന്നേറ്റ് നാട്ടുകാരും തിരികെ പോയി.

ശനിയാഴ്ച സെപ്തംബർ 22

പുലർച്ചെ ഏതാണ്ട് രണ്ട് കാതം ദൂരെ കരയോട് അടുപ്പിച്ച് രണ്ട് കപ്പലുകൾ കണ്ടു. ഞങ്ങളത് കാര്യമായി എടുത്തില്ല. വിറക് വെട്ടി സമയം പോക്കി. വേലിയിറക്കമായാലെ നദിയിലൂടെ പോയി വെള്ളം ശേഖരിക്കാൻ പറ്റൂ. അപ്പോൾ മുഖ്യക്യാപ്റ്റൻ ഒരു കാര്യം ശ്രദ്ധിച്ചു. ആ കപ്പലുകൾ ഞങ്ങളുടെ കപ്പലുകളേക്കാൾ വലിയവയാണ്. ഭക്ഷണം കഴിഞ്ഞതും വഞ്ചിയിലേറി ആ കപ്പലുകളെപ്പറ്റി കൂടുതൽ വിവരങ്ങൾ അറിഞ്ഞുവരാൻ മുഖ്യ ക്യാപ്റ്റൻ നിർദേശിച്ചു. കപ്പലുകൾ അറബികളുടെയോ ക്രിസ്ത്യാനികളുടെയോ? മറ്റൊരു നാവികനോട് മുകൾത്തട്ടിൽ കയറി പുറംകടലിൽ ഇനിയും കപ്പലുകൾ ഉണ്ടോ എന്ന് നിരീക്ഷിക്കാൻ പറഞ്ഞു. പുറംകടലിൽ ആറുകാതം ദൂരെ എട്ട് കപ്പലുകൾ ഉണ്ടെന്ന് അയാൾ അറിയിച്ചു. ഈ കപ്പലുകൾ മുക്കിത്താഴ്ത്താൻ മുഖ്യക്യാപ്റ്റൻ ഉത്തരവിട്ടു. അവരോ കാറ്റടിക്കാൻ തുടങ്ങിയതോടെ കാറ്റിന് അനുകൂലമായി ചുക്കാൻ പിടിച്ചു വേഗത്തിൽ നീങ്ങാൻ തുടങ്ങി. ഞങ്ങൾക്ക് ഏതാനും കാതം അടുത്തെത്തിയപ്പോൾ അവർ ഞങ്ങളെ കണ്ടിരിക്കുമെന്ന് കരുതി ഞങ്ങൾ അവർക്ക് നേരെ മുന്നേറി. ഞങ്ങളെ കണ്ടയുടൻ അവർ കരയിലേക്ക് തുഴഞ്ഞു. ഒരു കപ്പലിന് എന്തോ കേട് സംഭവിച്ചതിനാൽ അതിലെ യാത്രക്കാർ അമരത്ത് കെട്ടിയിരുന്ന ഒരു വഞ്ചിയിൽ കയറി കരയിലേക്ക് രക്ഷപ്പെട്ടു. ഞങ്ങൾ ഉടൻ തന്നെ ആ ഉപേക്ഷിക്കപ്പെട്ട കപ്പലിൽ കയറി തിരച്ചിൽ നടത്തി. പലചരക്കുകളും തേങ്ങയും ഒരു ഭരണി നിറയെ പനം ചക്കരയുമല്ലാതെ അതിൽ മറ്റൊന്നുമില്ലായിരുന്നു. പിന്നെ ഒരുപാട് മണലും. അടിഭാരത്തിനാവും.

ഞായറാഴ്ച സെപ്തംബർ 23

നങ്കൂരമിട്ട ഞങ്ങളെ ഏഴു പേരുള്ള ഒരു വഞ്ചി സമീപിച്ചു. ആ കപ്പലുകൾ കലെകൂറ്റിൽ നിന്ന് ഞങ്ങളെ അന്വേഷിച്ചു വന്നവയാണെന്നും പിടികൂടപ്പെട്ടിരുന്നെങ്കിൽ ഞങ്ങളെല്ലാം വധിക്കപ്പെട്ടേനെ എന്നും അവരിൽ ഒരാൾ പറഞ്ഞു.[92]

തിങ്കളാഴ്ച സെപ്തംബർ 24

ഇവിടുന്നു നീങ്ങി ആദ്യം നിന്നിരുന്ന സ്ഥലത്തിന് രണ്ട് വെടി ദൂരെ ദ്വീപിന് അടുത്തായി നിലയുറപ്പിച്ചു. ഈ ദ്വീപിൽ[93] വെള്ളമുണ്ടെന്ന് നാട്ടു

കാർ പറഞ്ഞിരുന്നു. മുഖ്യ ക്യാപ്റ്റന്റെ നിർദേശപ്രകാരം നിക്കോളോ കൊയെലോ ആയുധസജ്ജമായ ഒരു വഞ്ചിയിൽ വെള്ളം തേടിപ്പോയി. കൊയെലോ ആ ദ്വീപിൽ കല്ലിൽ നിർമിച്ച ഒരു വലിയ ക്രിസ്തീയ ദേവാലയത്തിന്റെ അവശിഷ്ടങ്ങൾ കണ്ടു. ശ്രീകോവിൽ മാത്രമേ ബാക്കിയുള്ളു. അതും വയ്ക്കോൽ കൊണ്ട് മേഞ്ഞത്. ഈ ദേവാലയം അറബികൾ നശിപ്പിച്ചതാണെന്ന് നാട്ടുകാർ പറഞ്ഞ് ഞങ്ങൾ അറിഞ്ഞു. ശ്രീകോവിലിനുള്ളിൽ ഉള്ള മൂന്ന് കറുത്ത കല്ലുകളെ നാട്ടുകാർ ആരാധിക്കുന്നു. ഇതിനടുത്ത് ഒരു കുളവും ഉണ്ട്. ദേവാലയവും കുളവും കടഞ്ഞ കല്ലിൽ തീർത്തവയാണ്. ഞങ്ങൾ ഇവിടെനിന്ന് വേണ്ടത്ര വെള്ളം ശേഖരിച്ചു. ഈ ദ്വീപിൽ ഏറ്റവും ഉയർന്ന നിരപ്പിൽ മറ്റൊരു ജലാശയമുണ്ട്. അതിന് നാലാൾ ആഴം കാണും. കടൽത്തീരത്ത് ദേവാലയത്തിന് അഭിമുഖമായി മുഖ്യക്യാപ്റ്റന്റെ കപ്പലും ബെറിയോയും ചരിച്ചുവച്ച് ഞങ്ങൾ വൃത്തിയാക്കുകയും അറ്റകുറ്റപ്പണികൾ നടത്തുകയും ചെയ്തു. റാഫേൽ കപ്പൽ തീരത്തേക്ക് കയറ്റിയിടാൻ പറ്റിയില്ല. അതിന്റെ വിവരണം പുറകെ.

തീരത്തേക്ക് കയറ്റിയിട്ടിരുന്ന ബെറിയോ കപ്പലിന് സമീപം രണ്ട് ഒറ്റപ്പാമര വഞ്ചികൾ. കൊട്ടും വാദ്യവുമായാണ് അവർ തുഴഞ്ഞിരുന്നത്. പാമരത്തിന്റെ തലപ്പത്ത് തോരണങ്ങളും ഉണ്ടായിരുന്നു. അവരുടെ രക്ഷയ്ക്കെന്നോണം മറ്റ് അഞ്ചു തോണികൾ കരയോരം നിന്നിരുന്നു. ഞങ്ങളുടെ ഒപ്പമുണ്ടായിരുന്ന നാട്ടുകാരോട് അവർ ആരെന്ന് ഞങ്ങൾ ആരാഞ്ഞു. അവർ തസ്കരക്കൂട്ടമാണെന്നും ഞങ്ങളെ പിടിച്ചുകെട്ടാൻ സാധ്യതയുണ്ടെന്നും അവരെ ദ്വീപിൽ കേറാൻ അനുവദിക്കരുതെന്നുമായിരുന്നു ഞങ്ങൾക്ക് കിട്ടിയ മറുപടി. ഇവർ എപ്പോഴും ആയുധധാരികളത്രെ. തന്ത്രപൂർവം കപ്പലുകളിൽ കയറിപ്പറ്റി സന്ദർഭവും സംഘബലവും ഒത്തുവന്നാൽ കപ്പൽ പിടിച്ചെടുക്കും.

ഞങ്ങൾ സെന്റ് ഗബ്രിയേലിന്റെയും സെന്റ് രഫേലിന്റെയും മുകൾത്തട്ടിൽ നിന്ന് അവർക്ക് നേരെ വെടിവച്ചു. അവർ "താംബരം താംബരം[94] എന്ന് ഉറക്കെ വിളിച്ചുകൂവി. ഇതിനർഥം ഇവർ ക്രിസ്ത്യാനികൾ ആണെന്ന് ഞങ്ങൾ ഊഹിച്ചു. കാരണം ക്രിസ്ത്യാനികൾ ദൈവത്തെ 'താംബരം' എന്ന് വിളിക്കുന്നു. ഞങ്ങൾ ഇതൊന്നും ശ്രദ്ധിക്കുന്നില്ല എന്നു കണ്ട അവർ കരയിലേക്ക് രക്ഷപ്പെട്ടു. കൊയെലോ അൽപ്പദൂരം അവരെ പിന്തുടർന്നു. പിന്നീട് മുഖ്യകപ്പിത്താന്റെ കപ്പലിൽ നിന്ന് അടയാള സന്ദേശം കിട്ടിയപ്പോൾ തിരികെ പോന്നു.

ചൊവ്വാഴ്ച സെപ്തംബർ 25

മുഖ്യക്യാപ്ടനും ഞങ്ങളിൽ ചിലരും ചേർന്ന് ബെറിയോ ശരിപ്പെടുത്തി കൊണ്ടിരുന്നപ്പോൾ ഏതാണ്ട് പന്ത്രണ്ട് വിശിഷ്ട വസ്ത്രധാരികൾ രണ്ട് കൊച്ചുവഞ്ചികളിൽ എത്തി. ഒരുകെട്ട് കരിമ്പുമായാണ് അവർ വന്നത്. തീരത്തിറങ്ങിയ അവർ കപ്പൽ നോക്കിക്കാണാൻ ആഗ്രഹം പ്രക

ടിപ്പിച്ചു. ഇവർ ചാരന്മാർ ആയിരിക്കും എന്ന് കരുതി ക്യാപ്റ്റൻ ക്രുദ്ധനായി. ഇതിനകം പിന്നെയും രണ്ട് വഞ്ചികൾ. പന്ത്രണ്ടോളം പേർ അതിലും. ക്യാപ്റ്റൻ അനിഷ്ടം പ്രകടിപ്പിച്ചതിനാൽ ആദ്യമെത്തിയവർ പിന്നീട് വന്നവരോട് ഇറങ്ങരുത് എന്നും തിരിച്ചുപോകൂ എന്നും സംജ്ഞ നൽകി. താമസിയാതെ അവരെല്ലാം തിരിച്ചുപോയി.

ക്യാപ്റ്റന്റെ കപ്പലിലെ കേടുപാടുകൾ തീർത്തുകൊണ്ടിരുന്ന സമയത്ത് നാൽപ്പതോളം വയസ്സ് പ്രായമുള്ള ഒരു വ്യക്തി എത്തി. അയാൾക്ക് വെനീഷ്യൻ ഭാഷ നല്ലപോലെ വശമുണ്ടായിരുന്നു. ചണനാരു കൊണ്ടുള്ള വസ്ത്രങ്ങളാണ് ധരിച്ചിരുന്നത്. തലയിൽ തൊപ്പിയും അരപ്പട്ടയിൽ വാളും ഉണ്ടായിരുന്നു. മുഖ്യ ക്യാപ്റ്റനെയും മറ്റു ക്യാപ്റ്റന്മാരെയും ആലിംഗനം ചെയ്തു. അയാൾ ഇങ്ങനെ പറഞ്ഞു "ഞാൻ പടിഞ്ഞാറ് നിന്നുള്ള ഒരു ക്രിസ്ത്യാനിയാണ്. ചെറുപ്രായത്തിൽ തന്നെ ഈ നാട്ടിൽ എത്തി. ഇപ്പോൾ ഒരു അറബിയുടെ കീഴിൽ സേവനം അനുഷ്ഠിക്കുന്നു. നാലായിരം അശ്വാരൂഢരെ പെട്ടെന്ന് സംഘടിപ്പിക്കാൻ കഴിവുള്ള ശക്തിമാനായ അറബിയാണ് എന്റെ മുതലാളി. മനസുകൊണ്ട് ഇപ്പോഴും ക്രിസ്ത്യാനിയാണെങ്കിലും ഞാൻ പുറമേയ്ക്ക് ഒരറബി ആയിരിക്കുന്നു. "കലെകൂറ്റിൽ വിദേശീയർ എത്തിയിരിക്കുന്നെന്നും അവരുടെ ഭാഷ ആർക്കും മനസിലാവുന്നില്ലെന്നും അവർ ഉടൽ മുഴുവൻ വസ്ത്രങ്ങൾ കൊണ്ട് മറച്ചുവെച്ചിരിക്കുന്നെന്നും എനിക്ക് അറിവ് കിട്ടി. ഇത് ഫ്രാങ്കുകൾ[95] ആയിരിക്കുമെന്ന് എനിക്ക് ഉറപ്പായി. നമ്മളെ ഈ പേരിലാണ് ഇവിടുത്തുകാർ വിളിക്കുന്നത്. എന്റെ മുതലാളിയോട് ഞാൻ കേണപേക്ഷിച്ചു. ഈ വിദേശികളെ കാണാൻ അനുവദിച്ചില്ലെങ്കിൽ ഞാൻ സങ്കടം കൊണ്ട് മരിച്ചുപോകുമെന്ന് പറഞ്ഞു. മുതലാളി സമ്മതിച്ചു. മാത്രവുമല്ല നിങ്ങൾക്ക് ആവശ്യമുള്ളതെന്തും ചരക്കുകളോ കപ്പലുകളോ ഏർപ്പാടാക്കിത്തരാൻ മുതലാളിക്ക് കഴിയും. നിങ്ങളിവിടെ സ്ഥിര താമസമാക്കിയാലും. ഞങ്ങൾക്ക് സന്തോഷമേയുള്ളൂ" ക്യാപ്റ്റൻ സൗഹാർദപൂർവം നന്ദി പ്രകടിപ്പിച്ചു. സന്ദർശകൻ നല്ല ഉദ്ദേശ്യത്തോടെയാണ് വന്നിരിക്കുന്നത് എന്ന് അദ്ദേഹത്തിന് തോന്നിയിരിക്കണം. സന്ദർശകൻ വാതോരാതെ സംസാരിച്ചുകൊണ്ടിരുന്നു. ഇടയ്ക്കിടെ പരസ്പരവിരുദ്ധമായ പ്രസ്താവനകളും ഇറക്കി. പോകാൻ നേരത്ത് വൻകരയിൽ കാത്തുനിൽക്കുന്ന തന്റെ കൂട്ടുകാരന് വേണ്ടി ഒരു പാൽക്കട്ടി കഷണം ആവശ്യപ്പെട്ടു. എല്ലാം ശുഭകരം എന്നറിയിക്കാൻ ആണത്രെ. മുഖ്യക്യാപ്റ്റൻ ഒരു പാൽക്കട്ടിയും രണ്ട് മൃദുവായ ഗോതമ്പപ്പവും നൽകാൻ നിർദേശിച്ചു.

ഇതിനിടയിൽ പൗലോ ഡ ഗാമ ഈ സന്ദർശകനോടൊപ്പം എത്തിയ ക്രിസ്ത്യാനികളെ തിരഞ്ഞുപിടിച്ച്, ഇയാൾ ആരെന്ന് ചോദ്യം ചെയ്തു. ഇയാൾ ഒരു കടൽക്കൊള്ളക്കാരൻ ആണെന്നും അയാളുടെ കപ്പലുകൾ എന്തിനും സന്നദ്ധമായി കടൽത്തീരത്ത് ഉണ്ടെന്നും ഞങ്ങളെ കൊള്ളയടിക്കയാണ് അയാളുടെ ലക്ഷ്യം എന്നും അവർ പറഞ്ഞു. ഇത്രയും അറിഞ്ഞും ബാക്കിയുള്ളത് ഊഹിച്ചെടുത്തും കൊണ്ട് ഞങ്ങൾ അയാളെ കപ്പലിൽ തടവിലാക്കി. അടിയും തൊഴിയും തുടങ്ങി. താൻ കടൽക്ക

ള്ളൻ ആണെന്ന സത്യത്തിന് പുറമേ വരവിന്റെ ഉദ്ദേശ്യവും വെളിച്ചത്ത് കൊണ്ടുവരാനായിരുന്നു ഈ ഭേദ്യം. ഇടിയും തൊഴിയും കൊണ്ട് അവശനായ അയാൾ നാട് മുഴുവൻ ഞങ്ങൾക്കെതിരാണെന്നും ആളും ആയുധവുമായി നാൽപ്പതോളം കപ്പലുകൾ ഞങ്ങളെ പിന്തുടർന്ന് ആക്രമിക്കാൻ സന്നദ്ധമായി കൊണ്ടിരിക്കയാണെന്നും പറഞ്ഞു. അവ എപ്പോൾ തയാറാകുമെന്ന് അയാൾക്ക് അറിവില്ലായിരുന്നു. തന്നെപ്പറ്റി അയാൾ ആദ്യം പറഞ്ഞതുതന്നെ ആവർത്തിച്ചു. പിന്നീട് മൂന്നുനാലു തവണ ചോദ്യം ചെയ്തപ്പോഴും[96] അതേ മറുപടി. അയാളുടെ ശരീരഭാഷയിൽ നിന്ന് കപ്പലിനകത്തെ യാത്രികരെയും ആയുധസന്നാഹങ്ങളും നോക്കിക്കണ്ട് വിവരം ശേഖരിക്കാൻ വന്നതാണ് എന്ന് ഞങ്ങൾക്ക് മനസിലായി.

ഞങ്ങളിവിടെ 12 ദിവസം താമസിച്ചു. വൻകരയിൽ നിന്ന് വിൽപ്പനയ്ക്ക് കൊണ്ടുവന്നിരുന്ന മത്സ്യമായിരുന്നു പ്രധാന ഭക്ഷണം. മത്തങ്ങയും വെള്ളരിക്കയും. ദ്വീപുകാർ വഞ്ചി നിറയെ കറുവാപ്പട്ട മരത്തിന്റെ ഇലകളോടു കൂടിയ ഉണങ്ങാത്ത ചില്ലകൾ കൊണ്ടുവന്നു തന്നു.

വെള്ളിയാഴ്ച ഒക്ടോബർ 5

കപ്പലുകളുടെ അറ്റകുറ്റപ്പണികൾ തീർന്നിരിക്കുന്നു. ഞങ്ങൾ പിടിച്ചെടുത്ത കപ്പൽ പൊളിച്ചുമാറ്റുകയും ചെയ്തു. ഞങ്ങൾ യാത്ര പുറപ്പെട്ടു. പിടിച്ചെടുത്ത കപ്പൽ പൊളിക്കുന്നതിന് മുമ്പ് ഒരു ക്യാപ്റ്റൻ അതിന് ആയിരം ഫാനോ നൽകാൻ തയാറായിരുന്നെങ്കിലും അത് വിൽപ്പനക്കുള്ളതല്ലെന്നും ശത്രുവിന്റെ കപ്പലുകൾ കത്തിച്ചുകളയുകയാണ് നല്ലതെന്നുമായിരുന്നു മുഖ്യ ക്യാപ്റ്റന്റെ അഭിപ്രായം.

പുറംകടലിൽ 200 കാതം ദൂരെ എത്തി. ഞങ്ങൾ തടവിലാക്കിയ അറബിക്ക് ഇനി ഒന്നും മറച്ചുവച്ചിട്ട് കാര്യമില്ലെന്ന് ബോധ്യമായിക്കാണണം. ഞങ്ങൾ പോർച്ചുഗലിലേക്ക് പോകവേ വഴിതെറ്റിക്കാണും എന്നു കരുതി ഞങ്ങളെ പിടിക്കാൻ അനേകം കപ്പലുകൾ ഇറക്കിയിട്ടുണ്ടെന്ന് അയാൾ തന്റെ അറബി മുതലാളിയുടെ വസതിയിൽ വെച്ച് അറിഞ്ഞത്രെ. ഞങ്ങളെ അനുനയിപ്പിച്ച് സൂത്രത്തിൽ തന്റെ നാട്ടിൽ എത്തിക്കാൻ ആയിരുന്നത്രെ അറബി മുതലാളിയുടെ പദ്ധതി. കാരണം ഒരു സ്വകാര്യ വ്യക്തി ഞങ്ങളെ കയ്യിലെടുത്താൽ അറബി മുതലാളിക്ക് കൊള്ളമുതലിൽ ഒരു പങ്കും ലഭിക്കയില്ല. നേരെമറിച്ച് തന്റെ അധീനതയിൽ പെട്ടാൽ കൊള്ളമുതൽ സ്വന്തമാക്കുക മാത്രമല്ല ധീരപരാക്രമികളായ ഞങ്ങളെ അയൽ രാജ്യക്കാരുമായുള്ള യുദ്ധത്തിൽ പോരാളികൾ ആക്കുകയും ചെയ്യാം. ഇതൊന്നും ആതിഥേയന്റെ സമുഖം അല്ല പറഞ്ഞത്.

അറബിക്കടലിലൂടെ

പ്രതികൂല സാഹചര്യങ്ങൾ; കാറ്റിന്റെ അഭാവവും ഉണ്ടെങ്കിൽത്തന്നെ വിരുദ്ധ ദിശയിലും. കാരണം ഉൾക്കടൽ താണ്ടാൻ ഞങ്ങൾ മൂന്ന്

മാസത്തോളമെടുത്തു. മൂന്നുമാസത്തിന് മൂന്നുദിവസം കുറവ്. ഞങ്ങളുടെ സഹയാത്രികരിൽ പലരും വീണ്ടും രോഗഗ്രസ്തരായി. തൊണ്ടകൾ വിങ്ങിയതു കാരണം അവർക്ക് ആഹാരം കഴിക്കാൻ പറ്റാതെ വന്നു. കാലുകളിലും മറ്റു ശരീരഭാഗങ്ങളിലും നീരുവന്നു. ശരീരമാസകലം നീരു വന്നാൽ പിന്നെ മരണം തന്നെ. ഇവർക്ക് വേറെ യാതൊരു അസുഖങ്ങളും ഇല്ലായിരുന്നു. മുപ്പത് പേർ ഇങ്ങനെ മൃതിയടഞ്ഞു. കപ്പലുകൾ നിയന്ത്രിക്കാൻ കെൽപ്പുള്ളവരായി ഏഴോ എട്ടോ പേർ മാത്രം. അവരും പൂർണ ആരോഗ്യവാന്മാർ ആയിരുന്നില്ല. ഈ നില രണ്ടാഴ്ച കൂടി തുടർന്നാൽ കപ്പലുകൾ നിയന്ത്രിക്കാൻ ആരും ഉണ്ടാവില്ല. കപ്പലിൽ അച്ചടക്കനില തീരെ മോശമായി. ഞങ്ങൾ പുണ്യവാളന്മാരോട് നിരന്തര പ്രാർഥന നടത്തി. ക്യാപ്റ്റന്മാർ കൂടിയാലോചന നടത്തി. കാറ്റ് അനുകൂലമല്ലെങ്കിൽ ഇന്ത്യയിലേക്ക് തന്നെ തിരിച്ചുപോകാൻ ഞങ്ങൾ തീരുമാനിച്ചു.

ജനുവരി 2 1499

പക്ഷേ ദൈവകാരുണ്യംകൊണ്ട് കാറ്റ് അനുകൂലമായി വീശാൻ തുടങ്ങി. ആറു ദിവസങ്ങൾ കൂടി ചെയ്തപ്പോൾ ഞങ്ങൾ തീരപ്രദേശം കണ്ടു. ഞങ്ങൾക്ക് പോർച്ചുഗലിൽ എത്തിയാലെന്ന പോലത്തെ ആഹ്ലാദം. ഇവിടെവച്ച് മുമ്പൊരിക്കൽ എന്ന പോലെ ആരോഗ്യം വീണ്ടെടുക്കാൻ ആവുമെന്ന് ഞങ്ങൾ വിശ്വസിച്ചു. കരയോട് അടുത്തപ്പോൾ രാത്രിയായിരുന്നു. ഞങ്ങൾ കപ്പൽ നിർത്തി.

ജനുവരി 3, 1499

രാവിലെ ഞങ്ങൾ അതീവശ്രദ്ധയോടെ തീരപ്രദേശം നിരീക്ഷിച്ചു. ദൈവം തമ്പുരാൻ ഞങ്ങളെ എവിടെയാണ് എത്തിച്ചിരിക്കുന്നത് എന്നറിയണമല്ലോ. കാരണം കപ്പലിൽ സമുദ്രരേഖകൾ നോക്കി സ്ഥാനനിർണയം ചെയ്യാൻ കഴിവുള്ള ഒരൊറ്റ നാവികനും ഇല്ലായിരുന്നു. ചിലർ പറഞ്ഞു ഇത് മൊസാംബിക് വൻകരയിൽ നിന്ന് 300 കാതം ദൂരെയുള്ള ദ്വീപുകൾ ആണെന്ന്.[97] ഞങ്ങൾ മൊസാംബിക്കിൽ നിന്ന് തടവിലെടുത്ത അറബിയാണ് ഈ വിവരം നൽകിയതത്രെ. ഈ ദ്വീപുകൾ ആരോഗ്യപ്രദമല്ലെന്നും ഇവിടെയുള്ളവർക്കും ഇതേ അസുഖമാണെന്നും കൂടി അയാൾ പറഞ്ഞത്രെ.

ഞങ്ങൾ ദൂരെ ഒരു വലിയ നഗരം കണ്ടു. അനേകം നിലകളുള്ള വസതികൾ. നഗരമധ്യത്തിൽ ഒരു വലിയ കൊട്ടാരം. അതിന് ചുറ്റും നാല് ഗോപുരങ്ങൾ. നഗരം കടലിന് അഭിമുഖമായിട്ട് ആയിരുന്നു. അറബികളുടെ ഈ നഗരത്തിന്റെ പേര് മാഗഡോഷോ[98] എന്നത്രെ. നഗരത്തോട് അടുത്തപ്പോൾ ഞങ്ങൾ വേദികൾ മുഴക്കി കരയോരമായി നീങ്ങി. കാറ്റ് അനുകൂലമായിരുന്നു. പകൽ മുഴുവൻ ഇതേ നിലയിൽ നീങ്ങി. രാത്രി

യിൽ ഞങ്ങൾ കപ്പൽ നിർത്തി. മെലിന്ദോയിൽ എത്താൻ ഇനിയും എത്ര ദൂരം ഉണ്ടെന്ന് ഒരുപിടിയുമില്ല.

ശനിയാഴ്ച ജനുവരി 5, 1499

ഇടിയും മിന്നലും കൂടിയ കൊടുങ്കാറ്റ്. രഫേളിന്റെ പാമരക്കെട്ടുകൾ മുറിഞ്ഞുപോയി. ഇത് ശരിയാക്കുന്നതിനിടയിൽ എട്ട് വഞ്ചികൾ നിറയെ ആൾക്കാരുമായി ഒരു സ്വകാര്യ വ്യാപാരി ഞങ്ങളെ സമീപിച്ചു. അയാൾ പട്ടേ[99] എന്ന നഗരത്തിൽ നിന്നാണത്രെ. അയാൾ അടുത്തു വന്നയുടൻ ഞങ്ങൾ വെടി മുഴക്കി. ഭയന്നിട്ടാകണം അയാൾ വേഗത്തിൽ തിരിച്ചു പോയി. കാറ്റില്ലാഞ്ഞതു കാരണം ഞങ്ങൾക്ക് അയാളെ പിന്തുടരാൻ കഴിഞ്ഞില്ല.

തിങ്കളാഴ്ച, ജനുവരി 7

ഞങ്ങൾ മെലിന്ദോക്കിപ്പുറം നങ്കൂരമിട്ടു. സ്വാഗതവചനങ്ങളുമായി രാജാവിന്റെ ദൂതന്മാരെത്തി. ഒരു വഞ്ചി നിറയെ ആൾക്കാരും ഒരു കുഞ്ഞാടും. കുറെ ദിവസമായി രാജാവ് ഞങ്ങളെ പ്രതീക്ഷിച്ച് ഇരിക്കയായിരുന്നു. ഈ ദൂതന്മാരുടെ കൂടെ മധുരനാരങ്ങകൾ കൊണ്ടുവരാനായി മുഖ്യ ക്യാപ്റ്റൻ ഒരു പണിയാളെ വിട്ടു. രോഗികൾക്ക് അത്യാവശ്യം വേണ്ട സാധനമായിരുന്നു ഇത്.

ചൊവ്വാഴ്ച ജനുവരി 8

മധുരനാരങ്ങകളും മറ്റു പലവിധ പഴവർഗങ്ങളും എത്തി. പക്ഷേ രോഗികൾ സുഖം പ്രാപിച്ചില്ല. പലരും ഇവിടെ മരണമടഞ്ഞു. അറബികൾ കോഴികളും മുട്ടകളും കൊണ്ടുവന്നു തന്നു. വേണ്ട സമയത്ത് വേണ്ട രീതിയിൽ ഞങ്ങളെ സഹായിച്ചതിന് നന്ദിസൂചകമായി മെലിന്തേ രാജാവിന് ക്യാപ്റ്റൻ ഒരു സമ്മാനം കൊടുത്തയച്ചു. കൂട്ടത്തിൽ ഒരു സന്ദേശവും. സന്ദേശവാഹകൻ അറബിക് വശമുള്ള ഞങ്ങളുടെ കൂട്ടാളി തന്നെ. സന്ദേശം ഇതായിരുന്നു — ഒരു ആനക്കൊമ്പ് വേണം. പിന്നെ കടൽത്തീരത്ത് ഒരു സ്തൂപം ഉയർത്തുകയും വേണം. രാജാവ് ഉടൻ തന്നെ ആനക്കൊമ്പ് എത്തിക്കാനും സ്തൂപം[100] ഉയർത്താനുമുള്ള നിർദേശങ്ങൾ നൽകി.

ഞങ്ങളോടൊപ്പം പോർച്ചുഗലിലേക്ക് യാത്ര ചെയ്യാൻ ആഗ്രഹിക്കുന്ന ഒരു അറബി യുവാവിനെയും[101] രാജാവ് കപ്പലിലേക്ക് അയച്ചു. ഈ യുവാവിനെപ്പറ്റി രാജാവിന് വളരെ നല്ല അഭിപ്രായം ആയിരുന്നു. സൗഹാർദബന്ധം സ്ഥാപിക്കാനുള്ള താൽപ്പര്യം ഇതുകൊണ്ട് വ്യക്തമായി.

ഞങ്ങളിവിടെ അഞ്ചുദിവസം വളരെ ആനന്ദകരമായി ചെലവിട്ടു. മരണത്തെ മുഖാമുഖം കണ്ട ആ ദുരിതപൂർണമായ കടൽയാത്രയുടെ ഓർമകളിൽ നിന്ന് മെല്ലെ വിമുക്തരായി.

മെലിന്ദേയിൽ നിന്ന് സാവൊ ബ്രാസിലേക്ക്

വെള്ളിയാഴ്ച ജനുവരി 11

രാവിലെ ഞങ്ങൾ യാത്ര തിരിച്ചു.

ശനിയാഴ്ച ജനുവരി 12

ഞങ്ങൾ മൊസംബിക്കിന് സമീപമായി യാത്ര തുടർന്നു.

ഞായറാഴ്ച ജനുവരി 13 – ശനിയാഴ്ച ജനുവരി 26

ഞങ്ങൾ ബായ്ഷാസ് സെന്റ് രഫെലിനടുത്ത് നങ്കൂരമിട്ടു. സെന്റ് റാഫേൽ എന്നു പേരുള്ള കപ്പൽ ഇവിടെ വച്ച് കത്തിച്ചുകളഞ്ഞു.[102] മൂന്ന് കപ്പലുകൾ നിയന്ത്രിക്കാൻ വേണ്ടത്ര ആൾബലം ഞങ്ങൾക്കില്ലായിരുന്നു. സെന്റ് രഫെലിലെ ചരക്കുകളെല്ലാം മറ്റു രണ്ട് കപ്പലുകളിലുമായി വീതിച്ചു. ഞങ്ങളിവിടെ പതിനഞ്ചുദിവസം താമസിച്ചു. അടുത്തുള്ള താമുഗട്ടെ[103] എന്ന നഗരത്തിൽ നിന്ന് ഷർട്ടുകൾക്കും കടകങ്ങൾക്കും പകരമായി കോഴികളെ വാങ്ങി.

ഞായറാഴ്ച ജനുവരി 27

കാറ്റ് തരക്കേടില്ലാത്തതിനാൽ യാത്ര തിരിച്ചു. രാത്രിയിൽ കടലിൽ നിലയുറപ്പിച്ചു.

തിങ്കളാഴ്ച ജനുവരി 28

രാവിലെ ജാം ജിബാർ എന്ന വലിയ ദ്വീപിന് മുമ്പിൽ. ഇവിടത്തുകാർ അറബികളാണ്. ഈ ദ്വീപ് വൻകരയിൽനിന്ന് 10 കാതം ദൂരെയാണ്.[104]

ഫെബ്രുവരി 1

സെന്റ് ജോർജ് ദ്വീപിന് പുറമേയായി മൊസംബിക്കിന് സമീപം നങ്കൂരമിട്ടു.

ഫെബ്രുവരി 2

ഞങ്ങൾ ദ്വീപിൽ ഒരു സ്തൂപമുയർത്തി. ഇന്ത്യയിലേക്ക് പോകുമ്പോൾ കുർബാന ചൊല്ലിയ സ്ഥലത്ത്. ശക്തിയായ മഴ കാരണം തീ കത്തിച്ചു. ഈയമുരുക്കി കുരിശു സ്ഥാപിക്കാൻ പറ്റിയില്ല. ഞങ്ങൾ കപ്പലിലേക്ക് മടങ്ങി.

മാർച്ച് 3

അംഗസോ ബ്രാസിൽ കൊച്ചു മത്സ്യങ്ങളെയും കടൽപ്പന്നികളെയും പെൻഗ്വിനുകളെയും വേട്ടയാടി. എല്ലാം ഉപ്പിട്ട് ഉണക്കി. നീണ്ട സമുദ്ര യാത്രയ്ക്കായി കരുതിവെച്ചു.

മാർച്ച് 12

ഞങ്ങൾ ഈ സ്ഥലംവിട്ടു യാത്ര തുടർന്നു. പക്ഷേ പത്തോ പന്ത്രണ്ടോ കാതം ദൂരം പിന്നിട്ടപ്പോൾ പടിഞ്ഞാറൻ കാറ്റിന്റെ ശക്തിയേറിയത് കാരണം ഇവിടേക്ക് തന്നെ തിരിച്ചെത്താൻ നിർബന്ധിതരായി. കാറ്റ് അനുകൂലമായപ്പോൾ ഞങ്ങൾ യാത്ര തുടർന്നു.

സാംബ്രസിൽ നിന്ന് റിയോ ഗ്രാൻഡെ

മാർച്ച് 20

ഞങ്ങൾ സുപ്രതീക്ഷ മുനമ്പ് വലയം ചെയ്തിരിക്കുന്നു. ശീതകാറ്റ് കൊണ്ട് മരണത്തിന്റെ വക്കത്ത് വരെ എത്തിയിരുന്നുവെങ്കിലും എല്ലാവരും ആരോഗ്യവാന്മാർ തന്നെ. തണുപ്പിനേക്കാൾ കൂടുതൽ ഞങ്ങൾ സന്ദർശിച്ച രാജ്യങ്ങളിലെ ചൂട് ആയിരുന്നിരിക്കണം ഇതിന് കാരണമെന്ന് ഞങ്ങൾ അനുമാനിച്ചു. വീട്ടിലെത്താൻ എല്ലാവർക്കും ധൃതി. 27 ദിവസം അമരക്കാറ്റിനൊപ്പം ഞങ്ങൾ യാത്ര തുടർന്നു. സോതയാഗോ ദ്വീപുകൾക്ക് സമീപമെത്തി. ദ്വീപുകളിലേക്ക് ഇനിയും നൂറുകാതം ദൂരമുണ്ടെന്ന് രേഖാചിത്രങ്ങൾ പറഞ്ഞു. ചിലർ പറഞ്ഞു അത്ര ദൂരെയാവാൻ വഴിയില്ലെന്ന്. പക്ഷേ കാറ്റ് നിലച്ചു. ഇളംകാറ്റ് എതിർദിശയിൽ. കരഭാഗത്ത് നിന്നുള്ള ഇടിയും മിന്നലും[105] ഞങ്ങൾക്ക് സ്ഥാന നിർണയം ചെയ്യാൻ സഹായകമായി. കാറ്റിനോടൊപ്പം കഴിയുന്നത്ര വേഗത്തിൽ ഞങ്ങൾ നീങ്ങി.

വ്യാഴാഴ്ച ഏപ്രിൽ 25

35 ആൾ താഴ്ച. ഞങ്ങൾ മുന്നോട്ട് നീങ്ങി. ഏറ്റവും കുറഞ്ഞ ആഴം 20 ആൾ താഴ്ച. പക്ഷേ കര എവിടെയും കണ്ടില്ല. പക്ഷേ നാവികർ പറഞ്ഞു ഞങ്ങൾ റിയോ ഗ്രാൻഡെ മണൽത്തിട്ടകൾക്ക്[106] സമീപമാണെന്ന്.

പിന്നീട് നടന്നത്

അപൂർണമായ യാത്രാക്കുറിപ്പുകൾ ഇവിടെ അവസാനിക്കുന്നു. ഇനിയുള്ള കാര്യങ്ങൾ ചുരുക്കത്തിൽ പറയാം. ഒരു കൊടുങ്കാറ്റിൽ പെട്ട് വാസ്കോ ഡ ഗാമയും കൊയെലോയും വേർപിരിയുന്നു. ഒറ്റപ്പെട്ട കൊയെലോ യാത്ര തുടർന്ന് 1499, ജൂലൈ 10 ന് ലിസ്ബനിന് തെക്കായി

കാസ്കസ് എന്ന സ്ഥലത്ത് എത്തുന്നു. വാസ്കോ ഡ ഗാമ കൊയ്ലോയെ പ്രതീക്ഷിച്ച് ഒരുദിവസം കൂടി ചെലവിടുന്നു. പിന്നീട് നേരെ സാവോ തിയഗോ ദ്വീപിലേക്ക് തിരിക്കുന്നു. ജോ ദേ സയെ സെ ഗബ്രിയേലിന്റെ ചുമതല ഏൽപ്പിച്ച ശേഷം അതിശീഘ്രം പോകാൻ കഴിവുള്ള ഒരു കൊച്ചു കപ്പൽ ഏർപ്പാട് ചെയ്ത് മരണാസന്നനായ സഹോദരൻ പൗലോ ഡ ഗാമയേയും കൊണ്ട് തെർസറിയ ദ്വീപിൽ എത്തുന്നു.

ജോ ദേ സ അധികം വൈകാതെ ആഗസ്റ്റ് 28നകം പോർച്ചുഗലിൽ തിരിച്ചെത്തുന്നു. തെർസരയിൽ കരയ്ക്കിറങ്ങിയതിന് പിറ്റേന്ന് പൗലോ ഡ ഗാമ മൃതിയടയുന്നു. അവിടെ സെന്റ് ഫ്രാൻസിസ്കോ മഠത്തിൽ അദ്ദേഹം അടക്കം ചെയ്യപ്പെടുന്നു. ഉടൻ തന്നെ തെരെസരിയക്കാരൻ ആർതർ റോഡ്രിഗസ് ഒരു കപ്പലിൽ വാസ്കോ ഡ ഗാമയുടെ വിവരങ്ങളുമായി ലിസ്ബണിലേക്ക് പുറപ്പെടുന്നു.

വാസ്കോ ഡ ഗാമ ലിസ്ബണിൽ തിരിച്ചെത്തിയ ദിവസം കൃത്യമായി രേഖപ്പെടുത്തപ്പെട്ടിട്ടില്ല. വാസ്കോ ഡ ഗാമയുടെ അന്ത്യാവശിഷ്ടങ്ങൾ വിഡിഗുവേര പള്ളിയിൽ നിന്ന് ബെലെം പള്ളിയിലേക്ക് മാറ്റുവാൻ 1871 ൽ നിയമിക്കപ്പെട്ട കമീഷൻ ഒട്ടേറെ പ്രയത്നിച്ചെങ്കിലും സഫലമായില്ല. Barros, Goes, Pero Barretto de Resende എന്നിവർ ആഗസ്റ്റ് 20 എന്ന് വാദിക്കുമ്പോൾ കാസ്ടനെഡ സെപ്തംബർ 8 എന്നും തോരെ ദോ ടോമോയിലെ കയ്യെഴുത്തുപ്രതിയുടെ അടിസ്ഥാനത്തിൽ Texerira de Aragao സെപ്തംബർ 18 എന്നും അഭിപ്രായപ്പെടുന്നു. ഹെർക്യുലാണോ *റൊട്ടേറോയു*ടെ രണ്ടാം പതിപ്പിൽ ആഗസ്റ്റ് അവസാനമോ സെപ്തംബർ ആരംഭത്തിലോ എന്ന് മാത്രം പറഞ്ഞ് തൃപ്തനാകുന്നു.

Texeira de Arageo യുടെ നിഗമനം ഇപ്രകാരമാണ്. ഗാമ തെർസരയിൽ എത്തിയത് ആഗസ്റ്റ് 29ന്. ലിസ്ബണിൽ സെപ്തംബർ 9 ന്. പിന്നീട് നഗരത്തിൽ വിജയാഘോഷത്തോടെ നഗരപ്രവേശം നടത്തുന്നത് സെപ്തംബർ 18 ന്. ഇത് ശരിയാവാം. ബെലെമിൽ എത്തിയ വാസ്കാ ഡ ഗാമ സഹോദരന്റെ നിര്യാണത്തിൽ 9 ദിവസത്തെ ദു:ഖാചരണം നടത്തിയതായി ബരോസ് പറയുന്നു.

റാവന്റെസ്ടന്റെ നിഗമനം ഗാമ ആഗസ്റ്റ് 29 ന് ലിസ്ബണിൽ എത്തി. സെപ്തംബർ എട്ടിന് വിജയശ്രീലാളിതനായി നഗരപ്രവേശം ചെയ്തു എന്നാണ്.

കലെകൂറ്റിന് തെക്കുള്ള രാജ്യങ്ങളെപ്പറ്റി

കലെകൂറ്റിന് തെക്കുള്ള രാജ്യങ്ങളും അവിടത്തെ കച്ചവടച്ചരക്കുകളും വിലയും മറ്റു വിവരങ്ങളും താഴെ കൊടുക്കുന്നു. മുപ്പത് വർഷങ്ങൾക്ക് മുമ്പ് ഇവിടെ എത്തിയ ഒരു അലക്സാൻഡ്രിയക്കാരനിൽ **(a)** നിന്നാണ് വിശ്വാസയോഗ്യമായ ഈ വിവരങ്ങൾ ലഭിച്ചത്. ഞങ്ങളുടെ ഭാഷ അയാൾക്ക് നല്ല വശമുണ്ടായിരുന്നു.

കലെകൂറ്റ് (കോഴിക്കോട്)

ഞങ്ങൾ നിലയുറപ്പിച്ച സ്ഥലം. ഇവിടെ എത്തുന്ന താഴെ പറയുന്ന ചരക്കുകൾ. മക്കയിലേക്കുള്ള കപ്പലുകളിൽ കയറ്റി അയക്കപ്പെടുന്നു. ഇവിടത്തെ രാജാവിന്റെ പേര് സമോറിൻ എന്നാണ്. അദ്ദേഹത്തിന് എത്രയും പെട്ടെന്ന് 100,000 യോദ്ധാക്കളെ ആയുധസന്നാഹങ്ങളോടെ സംഘടിപ്പിക്കാൻ കഴിയും. അദ്ദേഹത്തിന്റെ സ്വന്തം കീഴിൽ വളരെ കുറച്ച് യോദ്ധാക്കളേ ഉള്ളൂ.

മക്കയിൽ നിന്നുള്ള ചരക്കുകളും അവയുടെ വിലയും ഇവിടെ (ഒരു ഫ്രാസില 10.4 കിലോ).

ചെമ്പ്	ഒരു ഫ്രാസിലക്ക് 50 ഫനോസ് അല്ലെങ്കിൽ 3 ക്രൂസദോ **(b)**,
ബക്വാശില **(c)**	സമതൂക്കം വെള്ളി
കത്തികൾ	ഓരോ ഫാനോ വീതം
അത്തർ	ഒരു ഫ്രാസിലക്ക് 50 ഫനോസ്
പടിക്കാരം	ഒരു ഫ്രാസിലക്ക് 50 ഫനോസ്
കംലോറ്റ്	ഒരു നീളത്തിന് 7 ക്രൂസദോ
ചുവന്ന പട്ട്	3 പെക്വി നീളത്തിന് 2 ക്രൂസദോ (ഒരു പെക് 27 ഇഞ്ച്)
കവിക്സിൽവർ	ഒരു ഫ്രാസിലക്ക് 10 ക്രൂസദോ

ക്വരങ്ങോലിസ് (കൊടുങ്ങല്ലൂർ)

ഒരു ക്രിസ്തീയ രാജ്യമാണ്. രാജാവും ക്രിസ്ത്യാനി തന്നെ. കാറ്റ് അനുകൂലമാണെങ്കിൽ കലെകൂറ്റിൽ നിന്ന് ഇവിടേക്ക് മൂന്നു ദിവസത്തെ കടൽ യാത്രയുണ്ട്. രാജാവിന് 40,0000 യോദ്ധാക്കളെ സംഘടിപ്പിക്കാനുള്ള ശേഷിയുണ്ട്. ഇവിടെ കുരുമുളക് സുലഭമാണ്. ഒരു ഫ്രാസിലക്ക് 9 ഫനോസ്. കലെകൂറ്റിലോ 14 ഫനോസ്. ഇവിടെ ഒരു ഫ്രാസില 8.314 കിലോ കുരുമുളക് ക്രയവിക്രയം ചെയ്യുമ്പോൾ ഒരു ഫാനോക്ക് 22.42 റീസ്.

കൊലെയു (കൊല്ലം) (d)

ക്രിസ്ത്യൻ രാജ്യം. കലെകൂറ്റിൽ നിന്ന് കാറ്റ് അനുകൂലം. എങ്കിൽ പത്തു ദിവസത്തെ യാത്രയുണ്ട്. രാജാവിന് 10,000 യോദ്ധാക്കളെ സംഘടിപ്പിക്കാനുള്ള കെൽപ്പുണ്ട്. പരുത്തിത്തുണികൾ യഥേഷ്ടം. കുരുമുളക് കുറവാണ്.

കയേൽ (e)

അറബി രാജാവിന്റെ സ്ഥലം. കലെകൂറ്റിൽ നിന്ന് കാറ്റ് അനുകൂല

മാണെങ്കിൽ പത്ത് ദിവസത്തെ യാത്രയുണ്ട്. യോദ്ധാക്കളെ സംഘടിപ്പിക്കാൻ കഴിയും. ആനപ്പടയുണ്ട്. മുത്തുകൾ ധാരാളം.

ചോ മന്ദ രള (f)

ക്രിസ്ത്യാനികളുടെ നാട്. രാജാവും ക്രിസ്ത്യാനി. 100,000 യോദ്ധാക്കളെ സംഘടിപ്പിക്കാനുള്ള ശേഷിയുണ്ട്. അരക്ക് ഇവിടെ സുലഭമാണ്. ഒരു ഫ്രാസിലക്ക് അര ക്രൂസ ദോ വില.

പരുത്തിത്തുണികൾ ഇവിടെ നിർമിക്കപ്പെടുന്നു.

സെലോം (g)

ഒരു വലിയ ദ്വീപാണ്. ക്രിസ്ത്യൻ രാജാവും ക്രിസ്തീയ ജനതയുമാണ്. കലികൂറ്റിൽ നിന്ന് കാറ്റ് അനുകൂലമെങ്കിൽ എട്ടുദിവസത്തെ യാത്രയുണ്ട്. രാജാവിന് 4000 ഭടന്മാരെ സംഘടിപ്പിക്കാൻ കഴിയും. മാത്രമല്ല വിൽക്കാനും യുദ്ധത്തിനുമായി ഒട്ടനേകം ആനകളും. ഇന്ത്യൻ വിപണിയിൽ എത്തുന്ന മുന്തിയ തരം കറുവാപ്പട്ട, ഇന്ദ്രനീലം എന്നിവ ഇവിടെ നിന്നാണ്. മാണിക്യക്കല്ലുകൾക്ക് അത്ര ഗുണമേന്മയില്ല.

സമട്ടാര (h)

ക്രിസ്ത്യൻ രാജ്യം. കലികൂറ്റിൽ നിന്ന് കാറ്റ് അനുകൂലമെങ്കിൽ മുപ്പത് ദിവസത്തെ യാത്രയുണ്ട്. 4000 യോദ്ധാക്കളെ സംഘടിപ്പിക്കാൻ രാജാവിന് കഴിയും. രാജാവിന്റെ അശ്വസേനയിൽ ആയിരം കുതിരകളും ആനപ്പടയിൽ മുന്നൂറ് ആനകളുമുണ്ട്. ഇവിടെ കൈത്തറിപ്പട്ടു (i) സുലഭമാണ്. ഒരു ഫ്രാസിലക്ക് എട്ട് ക്രൂസദോ അരക്ക്. ഒരു ഫ്രാസിലക്ക് പത്ത് ക്രൂസ ദോ.

സരമനൗസ് (j)

ക്രിസ്ത്യൻ രാജ്യം. ക്രിസ്തീയ രാജാവും. കലികൂറ്റിൽ നിന്ന് നല്ല കാറ്റുണ്ടെങ്കിൽ 50 ദിവസത്തെ യാത്ര. 20,000 യോദ്ധാക്കളെ സംഘടിപ്പിക്കാൻ ശേഷിയുള്ള ഇദ്ദേഹത്തിന്റെ കീഴിൽ 4000 പേർ അടങ്ങുന്ന കുതിരപ്പടയും നാനൂറ് ആനകളുള്ള ആനപ്പടയും ഉണ്ട്. ഇവിടെ ബെൻസോയിൻ പശ ഒരുപാടുണ്ട്. ഒരു ഫ്രാസിലോക്ക് മൂന്ന് ക്രൂസ ദോ. അകിൽ മരം ഒരു ഫ്രാസിലോക്ക് 25 ക്രൂസ ദോ.

തെൻകാർ (k)

ക്രിസ്ത്യൻ രാജ്യം. രാജാവും ക്രിസ്ത്യാനി. കലികൂറ്റിൽ നിന്ന് നാൽപ്പത് ദിവസത്തെ യാത്ര. പതിനായിരം യോദ്ധാക്കളെ സംഘടിപ്പിക്കാനുള്ള കഴിവുള്ള രാജാവിന് 500 പോരിന് തയാറായ ആനകളുമുണ്ട്.

ഇവിടെ ധാരാളം ബ്രസീൽ മരം (l) ഉണ്ട്. ഇതിൽ നിന്ന് ഇവിടുത്തുകാർ ചുവപ്പ് നിറം ഉണ്ടാക്കുന്നു. ഈ നിറം കെർമസ് കീടങ്ങളിൽ നിന്ന് കിട്ടുന്നതിനേക്കാൾ മേന്മയേറിയതാണ്.

ബംഗള (m)

ഒരുപാട് അറബികൾ; ക്രിസ്ത്യാനികൾ കുറവാണ്. രാജാവ് ക്രിസ്ത്യാനിയാണ്. 20,000 യോദ്ധാക്കളെയും ഒരുലക്ഷം കുതിരപ്പടയാളികളെയും സംഘടിപ്പിക്കാനുള്ള ശേഷിയുണ്ട്. ഇവിടെ പരുത്തി കൊണ്ടും പട്ടുകൊണ്ടുമുള്ള വസ്ത്രങ്ങൾ നെയ്യുന്നു. വെള്ളിയും ഉണ്ട്. കലെകൂറ്റിൽ നിന്ന് നാൽപ്പത് ദിവസത്തെ യാത്രയുണ്ട്.

മലൈക്വ (n)

ക്രിസ്ത്യൻ രാജ്യം. ക്രിസ്ത്യൻ രാജാവ്. നല്ല കാറ്റ് ഉണ്ടെങ്കിൽ കലെകൂറ്റിൽ നിന്ന് 40 ദിവസത്തെ യാത്ര. പതിനായിരം പടയാളികളെയും 1200 കുതിരകൾ അടക്കം സംഘടിപ്പിക്കാൻ ശേഷിയുണ്ട് രാജാവിന്. ഗ്രാമ്പൂ ഇവിടുന്നു വരുന്നു. ഒരു ബഹാറിന് ഒൻപത് ക്രൂസദോ ജാതിക്കയും ഉണ്ട്. അതെ വില തന്നെ. കളിമൺ പാത്രങ്ങൾ, പട്ട്, തകരം എന്നിവയും ഉണ്ട്. തകര നാണയങ്ങൾ പ്രചാരത്തിലുണ്ട്. പക്ഷേ ഇതിന് തൂക്കം കൂടുതലും വില കുറവും. മൂന്ന് ഫ്രാസിലക്ക് ഒരു ക്രൂസദോ. ചുവന്ന തൂവലുകൾ ഉള്ള വലിയ തത്തകൾ ഇവിടെ കണ്ടുവരുന്നു.

പെഗു (O)

ക്രിസ്ത്യൻ രാജ്യം. രാജാവും ക്രിസ്ത്യൻ. നാട്ടുകാർ നമ്മളെപ്പോലെ വെളുത്തവരാണ്. പതിനായിരം കുതിരകളും നാനൂറ് ആനകളും അടക്കം 20,000 ഭടന്മാരെ സംഘടിപ്പിക്കാൻ കഴിവുണ്ട്. ലോകത്തിന് വേണ്ട കസ്തൂരി മുഴുവൻ ഇവിടെ ഉൽപ്പാദിപ്പിക്കുന്നു.

വൻകരയിൽ നിന്ന് നാല് ദിവസത്തെ യാത്രയിൽ ഒരു ദ്വീപുണ്ട്. അത് ഈ രാജാവിന്റെതാണ്. ഈ ദ്വീപിൽ മാനുകളെ പോലുള്ള മൃഗങ്ങളുണ്ട്. അവയുടെ നാഭിഭാഗത്ത് കസ്തൂരി നിറച്ച സഞ്ചികൾ ഉണ്ട്. വർഷം തോറും ഒരു നിർദിഷ്ട സമയത്ത് ഈ മൃഗങ്ങൾ മരത്തിൽ ഉരസി, ഈ സഞ്ചികൾ വേർപെടുത്തുന്നു. നാട്ടുകാർ ഈ സഞ്ചി ശേഖരിക്കുന്നു. ഇത് വളരെ സുലഭമായതിനാൽ ഒരു ക്രൂസ ദോക്ക് നാല് വലിയ സഞ്ചികളോ പത്തോ പന്ത്രണ്ടോ കൊച്ച് സഞ്ചികളോ വാങ്ങാം. ഇത്രയും മതി ഒരു പേടകം നിറയ്ക്കാൻ. വകരയിൽ സ്വർണവും മാണിക്യകല്ലുകളും കണ്ടുവരുന്നു. ഇവിടെ പത്ത് ക്രൂസ ദോക്ക് കിട്ടുന്നത്ര സ്വർണത്തിന് കലെകൂറ്റിൽ 25 ക്രൂസ ദോയാണ് വില. അരക്ക്, ബെൻസോയിൻ പശ (വെളുത്തതും കറുത്തതും) ഇവിടെ ലഭ്യമാണ്. ഒരു ഫ്രാസില

വെളുത്ത ബെൻസോയിന് മൂന്ന് ക്രൂസ ദോയും കറുത്ത ബെൻസോയിന് ഒന്നര ക്രൂസ ദോയുമാണ് വില. ഇവിടെ പത്ത് ക്രൂസ ദോക്ക് കിട്ടുന്നത്ര വെള്ളിക്ക് കാലെകൂറ്റിൽ പതിനഞ്ച് ക്രൂസദോയാണ് വില. കലെകൂറ്റിൽ നിന്ന് മുപ്പത് ദിവസത്തെ യാത്ര കാറ്റ് അനുകൂലമാണെങ്കിൽ.

ബംഗാല (p)

അറബി രാജാവ്. ക്രിസ്ത്യാനികളും അറബികളും നിവസിക്കുന്നു. കലെക്കൂറ്റിൽ നിന്ന് 35 ദിവസത്തെ യാത്രയുണ്ട്. പതിനായിരം കുതിരകളും ബാക്കി കാലാൾപ്പടയും അടങ്ങുന്ന ... പേരുള്ള സൈന്യത്തെ സംഘടിപ്പിക്കാൻ കഴിയും. .... യുദ്ധ സന്നദ്ധരായ ആനകളും ഉണ്ട്. ഇവിടെ മുന്തിയ തരം തുണികളും ചോളവും ലഭ്യമാണ്. ഇവിടെ പത്ത് ക്രൂസ ദോക്ക് കിട്ടുന്നത്ര തുണിക്ക് കലെകൂറ്റിൽ 40 ക്രൂസ ദോ വില വരും. വെള്ളിയും ഉണ്ടിവിടെ.

കൊണിമത (q)

ക്രിസ്ത്യൻ രാജാവ്. നിവാസികളും ക്രിസ്ത്യാനികൾ. കലെകൂറ്റിൽ നിന്ന് നല്ല കട്ട് ഉണ്ടെങ്കിൽ 50 ദിവസത്തെ യാത്രയുണ്ട്. ആറായിരത്തോളം ഭടന്മാരെ സംഘടിപ്പിക്കാൻ കഴിയും. അദ്ദേഹത്തിന്റെ പക്കൽ ആയിരം പോരാനകളും ഉണ്ട്. ഇവിടെ ഒട്ടനവധി ബ്രസീൽ മരങ്ങളും ഇന്ദ്രനീലവും ഉണ്ട്.

പട്ടെൻ (r)

ക്രിസ്ത്യാനികളുടെ നാട്. രാജാവും ക്രിസ്ത്യാനി. ഒരൊറ്റ അറബിയും ഇല്ല. നാലായിരം കാലാൾ പടയും നൂറ് പോരാനകളും സംഘടിപ്പിക്കാൻ കഴിവുണ്ട് രാജാവിന്. ഇവിടെ രുബർബ് കാണപ്പെടുന്നു. ഒരു ഫ്രാസിലക്ക് ഒൻപത് ക്രൂസ ദോ. ഒരുപാട് ആർക്കും മാണിക്യകല്ലുകളും. അരക്കിന് ഒരു ബഹാരിന് നാല് ക്രൂസ ദോ. കലെകൂറ്റിൽ നിന്ന് 50 ദിവസത്തെ യാത്ര.

(a) ഇത് അഞ്ചു ദ്വീപിൽ നിന്ന് പിടികൂടിയ അറബിയാണ്. മാമോദീസ മുക്കി. പിന്നീട് ഗാസ്പർ ദ ഗാമ എന്നറിയപ്പെട്ടു.

(b) കലെകൂറ്റിലെ ഒരു ഫ്രാസില — 10.4 കി ഗ്രാം
ഒരു ക്രൂസ ദോ — 50 ഫാനൊസ്, 9s 8d (1555ലെ വില)
ഒരു ഫാനൊസ് — 25.7 റീസ്

(c) ബകാശില ഇത് അറബിക്കിലെ ബെസോവർ ആവാനാണ് സാധ്യത. അങ്ങനെയെങ്കിൽ മലയാളത്തിൽ ഗോരോചനം. വില

ഇപ്പോഴും സമതൂക്കം വെള്ളി തന്നെ. കൊച്ചി രാജാവ് വാസ്കോ ഡ ഗാമയ്ക്ക് നൽകിയ സമ്മാനങ്ങളിൽ കഴഞ്ചിനോളം പോന്ന ഒരു കല്ലും ഉണ്ടായിരുന്നതായി ഡോം മാമ്വൽ രാജാവ് ക്വാസ്റ്റീലിയൻ രാജാവിന് എഴുതിയ കത്തിൽ കാണുന്നു. ബർഗഡോൾഫ് എന്ന അപൂർവ മൃഗത്തിന്റെ മൂർധാവിൽ നിന്ന് കിട്ടുന്ന ഈ കല്ല് എല്ലാത്തരം വിഷങ്ങൾക്കുമുള്ള ഒറ്റമൂലിയത്രെ. അറബിക്കിൽ ബെസോവർ എന്നാൽ മറുമരുന്ന്.

(d) പിന്നീട് ക്വയിലോൺ കൊല്ലം. മാർക്കോ പോളോ കൊയിലം എന്നും ഫ്രയർ ജോർഡാനസ് (1330) കൊളുംബും എന്നു സൂചിപ്പിച്ച ഇടം.

(e) കായൽപ്പട്ടണം. മുത്തുകൾക്ക് പ്രസിദ്ധം.

(f) കൊറമാണ്ഡൽ തീരം.

(g) സിലോൺ. ഇന്നത്തെ ശ്രീലങ്ക. മുന്തിയ തരം ഇന്ദ്രനീലം ഇവിടെ കിട്ടുന്നു. പക്ഷേ മാണിക്യക്കല്ലുകൾ പെഗുവിൽ കിട്ടുന്നത്ര മെച്ചപ്പെട്ടതല്ല.

(h) സുമാത്ര.

(i) ബോംബക്സ് മലബാറിക്കം എന്ന പരുത്തിപ്പട്ടാണിത്.

(j) സയാം തലസ്ഥാനമായ അയുത്ത്യയുടെ പഴയ പേര് സൊർണാവു (Xarnau)

(k) തണിന്തരായി, ബ്രിട്ടീഷ് ഭരണകാലത്തെ ടെന്നാസെറിം മ്യാൻമറിന്റെ തെക്കേ അറ്റത്ത് തായ്‌ലന്റിന് പടിഞ്ഞാറായി കടൽത്തീരത്തുള്ള പട്ടണം. പഴയ കാലത്ത് സയാമിൽ നിന്നുള്ള ചരക്കുകളുടെ പ്രധാന വിപണി.

(l) ബ്രസീൽ മരത്തെപ്പറ്റി യൂറോപ്പുകാർ അറിഞ്ഞത് പതിനാലാം നൂറ്റാണ്ടിന്റെ തുടക്കത്തിൽ. ഏറ്റവും അസാധാരണമായ ഈ മരം സയാമിൽ സപാൻ എന്നറിയപ്പെടുന്നു.

(m) ബംഗാളു തന്നെ. അന്ന് തലസ്ഥാനം ചട്ടഗ്രാം.

(n) മലെക്വ. ഇവിടെ ഒരു ഫ്രാസില 10.5 കിലോ. ഒരു ബഹാറ് 210.22 കിലോ. ഒരു വെള്ളി ക്രൂസദോ 360 റീസിന് തുല്യം.

(o) പെഗു. ബർമയുടെ ഭാഗം. അമുർ നദിക്കും ഇന്ത്യക്കും ചൈനക്കും ഇടയിലുള്ള മലകളിൽ കാണപ്പെടുന്ന മൃഗങ്ങൾ കസ്തൂരിമാൻ. ആ മാനുകളുടെ നാഭിക്കും ജനനേന്ദ്രിയത്തിനും ഇടയിലായുള്ള കൊച്ചു സഞ്ചിയിൽ 50 ഗ്രാമോളം കസ്തൂരി കിട്ടും.

(p) വസ്തുതകൾക്ക് വ്യത്യാസമുണ്ടെങ്കിലും ബംഗാൾ തന്നെ.

(q) സുമാത്രയുടെ വടക്ക് മറ്റൊരു ഭാഗം.

(r) പെദീർ സുമാത്രയുടെ വടക്കുള്ള കൊച്ചു രാജ്യം. പക്ഷേ നിവാസികളിൽ നല്ലൊരു ഭാഗം മുഹമ്മദീയരാണ്.

അലക്സാൻഡ്രിയയിലെ വിലനിലവാരം

	1498	1498	1898	2011		
			per lb	per lb	per lb	
		£	s.	£	s.	£
	Crusado	d		d		
				2		1
ഒരു കിന്റൽ കറുവാപ്പട്ട	35	5		8	3.06	
ഗ്രാമ്പൂ	20	11		6	2.6	
			1			
കുരുമുളക്	15	5		7.5	2.2	
ഇഞ്ചി		2				
	21	0		10	1.4	
			1		2	
ജാതിക്ക	16	7		6	5.8	
			2		8	
അരക്ക്	25	5			0	
			1			
ബ്രസീൽ മരം	10	0				
			5		8	
ഒരു റാത്തൽ (പൗണ്ട്) റുബാബ്	12	16		9	1.2	
		50	5			
ഒരു മിട്കൾ കസ്തൂരി	1	4		117		
			19			
ഒരു റാത്തൽ അകിൽ മരം	2	4				
			9			
ബെൻസോയിൻ	1	8				
ഒരു കിന്റൽ സാംബ്രാണി	2		2.5			

ആനകളെപ്പറ്റി

ആനകൾ ഇവിടെ എങ്ങനെ യുദ്ധം ചെയ്യുന്നു?

ഇവിടുത്തുകാർ മരംകൊണ്ട് നാലുപേർക്ക് ഇരിക്കാവുന്ന ഒരു കൊച്ചു കൂടാരം പണിയുന്നു. ആളുകളെയും ഇരുത്തി ഈ കൂടാരം ആനപ്പുറത്ത് കയറ്റുന്നു.. ആനയുടെ ഓരോ കൊമ്പിലും അഞ്ചു വാളുകൾ

വീതം കെട്ടിയുറപ്പിക്കുന്നു. അതായത് ആകെ പത്ത് വാളുകൾ. ഇത് ആനയെ ഏറെ ശക്തനാക്കുന്നു. കൂടാരത്തിലിരിക്കുന്നവർ എന്ത് കൽപ്പിച്ചാലും ആന അനുസരിക്കുന്നു. ഉദാഹരണത്തിന് അത് ചെയ്യ്, ഇത് ചെയ്യ്, അവനെ കൊല്ലു എന്ന് എന്ത് കൽപ്പിച്ചാലും ബുദ്ധിയുള്ളവനെപ്പോലെ ആന അതേപടി ചെയ്യുന്നു.

കാട്ടിലെ ആനപിടുത്തം

കാട്ടാനയെ പിടിക്കാൻ മെരുക്കിയെടുത്ത പിടിയാന ആവശ്യമാണ്. കാട്ടിൽ കാട്ടാനകൾ കാണാൻ സാധ്യതയുള്ളിടത്ത് ഒരു വലിയ കുഴി കുഴിച്ച് അത് ചില്ലകൾ കൊണ്ട് മൂടുന്നു. പിടിയാനയോട് ഇപ്രകാരം പറയുന്നു "പോ കാട്ടാനയെ കണ്ടാൽ സൂത്രത്തിൽ ഈ കുഴിയിൽ വീഴത്തക്ക വണ്ണം കൂട്ടിക്കൊണ്ടു വരൂ. നീ വീഴാതിരിക്കാൻ ശ്രദ്ധിക്കണം" പിടിയാന അതേപടി ചെയ്യുന്നു. കാട്ടാനയെ കാണുമ്പോൾ അനുനയിച്ച് കുഴിയിൽ വീഴ്ത്തുന്നു. ആഴമേറെയുള്ള ഈ കുഴിയിൽ നിന്ന് പരസഹായം കൂടാതെ കാട്ടാനക്ക് രക്ഷപ്പെടാനാവില്ല.

കുഴിയിൽ നിന്നെടുക്കുന്നതും മെരുക്കുന്നതും

കുഴിയിൽ വീണ ആനയ്ക്ക് നാലഞ്ചു ദിവസത്തേക്ക് ഭക്ഷണം ഒന്നും കൊടുക്കില്ല. പിന്നീട് ഒരാൾ ഒരൽപ്പം ഭക്ഷണം കൊടുക്കുന്നു. അതേ ആൾ തന്നെ ദിവസേന ഭക്ഷണത്തിന്റെ അളവ് കൂട്ടുന്നു. അവസാനം സ്വയം ഭക്ഷിക്കാൻ കഴിയുന്നതുവരെ. ഏകദേശം ഒരുമാസത്തോളം ഈ രീതി തുടരുന്നു. ഇതിനകം ഭക്ഷണം കൊണ്ടുവരുന്നയാളുമായി ആന ഇണങ്ങുന്നു. അയാൾ പിന്നെ പതുക്കെ കുഴിയിലിറങ്ങുന്നു. ഇതും ഒരുപാട് ദിവസം തുടരുന്നു. ആനക്കൊമ്പിൽ തൊടാൻ അനുവദിക്കുന്നതുവരെ ഇത് തുടരുന്നു. പിന്നീട് ഒരു ദിവസം അയാൾ കുഴിയിൽ ഇറങ്ങി ആനയുടെ കാലുകളിൽ വലിയ ഇരുമ്പു ചങ്ങലകൾ ഉറപ്പിക്കുന്നു. ഈ അവസ്ഥയിൽ ആനയെ പല പ്രകാരത്തിലും പരിശീലിപ്പിക്കുന്നു. സംസാരം ഒന്നൊഴിച്ച് ആന മറ്റെല്ലാം പഠിക്കുന്നു. ഈ ആനകളെ കുതിരാലയം പോലുള്ള തൊഴുത്തുകളിൽ കെട്ടുന്നു. ഒരാനയ്ക്ക് 2000 ക്രുസ ദോയാണ് വില.

(1898–ൽ 966 ഇംഗ്ലീഷ് പൗണ്ട്).

ഗാമയുടെ സാഹസിക സമുദ്രയാത്രയിൽ നാല് കപ്പലുകൾ പങ്കെടുത്തു എന്ന കാര്യം എല്ലാ ചരിത്ര ഗവേഷകരും സമ്മതിക്കുന്നു. *റോട്ടേറോയുടെ* രചയിതാവ്, ജോൺ ബാരോസ് ലോപസ് കാസ്ടനെഡ, പെട്രോ ബരെടോ ദെ രേസണ്ഡേ, മനു എൽഫറിയ സൂസ എന്നിവരുടെ ഏകകണ്ഠമായ അഭിപ്രായം ഇപ്രകാരമാണ്. അത് സ്വീകരിക്കുന്നതിൽ ഒട്ടും തെറ്റില്ലെന്ന് തോന്നുന്നു.

സ. ഗബ്രിയേൽ (കൊടിക്കപ്പൽ)

വാസ്കോ ഡ ഗാമ, ക്യാപ്റ്റൻ മേജർ പിഎരോ ദാലെൻകേർ, പൈലറ്റ് ഗോൺസാലോ അലവരെസ് മാസ്റ്റർ; ദിഗോ ഡയസ് ക്ലാർക്ക്.

സ. റാഫേൽ

പൗലോ ഡ ഗാമ ക്യാപ്റ്റൻ ജോൺ ദെ കിമ്ബ്രെ പൈലറ്റ്, ജോൺ ദെ സ ക്ലാർക്ക്.

ബെറിയോ

നികൊലോ കൊയെൽഹോ ക്യാപ്റ്റൻ; പേരോ എസ്കാലർ, പൈലറ്റ്; അൽവാരോ ദെ ബ്രാഗ ക്ലാർക്ക്.

ചരക്കുകപ്പൽ

ഗോൺസാലോ നുനെസ് ക്യാപ്റ്റൻ.

കൊറിയയും ഈ വഴിക്കുറിപ്പുകളുടെ രചയിതാവും ബെറിയോയെ സെന്റ് മിഗ്വേൽ എന്നും വിളിക്കുന്നു. ബെറിയോ എന്ന് പരക്കെ അറിയപ്പെട്ടിരുന്ന കപ്പലിന്റെ പഴയ ഉടമയുടെ പേരാകാം. ബെറിയോ സെന്റ് മിഗ്വേൽ എന്ന പേര് പിന്നീട് ഇട്ടതാവാം.

ത്രികോണാകൃതിയിലുള്ള പായകൾ കെട്ടിയുണ്ടാക്കിയ ബെറിയോ അതിവേഗം സഞ്ചരിക്കാൻ കഴിവുള്ളതായിരുന്നു. പതിമൂന്നാം നൂറ്റാണ്ടു മുതൽ പതിനാറാം നൂറ്റാണ്ട് വരെ പോർത്തുഗൽ ഇത്തരം കപ്പലുകൾക്ക് വിശ്വവിഖ്യാതമായിരുന്നു. ബരിനെലുകൾ (തുഴകളോടു കൂടിയ പായക്കപ്പലുകൾ) കാലഹരണപ്പെട്ട ശേഷം ആഫ്രിക്കൻ തീരം പര്യവേക്ഷണം ചെയ്യാൻ ഈ തരം കപ്പലുകളാണ് ഉപയോഗപ്പെടുത്തപ്പെട്ടത്. ഇവയ്ക്ക് പക്ഷേ ഇരുന്നൂറ് ടണ്ണിലധികം ഭാരം വഹിക്കാൻ കഴിവില്ലായിരുന്നു. രണ്ടോ മൂന്നോ പാമരങ്ങൾ (വളരെ ചുരുക്കം ചില സന്ദർഭങ്ങളിൽ നാല്) ഉണ്ടായിരുന്നു. 50 ടൺ മാത്രമുള്ള കൊച്ചു ബെറിയോ ഈ പര്യവേക്ഷണ യാത്രയ്ക്ക് പ്രത്യേകമായി അതേ പേരുള്ള ഉടമസ്ഥനിൽ നിന്ന് വിലയ്ക്ക് വാങ്ങിയതായിരുന്നു.

ചരക്കുകപ്പൽ താരതമ്യേന വലുതായിരുന്നു. സെർനിഗി 110 ടൺ എന്നും കാസ്ടനെഡ 200 ടൺ എന്നും വ്യത്യസ്താഭിപ്രായങ്ങൾ പറയുന്നു. അത് ഒരുപക്ഷേ കാരവേല രേടോണ്ട ആവാൻ വഴിയുണ്ട്. അതായത് മുഖ്യ മുൻപാമരങ്ങളിൽ സമചതുര പായകളും അണിയത്തും അമരത്തുമുള്ള പാമരങ്ങളിൽ ത്രികോണാകൃതിയിലുള്ള പായകളും. ലിസ്ബണിലെ കപ്പലുടമയായ അയഴ്സ് കൊറിയയിൽ നിന്നാണ് ഇത് വാങ്ങിയത്.

സെന്റ് ഗബ്രിയേലും സെന്റ് രഫേലും ഈ സമുദ്ര യാത്രക്കായി പ്രത്യേകം നിർമിക്കപ്പെട്ടവയായിരുന്നു. നിർമാണത്തിന് മേൽനോട്ടം വഹിച്ചതോ ബർത്തലോമിയോ ഡയസും. തന്റെ അനേക തവണ സഞ്ചരിച്ചു വിജയം നേടിയ കാരവേലിന്റെ ഡിസൈൻ അദ്ദേഹം നിരാകരിച്ചു. ത്രികോണ പായ്കൾക്ക് പകരം സമചതുര പായകൾ. അധിക ഭാരവഹന ശേഷിയുള്ളതെങ്കിലും മന്ദഗാമിനി കാറ്റിന് അഭിമുഖമായി പോകാൻ ബുദ്ധിമുട്ടുള്ളതെങ്കിലും സുരക്ഷിതം. നാവികർക്ക് കൂടുതൽ സുഖവും സൗകര്യവും പ്രദാനം ചെയ്യുന്ന ഈ ഡിസൈൻ ആണ് ഡയസ് സ്വീകരിച്ചത്. ആഴം കുറഞ്ഞ കടലുകൾ തരണം ചെയ്യാനുള്ള ക്ഷമത ഇവയ്ക്കുണ്ടായിരിക്കണമെന്ന് ഡയസിന് നിർബന്ധമായിരുന്നു. ഇതിനുവേണ്ടിയുള്ള മരങ്ങൾ ജോൺ രാജാവിന്റെ വാഴ്ചയുടെ അവസാന വർഷങ്ങളിൽ തന്നെ ലെയിരയിലെയും അൽകാസിരിലെയും രാജവനങ്ങളിൽ നിന്ന് മുറിച്ചെടുത്തു കഴിഞ്ഞിരുന്നു.

കപ്പലുകൾ തയാറായ ശേഷം അവ വേണ്ടവിധത്തിൽ സജ്ജീകരിക്കാൻ രാജാവ് ഫെർണോ ലോരെൻസോയെ ചുമതലപ്പെടുത്തി. ലോറെൻസോ മിനെയിലെ അഗെന്റും അക്കാലത്തെ വളരെ വലിയ പ്രമാണിമാരിൽ ഒരാളും ആയിരുന്നു.

ഈ കപ്പലുകളുടെ വിവരങ്ങളോ ചിത്രങ്ങളോ ലഭ്യമല്ല. പക്ഷേ 1549–50 ൽ ഇന്ത്യയിലെ ഗവർണറായിരുന്ന ജോൺ ദെ കബ്രാളിന്റെ നിർദേശപ്രകാരം ആലേഖനം ചെയ്യപ്പെട്ട ഈ ചിത്രത്തിലെ കപ്പലിനോട് സാദൃശ്യമുണ്ടാവാൻ സാധ്യതയുണ്ട്. ഈ ചിത്രം പിന്നീട് ജോൺ ദെ കാസ്ട്രോയുടെ സ്വകാര്യ സ്വത്തായി. 1558 ലെ ഏതോ ഒരു കയ്യെഴുത്തുപ്രതിയിൽ കണ്ട ഈ ചിത്രത്തിന്റെ ഒരു കോപ്പി വിസ്കോന്റെ ദെ ജുരോമെന്ഹ പിന്നീട് പ്രസിദ്ധപ്പെടുത്തുകയുണ്ടായി. ഡബ്ല്യു എസ് ലിൺട്സെയുടെ *ഹിസ്റ്ററി ഓഫ് മെർച്ചന്റ് ഷിപ്പിങ്* എന്ന പുസ്തകത്തിലെ ചിത്രത്തിൽ കപ്പലിലെ കൊടിക്കൂറയിൽ രാജചിഹ്നമല്ല, ക്രൈസ്തവ സഭയുടെ ചിഹ്നമാണുള്ളത്. അതുകൊണ്ട് ഇത് കൊടിക്കപ്പൽ ആവാൻ ഇടയില്ല. എന്തുതന്നെയായാലും ജുരോമെന്ഹ പ്രസിദ്ധീകരിച്ച കാബ്രാലിന്റെ ചിത്രങ്ങളേക്കാൾ വിശ്വസനീയമാവാൻ തരമില്ല.

കപ്പലുകളുടെ കേവുഭാരത്തെ (ഭാരവാഹനശക്തി) ചൊല്ലിയും വിമതാഭിപ്രായങ്ങളുണ്ട്. മൂന്ന് കപ്പലുകൾക്കും 90 ടൺ എന്ന സെർനിഗി പറയുന്നതിനെ ഭാഗികമായി പിന്താങ്ങുന്ന പോലെ കപ്പലുകൾക്കെല്ലാം ഒരേ വലിപ്പവും ഘടനയുമെന്ന് കൊറിയ പ്രസ്താവിക്കുന്നു. പചെകോ പെരേരയുടെ അഭിപ്രായത്തിൽ ഏറ്റവും വലുതിന് കൂടിയാൽ 100 ടൺ കാണും. ബറോസ് 100–120 ടണ്ണിനു ഇടയ്ക്കെന്നും കാസ്ടനെഡ കൊടിക്കപ്പലിന് 120 എന്നും സ.രഫെലിന് 100 എന്നും.

യൂറോപ്യൻ തുറമുഖത്ത് നിന്ന് പുറപ്പെട്ട് ആദ്യമായി ഇന്ത്യയിലെത്തിയ കപ്പലുകൾ താരതമ്യേന ഇത്രയും ചെറുതോ? ഇതിനെപ്പറ്റി ആധി

കാരികമായ പ്രസ്താവനകൾ ഉണ്ടെങ്കിലും ഇന്നത്തെ കണക്ക് വച്ച് നോക്കുമ്പോൾ ഈ കപ്പലുകൾ വാസ്തവത്തിൽ വളരെ വലുതായിരിക്കാനാണ് ഇട. പെഡ്രോ രേസേണ്ടയുടെ അനുമാനം. നൂറിനും 320 ടണ്ണിനും ഇടയ്ക്ക് എന്നാണ്. ഇതിനേക്കാളും കൂടുതലെന്ന് ലിണ്ട്സി. സ.ഗബ്രിയെലിന് ... ടൺ ഭാരം വരുന്ന 400 പൈപ്പുകൾ വഹിക്കാനുള്ള ക്ഷമത. അതായത് 250–300 ടൺ പരിമാണം. സർ ഇ പിന്റോ ബസ്റോസും ഇതേ അഭിപ്രായക്കാരൻ ആണെന്ന് അദ്ദേഹം അഭിപ്രായപ്പെടുന്നു.

നമ്മൾ ഒരു കാര്യം അവശ്യം ശ്രദ്ധിക്കേണ്ടതുണ്ട്. പതിനഞ്ചാം നൂറ്റാണ്ടിലെ ടൺ ഇന്നത്തെ പത്തൊമ്പതാം നൂറ്റാണ്ടിലെ ടണ്ണിനേക്കാൾ വലുതായിരുന്നു. മാത്രമല്ല ഈയിടെ പോർച്ചുഗീസ് നാവിക സേനയിലെ രണ്ട് വിശിഷ്ട ഉദ്യോഗസ്ഥർ ജോൺ ബ്രാസ് ലെ ഒളിവേരയും ബാല്ടാക് ദെ സിൽവയും വാസ്കോ ഡി ഗാമയുടെ കൊടിക്കപ്പൽ പുനർനിർമിക്കാൻ ശ്രമിക്കുകയുണ്ടായി. പതിനഞ്ചാം നൂറ്റാണ്ടിൽ നിലവിലിരുന്ന കപ്പലുകളുടെ മാതൃകയിൽ ചരിത്രത്തിന്റെ പഴയ താളുകളിൽ നിന്ന് വളരെ ചുരുങ്ങിയതെങ്കിലും കിട്ടാവുന്നിടത്തോളം വിവരങ്ങൾ സമാഹിച്ച് അവർ ഈ ഉദ്യമത്തിന് തയാറെടുത്തു. കപ്പൽ നിർമാണത്തെ കുറിച്ചുള്ള ഫെർണാണ്ടോ ഒളിവേരയുടെ കയ്യെഴുത്തുപ്രതി (എ ബുക്ക് ഓൺ ദി കൺസ്ട്രക്ഷൻ ഓഫ് ഷിപ്പ്സ്) അവർക്ക് ഏറെ സഹായകമായി. ക്യാപ്റ്റൻ ലോപെസ് ദെ മെണ്ടോസ ഈ കയ്യെഴുത്തുപ്രതി പ്രസിദ്ധീകരിക്കാൻ ഉദ്ദേശിക്കുന്നതായി അറിയുന്നു.

ഈ രണ്ട് നാവിക ഉദ്യോഗസ്ഥരും നിർമിച്ച കപ്പലുകൾ പല കാര്യങ്ങളിലും വളരെ വ്യത്യസ്തമാണ്. പ്രത്യേകിച്ചും കപ്പലിന്റെ ആകെയുള്ള നീളവും തുലാതണ്ടിന്റെ വീതിയും തമ്മിലുള്ള അനുപാതത്തിൽ. ക്യാപ്റ്റൻ ദെ സിൽവയുടെ കപ്പലിൽ നീളത്തിന്റെ മൂന്നിലൊന്നും ഒളിവേരയുടെ കപ്പലിൽ അഞ്ചിലൊന്നും. ആദ്യത്തേത് അന്നത്തെ കപ്പലുകളെപ്പോലെ വീതിയുള്ളതും, രണ്ടാമത്തേത് ഇന്നത്തെ കപ്പലുകളെപ്പോലെ നീണ്ടുമെലിഞ്ഞതും. ആദ്യകാലങ്ങളിൽ കപ്പലിന്റെ നീളം വീതിയുടെ നാലിരട്ടിയിൽ കൂടുതലാവരുതെന്ന ധാരണ ഉണ്ടായിരുന്നു എന്ന കാര്യം ഓർമിക്കേണ്ടതുണ്ട്.

ദെ സിൽവയുടെ 'കപ്പലിന്റെ മാതൃക'യും അതിന്റെ പടവും ലഭ്യമാണ്. പടം അപ്പെന്ദിക്ഷിന്റെ ആദി പേജിൽ ചേർത്തിട്ടുണ്ട്.

കപ്പലിന്റെ അളവുകൾ ഇപ്രകാരമാണ്.

ആകെ നീളം	84.1 ഫീറ്റ്
വാറെർലൈൻ (ഭാരത്തോടെ)	64
കീൽ (അടിമരം)	56.7
തുലാതണ്ട് (വീതി)	27.9

ഡെപ്ത് (ആഴം)		17.1
ട്രോട്ട് (കപ്പൽ വെള്ളത്തിൽ താഴുന്ന ആഴം അമരത്ത്)		7.5
Metacentric height above Waterline (ഭാരത്തോടെ)		7.4
ദിസ്പ്ലസിമെന്റ്		178 ടൺ
ടോണേജ്	4.130	103 ടൺ

ക്യാപ്റ്റൻ ദെ സ്ലിവയുമായുള്ള സ്വകാര്യ കത്തിടപാടുകളിൽ നിന്നാണ് ഇത്രയും വിവരങ്ങൾ കിട്ടിയത്. പക്ഷേ Builders old measurement പ്രകാരം വീണ്ടും കണക്കുകൂട്ടിയാൽ 40cft വീതമുള്ള 230 ടൺ എന്ന് കാണുന്നു. വെനീസിൽ പതിനഞ്ചാം നൂറ്റാണ്ടിൽ നിലവിലിരുന്ന അളകളനുസരിച്ച് ഇത് 28 ഗാലൻ വീതമുള്ള 896 കുപ്പികളും അതായത് 250 ടാനലടെ.

കപ്പലിന്റെ അടിഭാഗം പരന്നതായിരുന്നു. സമചതുരാകൃതിയിലുള്ള അമരത്ത് രക്ഷിതാവായ പുണ്യവാളന്റെ രൂപം ഉണ്ടായിരുന്നു. കാറ്റിൽ ഉരുളിച്ച നിയന്ത്രിക്കാൻ ഇരുവശങ്ങളിലും വയലുകൾ ഉണ്ടായിരുന്നു. മുമ്പിലും പുറകിലും സൗധങ്ങളും അവയ്ക്കിടയിൽ താഴ്ചയുടെ ഇടനിലവും. ഈ സൗധങ്ങളിലെ പടികളിൽ നിന്നുകൊണ്ട് യാത്രക്കാർ എല്ലാം കയറിയ ശേഷം കപ്പലിലെ ജോലിക്കാർക്ക് അവസാന നിരീക്ഷണം നടത്താൻ കഴിയുമായിരുന്നു.

ക്വരെർ ടെക്കിന് മുകളിലുള്ള മുറികളിലായിരുന്നു ക്യാപ്റ്റന്റെ താമസം. അതിന് താഴെയുള്ള മുറികളിലും മുൻവശത്തെ സൗധങ്ങളിലും മറ്റ് ഉയർന്ന ഉദ്യോഗസ്ഥരും രണ്ട് സൗധങ്ങളുടെയും ഇടയ്ക്കുള്ള സ്ഥലത്ത് സാധാരണ ജോലിക്കാരും. അവരുടേതായ പൂട്ടാവുന്ന പെട്ടികളും മുഖ്യ തട്ടിൽ നിന്ന് രണ്ട് സൗധങ്ങളുടെയും യുദ്ധത്തട്ടുകളിലേക്ക് പോകാൻ കോണികളുമുണ്ടായിരുന്നു. യാത്രക്കാരുടെ രക്ഷയ്ക്കായി യുദ്ധത്തട്ടുകളെ വലകൾ കൊണ്ട് വേർതിരിച്ചിരുന്നു. ചുക്കന്റെ തുഴ ക്യാപ്റ്റന്റെ മുറികൾക്ക് പുറകിലായുള്ള പീരങ്കി നിരകൾക്കടുത്തായിരുന്നു. വടക്കുനോക്കിയന്ത്രവും അവിടെത്തന്നെ. ആകെ 20 പീരങ്കികൾ. ക്വരെർ ടെക്കിൽ പച്ചിരുമ്പ് കൊണ്ടുള്ള കുഴലുകളോടു കൂടിയ എട്ടു പീരങ്കികളും മുകളിലത്തെ തട്ടിലും മുൻവശത്തെ തട്ടിലും .... കുന്തങ്ങളും വാളുകളും കൈമഴുവും അമ്പും വില്ലുമല്ലാതെ ...... ഇല്ലായിരുന്നു. ചില ഉയർന്ന ഉദ്യോഗസ്ഥർക്ക് സ്ടീലുകൊണ്ടുള്ള പടച്ചട്ടയുണ്ടായിരുന്നെങ്കിലും സാധാരണക്കാർക്ക് തോൽ വസ്ത്രങ്ങളും മരച്ചട്ടകളും കൊണ്ട് തൃപ്തിപ്പെടേണ്ടിവന്നു.

കപ്പലിന്റെ നടുക്ക് ഒരു നീണ്ട തോണിയും കൂടാതെ നാലോ ആറോ തുഴകളുള്ള കൊച്ചു തോണിയും ഉണ്ടായിരുന്നു. മൂന്ന് പാമരങ്ങളും ഒരു അമരക്കൊടിയും. അടിത്തട്ടിൽ നിന്ന് 110 അടി ഉയരമുള്ള പ്രധാന പാമാരത്തിന് മുകളിലായിരുന്നു രാജപതാക. അതിന് താഴെ അടിത്തട്ടിൽ നിന്ന്

70 അടി ഉയരത്തിലുള്ള കിളിക്കൂടിൽ നിന്ന് ക്യാപ്റ്റന്റെ രക്തവർണ പതാകയും. മുൻപാമരത്തിലും അത്തരം ഒരു കിളിക്കൂട് ഉണ്ടായിരുന്നു. ഈ കിളിക്കൂടുകൾ ആവശ്യം വന്നാൽ യോദ്ധാക്കൾക്ക് നിലയുറപ്പിച്ച് ശത്രുവിന് നേരെ കുന്തങ്ങളും വെടിമരുന്നുണ്ടകളും എറിയാനുള്ള സ്ഥലങ്ങളും ആയിരുന്നു. ഏറ്റവും താഴത്തെ പേ ത്രികോണാകൃതിയിലും മറ്റെല്ലാം സമചതുരാകൃതിയിലും. വിടർത്തിയിട്ടാൽ 4000 ചതുരശ്ര അടി കാൻവാസു തുണി, ഓരോ പായിലും ക്രൈസ്തവ സഭയുടെ കുരിശുരൂപം. മരത്തടികളിൽ ഉറപ്പിച്ച ഇരുമ്പ് കൊണ്ടുള്ള രണ്ട് അങ്കൂരങ്ങൾക്കും ചങ്ങലകൾ, വലയ്ക്കാൻ സൗകര്യത്തിനായി വലയങ്ങൾ ഉണ്ടായിരുന്നു.

കപ്പലിന്റെ താഴത്തെ നില സ്ഥലം മൂന്നായി വിഭജിച്ചിരുന്നു. മധ്യഭാഗത്ത് വെള്ളം നിറച്ച വീപ്പകളും അവയ്ക്ക് മുകളിൽ വടങ്ങളും ഒന്നാമത്തെ മുറിയിൽ ..... നങ്കൂരം തുടങ്ങിയ അവശ്യസാധനങ്ങളും പിന്നിലത്തെ ഭാഗത്ത് എല്ലാ യുദ്ധസാമഗ്രികളും അടിത്തട്ടിലെ സ്ഥലവും മൂന്നായി വിഭജിച്ചിരുന്നു. അതിൽ രണ്ടെണ്ണത്തിൽ നിത്യോപയോഗത്തിനുള്ള ആഹാരസാമഗ്രികളും പലചരക്കുകളും കൈമാറ്റക്കച്ചവടത്തിനുള്ള ചരക്കുകളും. പിന്നെ കാഴ്ച വെയ്ക്കാനും മറ്റുമായുള്ള സാമാനങ്ങളും. മൂന്ന് വർഷത്തേക്ക് ആവശ്യമായ പലവ്യഞ്ജനങ്ങളാണ് ഗാമ കൂടെക്കൊണ്ടുപോയത് എന്ന് കാസ്ടനെഡ പറയുന്നു. ഒരാളുടെ പ്രതിദിന ... ഒന്നര പൗണ്ട് ബിസ്കറ്റ്, ഒരു പൗണ്ട് കാളയിറച്ചി, അല്ലെങ്കിൽ അര പൗണ്ട് പന്നിയിറച്ചി, ഏകദേശം ഒന്നര ലിറ്റർ വെള്ളം, 750 മില്ലി വീഞ്ഞ്, 125 മില്ലി സർക്ക. അതിൽ പകുതി ഒലിവെണ്ണ. ഉപവാസ ദിവസങ്ങളിൽ മാംസത്തിന് പകരം അര പൗണ്ട് അരി, അര പൗണ്ട് മത്സ്യം, അല്ലെങ്കിൽ പാൽക്കട്ടി. ഇതിന് പുറമെ ഗോതമ്പുപൊടി, പരിപ്പുകൾ, മത്തി, ബദാം, ഉള്ളി, വെളുത്തുള്ളി, കടുക്, ഉപ്പ്, പഞ്ചസാര, തേൻ എന്നിവയും കലവറയിൽ കരുതിയിരുന്നു. മീൻ പിടിക്കാൻ കിട്ടിയ അവസരങ്ങൾ ഒന്നും തന്നെ ജീവിക്കാർ പാഴാക്കിയില്ല. തുറമുഖങ്ങളിൽ നിന്ന് അപ്പോൾ പറിച്ചെടുത്ത മധുരനാരങ്ങയടക്കം പഴങ്ങളും പച്ചക്കറികളും വാങ്ങി ശേഖരിച്ചു. സ്കർവി ബാധിതർക്ക് ഏറ്റവും വേണ്ടപ്പെട്ടതായിരുന്നു മധുരനാരങ്ങകൾ.

കപ്പലുകളിൽ കാര്യമായ കച്ചവടച്ചരക്കുകളോ കാഴ്ച വെയ്ക്കാനുതകുന്ന കൗതുക സാമഗ്രികളോ ഇല്ലായിരുന്നു. ഉള്ളതു തന്നെ സമ്പന്ന രാഷ്ട്രമായ ഇന്ത്യക്ക് ഒട്ടും ഉതകിയതല്ലായിരുന്നുതാനും. വരയൻ പരുത്തിത്തുണികൾ, പഞ്ചസാര, ഒളിവെണ്ണ, തേൻ, പവിഴമുത്തുകൾ ഇവയായിരുന്നു കച്ചവട വസ്തുക്കൾ എങ്കിൽ കാഴ്ചവസ്തുക്കളും സാമാനങ്ങളുമായി ഹസ്തക്ഷാലന താംബാലങ്ങൾ, ചുമന്ന മേലങ്കികൾ, പട്ട് കൊണ്ടുള്ള ഉടുപ്പുകൾ, കാലുറകൾ, തൊപ്പികൾ, അറബി തൊപ്പികൾ, സ്ഫടിക മുത്തുകൾ, കൊച്ച് ഉരുണ്ട മണികൾ, വെള്ളീയം കൊണ്ടുള്ള മോതിരങ്ങൾ, വളകൾ എന്നിവയും. പടിഞ്ഞാറൻ ആഫ്രിക്കൻ തീരത്തെ

ജനത ഇതിൽ സംതൃപ്തരായിരുന്നു. പക്ഷേ കലെകൂറ്റിലെ സമ്പന്ന രായ വ്യാപാരികൾക്കു ഇത് കണ്ട് പുച്ഛമാണ് തോന്നിയത്. ... രാജാവി ന്റെയും സെർനിഗിയുടെയും കത്തുകളിൽ നിന്ന് ഇത് വ്യക്തമാണ്.

പര്യവേക്ഷണത്തിന് ആവശ്യമായ യന്ത്രോപകരണങ്ങൾ അക്കാ ലത്ത് കിട്ടാവുന്നതിൽ ഏറ്റവും മികച്ചവയായിരിക്കണം. ബുദ്ധിമാനും പണ്ഡിതനുമായിരുന്ന ഡീഗോ ഓർതിസ് ടെ വിലെഗാസ് പല പ്രധാന പുസ്തകങ്ങളും രേഖകളും ഗാമക്ക് നൽകി. ഭൂപടങ്ങൾ, ടോളമിയുടെ ഭൂമിശാസ്ത്ര പുസ്തകങ്ങൾ, പേരോ ദെ കോവില, അബിസീനിയൻ പുരോഹിതൻ ലൂക്കാസ് മാർകോസ് എന്നിവരുടേതടക്കം. പൗരസ്ത്യ ദേശങ്ങളെപ്പറ്റി വർഷങ്ങളായി ലിസ്ബണിൽ സംഗ്രഹിച്ചു വെച്ചിരുന്ന വസ്തുതകളുടെ പകർപ്പ്,

ജ്യോതിശാസ്ത്രപരമായ ഉപകരണങ്ങൾ നൽകിയത് ജ്യോതി ശാസ്ത്രജ്ഞനായ സക്കൂറ്റ് ആയിരുന്നു. ഈ യഹൂദ പണ്ഡിതന്റെ കീഴിൽ വ്യോമ നിരീക്ഷകനായി പരിശീലനം നേടാനുള്ള സൗഭാഗ്യം ഗാമക്ക് കൈവന്നതായും പറയപ്പെടുന്നു. മരത്തിൽ തീർത്ത ഒരു വലിയ നക്ഷത്ര ദൂരമാപിനി, ലോഹത്തിൽ തീർത്ത ചെറിയ നക്ഷത്ര മാപിനികൾ, vrutthapaadangal (quadrant), സകൂറ്റിന്റെ പ്രശസ്ത ഗ്രന്ഥമായ (1473) *Foundations of the perpetual motion of the heavenly bodies* ഒരു കോപ്പി (ഇതിന്റെ പരിഭാഷ 1496 ൽ ലൈരയിൽ അച്ചടിച്ചിരുന്നു. ഇതിലെ പട്ടികകൾ സൂര്യനെ പ്രതി സ്ഥാനനിർണയം ചെയ്യാൻ നാവികരെ സഹാ യിച്ചു.

വേണ്ടത്ര വടക്കുനോക്കി യന്ത്രങ്ങൾ, നാഴികക്കോപ്പുകൾ .... കാറ്റിന്റെ ഗതി കണക്കാക്കാനും അതിനൊത്ത് നീങ്ങാനുമുള്ള ..., കപ്പൽ ഗതിയും ദിശയും നിയന്ത്രിക്കാനാവശ്യമായ രേഖാചിത്രങ്ങൾ (അവ സാനം പറഞ്ഞത് രണ്ട് ഇറ്റലിക്കാർ വർഷങ്ങളായി ഉപയോഗിച്ച് വന്ന തായിരുന്നു).

പയുർബക് 1460 ൽ കണ്ടുപിടിച്ച സൂര്യ ഘടികാരവും വടക്കുനോക്കി യന്ത്രവും ചേർന്ന ഒരു ഉപകരണവും ഗാമ കൂടെ കരുതിയിരിക്കാൻ ഇട യുണ്ട്. ഇത് താൻ സന്ദർശിക്കാൻ ഇടയുള്ള സ്ഥലങ്ങളിലെ വേലിയി റക്ക വേലിയേറ്റ സമയങ്ങളെ പറ്റിയുള്ള അറിവ് നൽകുന്നതിന് സഹാ യകമായിരുന്നു. കാബോ ദാസ്, അഗുൽഹാസ് (സൂചി മുനമ്പ് (Needle Cape) ഈ ഉപകരണം വഴി കണ്ടുപിടിച്ചത് ആവാനാണിട.

അവസാനമായി സ്തൂപങ്ങളുടെ കാര്യം. രാജാവിന്റെ പ്രത്യേക കൽപ്പന പ്രകാരം മൂന്ന് കരിങ്കൽ സ്തൂപങ്ങളാണ് ഉയർത്തപ്പെട്ടത്. സെന്റ് റാഫെൽ, സെന്റ് ഗബ്രിയേൽ, സന്റാ മാറിയ, ശുഭപ്രതീക്ഷ മുന മ്പിലും അതിനപ്പുറവുമുള്ള സ്ഥലങ്ങളിൽ പ്രതിഷ്ഠിക്കപ്പെട്ട സ്തൂപങ്ങ ളിൽ അഗ്രഭാഗത്ത് കുരിശും താഴെ രാജചിഹ്നങ്ങളും തീയതിയും vena-mannu മാന്വേൽ രാജാവ് നിർദേശിച്ചു.

കൊറിയയുടെ അഭിപ്രായം ഭിന്നമാണ്. മാർബിളിൽ തീർത്ത സ്തൂപത്തിന്റെ മുൻവശത്ത് പോർച്ചുഗൽ രാജാവിന്റെ കുലചിഹ്നം കൊത്തിയ പരിചയും പുറകിൽ ഒരു ഗോലമാണ്ടാലവും അതിന് താഴെ ക്രിസ്തീയ സാമ്രാജ്യമായ പോർത്തുഗലിന്റെ അധിപതി എന്നും രേഖപ്പെടുത്തിയിട്ടുള്ളതായി അദ്ദേഹം പറയുന്നു. മെലിഞ്ചെയിലെ സ്തൂപത്തിൽ ഈ രണ്ട് ചിഹ്നങ്ങളും ഉണ്ടായിരുന്നെങ്കിലും 'മൗഎൽ രാജാവ്' എന്ന് മാത്രമേ രേഖപ്പെടുത്തിയിട്ടുള്ളു. കൊറിയ ഈ സ്തൂപം കണ്ടിരിക്കാൻ ഇടയുണ്ട്. പക്ഷേ അദ്ദേഹത്തിന്റെ കൽപ്പനാശക്തി വിശേഷപ്പെട്ടതായിരുന്നു.

മാന്വേൽ രാജാവ് പിശുക്കനായിരുന്നുവെന്ന് ചരിത്രത്തിന്റെ താളുകളിൽ സൂചനയുണ്ടെങ്കിലും വാസ്കോ ഡ ഗാമക്ക് പ്രതിഫലം നൽകുന്നതിൽ അദ്ദേഹം ഉദാരമനസ്കനായിരുന്നു. പോർച്ചുഗൽ രാജ്യത്തിന് വേണ്ടി താൻ നടത്തിയ ധീരസാഹസിക യാത്രയുടെ പ്രാധാന്യത്തെപ്പറ്റി ഗാമയും വേണ്ടത്ര ബോധവാനായിരുന്നു. അതുകൊണ്ടുതന്നെ താൻ അർഹിക്കുന്ന പ്രതിഫലം കിട്ടുന്നതുവരെ അദ്ദേഹം തൃപ്തനായില്ല. തുടക്കം മുതലേ ഗാമയുടെ ലക്ഷ്യം ഭൂവുടമയാകുക എന്നതായിരുന്നു. കൃത്യമായിപ്പറഞ്ഞാൽ സിനെസിലെ പ്രഭുപദവി. ഗാമയുടെ പിതാവ് അവിടത്തെ ഗവർണർ ആയിരുന്നല്ലോ. രാജാവിനും വിസമ്മതം ഒന്നും ഇല്ലായിരുന്നുവെങ്കിലും അൽപ്പം ചില കുരുക്കുകൾ ഉണ്ടായിരുന്നു.

ഗാമയ്ക്ക് ലഭിച്ച പാരിതോഷികങ്ങളുടെയും ആനുകൂല്യങ്ങളുടെയും വിവരങ്ങൾ

1. ലിസ്ബൺ 1499 ഡിസംബർ 24

സിനസ് പട്ടണവും അതിൽ നിന്നുള്ള എല്ലാ വരുമാനങ്ങളും ആനുകൂല്യങ്ങളും അവിടത്തെ നീതിന്യായ ചുമതലയും ഗാമയ്ക്കും അദ്ദേഹത്തിന്റെ പിൻഗാമികൾക്കും നൽകുന്ന പ്രഖ്യാപനം.

സിനസിന്റെ ഇപ്പോഴത്തെ ഉടമസ്ഥരായ സാവൊ തിയാഗൊ ഇടവകയ്ക്ക് പകരം മറ്റൊരു പട്ടണം നൽകാൻ രാജാവ് തയാറാണ്. തിയാഗൊ ഇടവകയുടെയും ഇപ്പോഴത്തെ ഗവർണറായ ലൂയിസ് നെറോണയുടെയും സമ്മതം കിട്ടിയ ശേഷമേ ഈ ഉത്തരവ് നടപ്പാക്കാനും തീറാധാരം കൈമാറാനും പറ്റൂ. സാവൊ തിയാഗോ ഇടവക യാതൊരുവിധ ഒത്തുതീർപ്പിനും തയാറായില്ല. അതിനാൽ ഒരു തീരുമാനവും ആകാതെ സംഗതികൾ മുടങ്ങിക്കിടന്നു.

2. ലിസ്ബൺ 1501 ഫെബ്രുവരി 22

1000 സ്വർണ ക്രൂസദോ (L 483) വാർഷിക വേതനവും ഡോം എന്ന ഉപാധിയും.

സിനസിലെ പ്രഭു പദവി അനുവദിച്ചുകിട്ടും വരെ വാർഷിക വേതനമായ ഈ ആയിരം സ്വർണ ക്രൂസദോ വാസ്കോ ഡ ഗാമക്ക് നൽകാനായി കസാ ഡ മിനയ്ക്ക് മാനുവേൽ രാജാവിന്റെ ഉത്തരവ്.

3. ലിസ്ബൺ 1501 നവംബർ 10

കാസാ ഡ ക്യൂട്ടയിലെ മുഖ്യ ഖജാൻജി ഗോൺസാലോ ഡ സെക്വീറക്ക് മാനുവേൽ രാജാവിന്റെ ഉത്തരവ്. ഡോം വാസ്കോ ഡ ഗാമക്ക്

28000 റീസ് വില വരുന്ന 15 മോയ്സ് (ഏതാണ്ട് 500 കിലോ) ഗോതമ്പ് നൽകും. കസാ ഡ മിന 41,200 റീസ് കൂടി ഗാമയ്ക്ക് നൽകേണ്ടതുണ്ട്. മൊത്തം ഗാമയ്ക്ക് അവകാശപ്പെട്ടത് 70,000 റീസ്.

(ഗാമയുടെ സ്വന്തം കയ്പ്പടയിലുള്ള രസീത് താഴെ.)

4. ലിസ്ബൺ 1502 ജനുവരി 10

ഇന്ത്യയിലേക്കുള്ള രണ്ടാമത്തെ യാത്രയ്ക്ക് ഒരു മാസം മുമ്പ്

- 750 ക്രൂസ ദോ (എൽ 362) വാർഷിക വേതനം; അഡ്മിറൽ ഓഫ് ഇന്ത്യ എന്ന ഉപാധിയും അതിനോട് അനുബന്ധിച്ചുള്ള എല്ലാ ആനുകൂല്യങ്ങളും.
- വർഷം തോറും ഇന്ത്യയിലേക്ക് 200 ക്രൂസദോ വില വരുന്ന ചരക്കുകൾ അയക്കാനുള്ള അനുവാദം. വെറും അഞ്ചുശതമാനം മാത്രം നികുതി.
- ഡോം എന്ന പദവി ഗാമ കുടുംബത്തിന് പരമ്പരാഗതമായി അനുവദിച്ചു. സഹോദരനായ അയർസും (ഡോം) സഹോദരി തെരേസയും (ഡോണ) ഇതിന് അർഹരായി.

5. ലിസ്ബൺ 1504 ഫെബ്രുവരി 4

(ഇന്ത്യയിലേക്കുള്ള രണ്ടാമത്തെ സമുദ്രയാത്രക്ക് ശേഷം)

ഈ യാത്രയിൽ ഗാമ കില്വയിലെ സുൽത്താനെ കീഴ്പ്പെടുത്തി. വർഷം തോറും 1500 സുവർണ മിത്കൽ വാർഷിക നികുതിയും ചുമത്തി. ആദ്യത്തെ ഗഡുവും കൊണ്ടാണ് ഗാമ തിരിച്ചെത്തിയത്. മാനുവേൽ രാജാവിന്റെ സന്തോഷത്തിന് അതിരില്ലായിരുന്നു.

- ജനുവരി 1, 1504 മുതൽ 1000 ക്രൂസദോ (എൽ 483) വരുന്ന മറ്റൊരു വാർഷിക വേതനം. ഗാമക്ക് ശേഷം ഈ പെൻഷൻ അദ്ദേഹത്തിന്റെ പുരുഷ സന്താനങ്ങൾക്ക് അവകാശപ്പെട്ടത്. ഈ ചെലവ് ലിസ്ബൺ നഗരത്തിലെ ഉപ്പ് നികുതിയിൽ നിന്ന്.

6. ലിസ്ബൺ 1504 ഫെബ്രുവരി 20

ഗിനിയിലെയും ഇന്ത്യയിലെയും വാണിജ്യ പ്രതിനിധിയായ ഫെർണോ ലോറെൻസോക്ക് മാനുവേൽ രാജാവിന്റെ കൽപ്പന.

- വാസ്കോ ഡി ഗാമയ്ക്ക് 1000 ക്രൂസ ദോ വാർഷിക വേതനം നൽകുക. ഇതിലേക്ക് സാവൊ ജോർജിൽ നിന്നു വരുന്ന പന്ത്രണ്ട് കപ്പലുകളിൽ ഓരോന്നും 32050 റീസ് വീതം സംഭാവന നൽകണം.

7. തോമാർ 1507 മാർച്ച് 21 ഒരു തിരിച്ചടി

വാർഷിക പെൻഷൻ 2750 ക്രൂസ ദോ (1328 പോണ്ട) ആയി വർധിച്ചിട്ടും ഗാമ തൃപ്തനായില്ല. അന്ന് പോർച്ചുഗലിൽ പതിനഞ്ച് പേർക്ക്

(ആറ് പ്രഭുക്കൾ, രണ്ട് ആർച്ച് ബിഷപ്പുമാർ, ഏഴ് ബിഷപ്പുമാർ) മാത്രമേ ഇതിൽ കൂടുതൽ വാർഷിക വരുമാനം ഉണ്ടായിരുന്നുള്ളൂ. ലിസ്ബണിലെ വെനീഷ്യൻ തന്ത്രപ്രതിനിധിയുടെ വാർഷിക വരവ് 4000 ക്രസദോ (1930 പൗണ്ട്) മാത്രമായിരുന്നു.

ഗാമയുടെ ലക്ഷ്യം സിനസിലെ പ്രഭുത്വം തന്നെയായിരുന്നു. ഇതിന് കാലതാമസം നേരിടുന്നതിൽ അക്ഷമനായ ഗാമ സിനെസിൽ താമസ മാക്കി. ഒരു വലിയ മാടമ്പി ഭവനം പണിയാൻ ആരംഭിച്ചു. താൻ തന്നെ യാണ് ഇവിടത്തെ പ്രഭു എന്ന നിലയിൽ വ്യവഹരിക്കാനും തുടങ്ങി. ഗവർണറായ ലൂയിസ് നോരോണ ഇതിന് തടസം സൃഷ്ടിച്ചില്ലെങ്കിലും ഇടവക അധികാരികൾ രാജാവിനോട് പരാതി പറഞ്ഞു. നീരസനായ രാജാവ് ഗാമക്ക് താക്കീത് നൽകി. മുപ്പത് ദിവസത്തിനകം സിനെസ് വിടുക. അധികാരികളുടെ അനുവാദമില്ലാതെ സിനെസിൽ പ്രവേശിക്ക രുത്.

8. തവീറ 1508 നവംബർ 18

വില്ല ഫ്രാങ്ക ദെ ഷീര എന്ന സ്ഥലം ഗാമക്ക് വിട്ടുകൊടുക്കാൻ അവി ടുത്തെ ഗവർണർ ലൂയീസ് ദെ അർക്കയോട് ആജ്ഞാപിക്കുന്നു. പക്ഷേ പ്രഭു എന്ന പദവി കിട്ടാൻ വീണ്ടും കാലതാമസം.

9. ലിസ്ബൺ 1511, നവംബർ 19

സാവൊ തിയാഗൊ ഇടവക അധികാരികൾക്ക് രാജകൽപ്പന. സവൊ തിയാഗൊ ഒരു കാസെം സയിന്സ് വില്ല ദെ മിൽഫോണ്ട് എന്നീ നഗര ങ്ങളിലെ നികുതി ഈടാക്കാൻ ഗാമയുടെ കാര്യസ്ഥനെ സഹായിക്കുക.

10. ലിസ്ബൺ, 1513 ജൂൺ 1

ഇന്ത്യയിൽ നിന്ന് ഡോം വാസ്കോ ഡി ഗാമയുടെ പേർക്ക് വരുന്ന ചരക്കുകൾക്കെല്ലാം കരമൊഴിവ്.

11. ലിസ്ബൺ, 1515 ആഗസ്റ്റ് 22

താൻ ഇന്ത്യയിലേക്ക് അയക്കുന്ന ഓരോ കപ്പൽക്കൂട്ടത്തിനുമൊപ്പം ഒരു വ്യക്തിയെ കാര്യസ്ഥനെന്ന നിലയ്ക്ക് അയക്കാൻ ഗാമയ്ക്ക് രാജാ വിന്റെ അനുവാദം.

ഈ വ്യക്തിയുടെ വേതനം ഒരു സേനാനിയുടേതായിരിക്കും.

12. ലിസ്ബൺ, 515 ആഗസ്റ്റ് 29

ഫെബ്രുവരി 4 1504ൽ അനുവദിച്ചുകിട്ടിയ 1000 ക്രൂസദൊ വാർഷിക വേതനത്തിന്റെ പകുതിത്തുക ഇനിമുതൽ നൈസാ നഗരത്തിന്റെ വരു മാനത്തിൽ നിന്നും മറ്റേ പകുതി പഴയപടി ഉപ്പു നികുതിയിൽ നിന്നും

13. ലിസ്ബൺ, 1518 ആഗസ്റ്റ് 17

പത്തുവർഷമായിട്ടും പദവി കിട്ടാത്തതിനാൽ നിരാശനായ ഗാമ പ്രക്ഷോഭിക്കുന്നു. കുടുംബസമേതം പോർച്ചുഗൽ വെടിഞ്ഞ് അന്യദേശത്ത് കുടിയേറിപ്പാർക്കാൻ രാജാവിന്റെ അനുമതി തേടുന്നു. രാജാവ് ഗാമയോട് വർഷാവസാനം വരെ കാത്തിരിക്കാൻ ആവശ്യപ്പെടുന്നു.

14. എവേറ 1519 ഒക്ടോബർ 24

1000 ക്രൂസദോ വാർഷിക വേതനം അടിയറ വെയ്ക്കാൻ രാജകൽപ്പന. ഇതിന് പകരമായി (ബ്രാഗസായിലെ പ്രഭു ഡോം ജയിം വിദിഗ്വേര വില്ലെഫ്രാങ്ക നഗരങ്ങളുടെ മേധാവിത്വവും അവയിൽ നിന്നുള്ള എല്ലാ വരവുകളും ഗാമക്ക് കൈമാറുന്നതാണ് (5 കാണുക).

15. വില്ല വികോസ 1519 നവംബർ 4

ബ്രാഗന്സായിലെ പ്രഭു ഡോം ജയിം വിദിഗ്വേര, വില്ലെഫ്രാങ്ക നഗരങ്ങളുടെ ഉടമസ്ഥതയും അവയിൽ നിന്നുള്ള എല്ലാ വരവുചെലവുകളും ഗാമക്ക് കൈമാറുന്നതാണ്. ഇതിന് പകരമായി ഡോം വാസ്കോ ഡി ഗാമയുടെ 1000 ക്രൂസദോ വരുന്ന വാർഷിക വേതനം അടിയറ വയ്ക്കുന്നു. കൂടാതെ 4000 സ്വർണ ക്രൂസദോയും.

ഈ ഇടപാട് നവംബർ 7ന് എവോറയിൽ നിയമപ്രകാരം കരാറാക്കി.

16. എവേറ 1519 ഡിസംബർ 17

വിദിഗ്വേര, വില്ലെഫ്രാങ്ക നഗരങ്ങളുടെ ഉടമസ്ഥതയും അവയിൽ നിന്നുള്ള എല്ലാ വരവുചെലവുകളും ഗാമയ്ക്ക് അദ്ദേഹത്തിന്റെ കാലശേഷം അനന്തരാവകാശികൾക്കും നൽകിക്കൊണ്ടുള്ള രാജവിളംബരം (ഒരു സാധാരണ പ്രഭുവിന് ലഭിക്കുന്നതിനേക്കാൾ അനേകം മടങ്ങ് ആനുകൂല്യങ്ങൾ രാജാവ് ഗാമയ്ക്ക് പ്രദാനം ചെയ്തു.)

17. എവേറ 1519 ഡിസംബർ 29. ലക്ഷ്യപ്രാപ്തി.

വാസ്കോ ഡി ഗാമയുടെ അതുല്യസേവനങ്ങൾ പ്രകീർത്തിച്ചുകൊണ്ടുള്ള ഒരു നീണ്ട പ്രസ്താവനയിലൂടെ ഡോം മാനുവേൽ രാജാവ് ഗാമയ്ക്ക് പ്രഭുപദവി നൽകുന്നു. ഒപ്പം പ്രഭുപദവിയോട് അനുബന്ധിച്ചുള്ള എല്ലാ അവകാശങ്ങളും അധികാരങ്ങളും ആനുകൂല്യങ്ങളും സ്വാതന്ത്ര്യങ്ങളും.

18. ലിസ്ബൺ, 1522 മാർച്ച് 30

അഡ്മിറൽ എന്ന നിലയ്ക്ക് മലാക്ക, ഗോവ, ഓർമൂസ് തുറമുഖങ്ങളിലെ നങ്കൂരച്ചുങ്കം ഗാമയ്ക്ക് അവകാശപ്പെട്ടതാണെന്ന ഡോം ജോൺ

മൂന്നാമന്റെ കൽപ്പന. ഇതിനായി അവിടങ്ങളിൽ പിരിവുകാരനെ നിയമിക്കാനുള്ള അനുമതിയും.

19. എവേറ 1534, ഫെബ്രുവരി 5

ഇന്ത്യയിലേക്കുള്ള ഗാമയുടെ ത്രിതീയ പ്രയാണത്തിനുള്ള തിരക്കിട്ട തയാറെടുപ്പുകൾക്കിടയിൽ ഡോം ജോൺ മൂന്നാമന്റെ രാജകൽപ്പന.

ഈ സംരംഭത്തിൽ ഗാമ ചരമമടയുന്ന പക്ഷം അനന്തരാവകാശിയായ പുത്രൻ വിദിഗേ്വരയിലെ പ്രഭു എന്ന പദവിക്കും അതിനോട് അനുബന്ധിച്ചുള്ള മറ്റെല്ലാ ആനുകൂല്യങ്ങൾക്കും അർഹനായിത്തീരുന്നു.

ഈ രണ്ട് കത്തുകളിൽ ആദ്യത്തേത് കാസ്ടിളിലെ ഫെർഡിനാന്റ് രാജാവിനും പത്നി ഇസബെല്ല റാണിക്കുമാണ്. അവരുടെ മകൾ ഇസബെല്ലയെയാണ് ഒക്ടോബർ 1497 ൽ മാനുവേൽ രാജാവ് വിവാഹം കഴിച്ചിരുന്നത്. കത്തിലെ തീയതി ജൂലെ 1499. ഈ കത്ത് ജൂലൈ പത്തിന് കൊയെലോ ലിസ്ബണിൽ എത്തിയ ഉടൻ എഴുതിയതാവണം.

ടോരെ ടെ ടോമ്പോയിൽ സൂക്ഷിക്കപ്പെട്ടിട്ടുള്ള ഈ കത്തിന്റെ കോപ്പി 1886 ൽ ലിസ്ബൺ ഗെഗ്രെഫികാൽ സോസൈസെട്യയുടെ ബുള്ളറ്റിനിൽ (VI, പേജ് 673) റെശേരയുടെ അരഗോ പ്രസിദ്ധീകരിക്കുകയുണ്ടായി. പിന്നീടുണ്ടായ പല പതിപ്പുകളിലും കയ്യെഴുത്ത് അവ്യക്തമായതിനാൽ പലേ ഭാഗങ്ങളും ഒഴിവാക്കപ്പെട്ടിട്ടുണ്ട്. എന്നാൽ ഇവിടെ സകല മുൻകരുതലുകളോടും കൂടി പരിപൂർണമായും പ്രകാശിപ്പിക്കാൻ ശ്രമിച്ചിട്ടുണ്ട്. അടിക്കുറിപ്പുകളിലൂടെ കൂടുതൽ വിവരങ്ങൾ നൽകാനും ശ്രമിച്ചിട്ടുണ്ട്.

രക്ഷിതാവായ കർദിനാളിന് എഴുതിയ കത്തിന്റെ കോപ്പിയും ടോരെ ടെ ടോമ്പോയിൽ ഉണ്ടെങ്കിലും അത് തീരെ വായനയോഗ്യമല്ല. കാരണം റെശേര ആരാഗോ പ്രസിദ്ധീകരിച്ച പേജിൽ ഏറെയും ശൂന്യതകളാണ്. കർദിനാളിനും പോപേ അലക്സാണ്ടർ ആറാമനും അയച്ച കത്തുകൾ വത്തിക്കാനിലെ ലൈബ്രറിയിൽ കണ്ടേക്കാം. ഈ കത്ത് ആഗസ്റ്റ് 28ന് എഴുതിയതാണ്. അതായത് ഗാമ ലിസ്ബണിൽ എത്തുന്നതിന് മുമ്പ്. സെന്റ് ഗബ്രിയേൽ തീർച്ചയായും ഇതിനകം എത്തിക്കാണണം. കാരണം കത്തിൽ ടുനീസിൽ നിന്നുള്ള മൂറിനെ പ്പട്ടിയം (പിന്നീട് ഗസ്പർ ഡ ഗാമ എന്ന പേരിൽ അറിയപ്പെട്ടു കലെകൂറ്റിൽ നിന്ന് ബലം പ്രയോഗിച്ച് കൊണ്ടുവന്ന വ്യക്തികളെപ്പറ്റിയും ഉള്ള പരാമർശങ്ങളുണ്ട്.

രക്ഷിതാവായ കർദിനാൾ ജോർജെ ഡാ കസ്ടയാണ്. ദുഅർറെ രാജാവിന്റെ പുത്രിയും അൽഫോൻസോ രാജാവിന്റെ സഹോദരിയുമായിരുന്നു. അവിവാഹിതയായിരുന്ന കതരീനയുടെ പുരോഹിതനായിരുന്നു ജോർജ് ദ കോസ്റ. പടിപടിയായി ഉയർന്ന അദ്ദേഹത്തിന് മാർപാപ്പ അവസാനം കർദിനാൾ പട്ടം നൽകി. ജോൺ രാജാവിന് തന്നോടുള്ള ഇഷ്ടക്കേട് മനസിലാക്കിയ കർദിനാൾ റോമിൽ താമസമാക്കി. എന്നാൽ മാനുവൽ രാജാവിന് അദ്ദേഹത്തോട് ബഹുമാനമായിരുന്നു. അതുകൊ

ണ്ടുതന്നെ സ്ഥാനാരോഹണം ചെയ്ത ഉടൻ റോമിലെ തന്റെ പ്രത്യേക ദൂതൻ പിഡ്രോ കൊറിയ വഴി സന്ദേശമയച്ചു. ലിസ്ബണിലേക്ക് തിരിച്ചു വരാൻ. പക്ഷേ പ്രായത്തിന്റെയും അസുഖങ്ങളുടെയും കാര്യം പറഞ്ഞ് കർദിനാൾ ക്ഷണം നിരസിച്ചു. എന്നിരുന്നാലും മാർപാപ്പയുമായുള്ള മാനുവേൽ രാജാവിന്റെ എല്ലാ ഇടപാടുകളിലും ഏറെ വിശ്വസ്തതയോടെ സഹായിച്ചു.

1. കസ്ടിളിലെ രാജാവിനും റാണിക്കും മാനുവേൽ രാജാവ് അയച്ച കത്ത്. ജൂലൈ 1499

ഉന്നതരും ഉത്കൃഷ്ടരും ആയ രാജകുമാരനും രാജകുമാരിക്കും ശക്തിശാലികളായ പ്രഭുവിനും പ്രഭിക്കും.

നാം മാന്യദേഹമായ വാസ്കോ ഡ ഗാമയേയും സഹോദരനായ പൗലോ ഡ ഗാമയേയും നാല് കപ്പലുകളുമായി സമുദ്രയാത്രയിലൂടെ പുതിയ സ്ഥലങ്ങൾ കണ്ടെത്താൻ അയച്ച വിവരം അവിടത്തേക്ക് അറിയാമല്ലോ. അവർ യാത്ര പുറപ്പെട്ട് രണ്ടു വർഷം കഴിഞ്ഞിരിക്കുന്നു.

പൂർവികരാൽ തുടങ്ങി വച്ച ഈ യാത്രയുടെ പ്രധാന ആന്തരോദ്ദേശ്യം ഈശ്വരസേവയും സ്വന്തം കാര്യലാഭവും തന്നെയായിരുന്നതിനാൽ ദൈവകൃപയാൽ ഈ പ്രയത്നം വളരെ വേഗത്തിൽ മുന്നോട്ട് പോയിരിക്കുന്നു. നഗരത്തിൽ തിരിച്ചെത്തിയ ക്യാപ്റ്റന്മാരിൽ ഒരാളിൽനിന്ന് യാത്ര സഫലമായെന്നും ഇന്ത്യയും അതിനപ്പുറമുള്ള രാജ്യങ്ങളും കണ്ടെത്തിയെന്നുമുള്ള വിവരങ്ങൾ ലഭിച്ചിരിക്കുന്നു. അവിടത്തെ സമുദ്രങ്ങളിലൂടെ യാത്ര ചെയ്യുകയും പുതിയ നഗരങ്ങളും വലിയ സൗധങ്ങളും നദികളും ജനപഥങ്ങളും കണ്ടെത്തിയിരിക്കുന്നു. ഈ ജനപഥങ്ങൾ തമ്മിലുള്ള വാണിജ്യത്തിലൂടെ സുഗന്ധവ്യഞ്ജനങ്ങൾ, വിലയേറിയ കല്ലുകൾ എന്നിവ കപ്പലിൽ (നമ്മുടെ നാവികർ വളരെ വലിപ്പമുള്ള നിരവധി കപ്പലുകൾ കണ്ടു) കയറ്റി മെക്കയിലേക്കും പിന്നീട് കയ്റോയിലേക്കും അവിടുന്ന് ലോകമെമ്പാടും വിതരണം ചെയ്യപ്പെടുന്നു. കറുവാപ്പട്ട, ഗ്രാമ്പൂ, ഇഞ്ചി, ജാതിക്ക, കുരുമുളക് എന്നിവയും അവയുടെയും മറ്റനേകം സാധനങ്ങളുടെയും ഇലയോടുകൂടിയ മരച്ചില്ലകളും, നമ്മുടെ നാവികർ കൊണ്ടുവന്നിട്ടുണ്ട്. കൂടാതെ മാണിക്യം പോലുള്ള വിലപിടിച്ച കല്ലുകളും മറ്റും. സ്വർണഖനികളുള്ള ഒരു രാജ്യം അവർ സന്ദർശിച്ചെങ്കിലും ആഗ്രഹിച്ചത്ര സ്വർണമോ സുഗന്ധവ്യഞ്ജനങ്ങളോ രത്നങ്ങളോ അവർക്ക് കൊണ്ടുവരാൻ കഴിഞ്ഞില്ല. കാരണം അവർ വിൽപ്പനച്ചരക്കുകളൊന്നും തന്നെ കൂടെ കൊണ്ടുപോയിരുന്നില്ല.

അങ്ങേക്ക് സന്തോഷവും സന്തുഷ്ടിയും പ്രദാനം ചെയ്യുമെന്ന് ഞങ്ങൾക്കറിയാവുന്നത് കൊണ്ടാണ് ഈ വിവരങ്ങൾ അങ്ങയെ അറിയിക്കേണ്ടതുണ്ട് എന്ന് ഞങ്ങൾ തീരുമാനിച്ചത്. പര്യവേക്ഷകർ കണ്ടെത്തിയ നാടുകളിലെ ക്രിസ്ത്യൻ ജനത ഉറച്ച വിശ്വാസികളോ ഈശ്വരസേവാ തൽപ്പരരോ അല്ലെങ്കിലും, അവരെ കാലക്രമേണ ഉറച്ച വിശ്വാ

സികളായി മാറ്റിയെടുക്കാവുന്നതാണെന്ന വസ്തുത അങ്ങ് ദയവായി വിശ്വാസിച്ചാലും. അങ്ങനെ അവരെ ഉറച്ച മതവിശ്വാസികളായി മാറ്റിയെടുത്താൽ ആ ഭാഗങ്ങളിലെ അറബികളെ നശിപ്പിക്കാനുള്ള സന്ദർഭം കൈവരും. അങ്ങനെയാണെങ്കിൽ ദൈവ സഹായത്തോടെ ഇന്ന് അറബികളുടെ കുത്തകയായ അവരെ മാത്രം ധനികരാക്കുന്ന ഈ വാണിജ്യവിപണി ഭൂരിഭാഗവും നമ്മുടെ രാജ്യങ്ങളുടെയും നമ്മുടെ കപ്പലുകളുടെയും നിയമങ്ങൾക്ക് വിധേയമായി നമ്മുടേതാകും. അങ്ങനെ യൂറോപ്പിന്റെ ഈ ഭാഗത്തുള്ള എല്ലാ ക്രിസ്തീയ രാജ്യങ്ങൾക്കും ആവശ്യമായ സുഗന്ധവ്യഞ്ജനങ്ങളും സുലഭമായി ലഭിക്കും. ഇത് വഴി പരമകാരുണികനായ ദൈവത്തിന്റെ സഹായത്താൽ ഇവിടത്തെ നമ്മൾ കീഴടക്കിയ അറബി, മൂർ രാജ്യങ്ങൾക്ക് എതിരായുള്ള യുദ്ധത്തിൽ നമ്മുടെ പദ്ധതികൾ കൂടുതൽ ഉത്സാഹത്തോടെ മുന്നോട്ടുകൊണ്ടുപോകാൻ നമുക്ക് കഴിയും. അവിടുന്നും ഇതിൽ ഞങ്ങളോളം തന്നെ തൽപ്പരനാണല്ലോ.

ഞങ്ങളെ കനിഞ്ഞ് അനുഗ്രഹിച്ച നമ്മുടെ പ്രഭുവിന് അകമഴിഞ്ഞ നന്ദിയോടെ പ്രാർഥനകൾ അർപ്പിക്കാൻ അങ്ങയോട് അപേക്ഷിക്കുന്നു.

ഉന്നതരും ഉത്കൃഷ്ടരും ആയ രാജകുമാരനും രാജകുമാരിക്കും ശക്തിശാലികളായ പ്രഭുവിനും പ്രഭ്വിക്കും നമ്മുടെ ദൈവം തമ്പുരാൻ നിങ്ങളെ രക്ഷിക്കട്ടെ.

എഴുതിയത് ലിസ്ബോൺ ജൂലൈ 1499

2. രക്ഷിതാവായ കർദിനാളിന് മാനുവേൽ രാജാവ്, ആഗസ്റ്റ് 28, 1499

ക്രിസ്തുവിൽ അർപ്പിതനായ ബഹുമാന്യനായ ഞങ്ങൾ സഹോദരന് തുല്യം സ്നേഹിക്കുന്ന വൈദികന്,

ദൈവ പ്രീതിയാൽ പോർച്ചുഗലിന്റെയും അല്ഗവ്രേസിന്റെയും രാജാവും സമുദ്രത്തിന് ഈ ഭാഗത്തായി അപ്പുറം ആഫ്രിക്കയിൽ ഗിനിയുടെ രാജാവും എത്യോപ്യ, അറേബ്യ, പേർഷ്യ എന്നിവിടങ്ങളിലെ നാവികാധിപതിയും വാണിജ്യാധിപതിയുമായ നാം ഡോൺ മാനുവൽ.... അതിപ്രധാനമായ വാർത്ത... ദൈവനിശ്ചയത്താൽ പൂർത്തിയായ ഇന്ത്യയിലേക്കും എത്യോപ്യയിലേക്കും മറ്റു പൗരസ്ത്യ ദ്വീപുകളിലേക്കുമുള്ള ഞങ്ങളുടെ പര്യവേക്ഷണ ശ്രമങ്ങൾ... ഞങ്ങൾ അതീവ സന്തോഷത്തോടെ താങ്കളെ അറിയിക്കുന്നു....

സംഭവഗതികളുടെ പുരോഗതി അങ്ങയെ അറിയിക്കാൻ മാർപാപ്പാ തിരുമേനിക്ക് അയച്ച കത്തിന്റെ കോപ്പി അടക്കം ചെയ്തിട്ടുണ്ട്. ... മാർപ്പാപ്പയ്ക്ക് എഴുതിയതിന് അപ്പുറം തിരിച്ചെത്തിയ ദേശ പര്യവേക്ഷകർ ഇന്ത്യയിലെ പല തുറമുഖങ്ങളും സന്ദർശിച്ച കൂട്ടത്തിൽ കലികറ്റ് എന്ന തുറമുഖത്ത് നിന്ന് കറുവാപ്പട്ട, ഗ്രാമ്പൂ എന്നിവ വാങ്ങുകയും.... രാജാവ് താനും പ്രജകളിൽ ഭൂരിഭാഗം പേരും ക്രിസ്ത്യാനികളാണെന്ന് വിശ്വ

സിക്കുന്നു.... ആണ്ടു മുഴുവൻ എക്കാലവും വെള്ളരിക്കയും മധുരനാരങ്ങകളും നാരങ്ങയും ലഭ്യമാണ്... വലിയ കപ്പൽ സമൂഹങ്ങൾ.... സൈലേം എന്ന് വിളിക്കപ്പെടുന്ന ടാപ്രോബനെ ദ്വീപ് കളികൂട്ടിൽ നിന്ന് 150 ലീഗ് ദൂരെയാണ്.... നമ്മുടെ ആൾക്കാർ കളികൂട്ടിൽ നിന്ന് അഞ്ചാറ് നാട്ടുകാരെ കൊണ്ടുവന്നിട്ടുണ്ട്.... മാത്രമല്ല ടുനീസുകാരൻ ഒരു അറബി.... ഒരു ജൂതനും... ക്രിസ്ത്യാനിയായി മതം മാറിയ ഇയാൾ ഒരു വ്യാപാരിയും രത്നം ചാനക്ക് പിടിക്കുന്നവനും അലക്സാൻഡ്രിയയിൽനിന്ന് ഇന്ത്യവരേക്കുള്ള തീരപ്രദേശങ്ങളെയും ഉൾപ്രദേശങ്ങളെയും പറ്റിയും അതിനപ്പുറമുള്ള മഹാസമുദ്രം വരേയ്ക്കും പല വിവരങ്ങളും അറിവുള്ളയാളാണ്.... വിവരം കിട്ടിയ ഉടൻ ദൈവത്തിന് നന്ദി പറഞ്ഞുകൊണ്ട് ഞങ്ങൾ രാജ്യം മുഴുവൻ ഘോഷയാത്രകൾ നടത്തി. മാർപാപ്പ തിരുമേനിയും താങ്കളും പരസ്യമായി ഇത് ആഘോഷിക്കുകയും ദൈവത്തിന് സ്തുതി ചൊല്ലുകയും വേണം. ഞങ്ങൾ കണ്ടുപിടിച്ച രാജ്യങ്ങളുടെ സർവാധിപത്യം സുവിശേഷ വിധി പ്രകാരം ഞങ്ങൾ തന്നെ അനുവദിച്ചുകിട്ടിയതിൽ കൂടുതൽ ഒന്നും ആവശ്യമില്ലെങ്കിലും ഞങ്ങളുടെ സ്നേഹപൂർണമായ ഒരു ചെറിയ അപേക്ഷയുണ്ട്. ഞങ്ങളുടെ കത്തുകൾ മാർപാപ്പയ്ക്കും കർദിനാൾമാർക്കും കൈമാറിയ ശേഷം സ്വന്തം നിലയ്ക്കെന്ന രീതിയിൽ ഇത്രയും മഹത്തും അഭൂതപൂർവവുമായ സംരംഭത്തിന്റെ വിജയത്തെ കണക്കാക്കി ആ സുവിശേഷവിധിയും പ്രഖ്യാപനവും പുനഃപ്രകാശനം ചെയ്യാൻ താങ്കൾക്ക് ശരിയെന്ന് തോന്നുന്ന രീതിയിൽ മാർപാപ്പയോട് അപേക്ഷിക്കണം.

ദൈവസ്തനായ പിതാവിന്റെ രാജാവ്

എഴുതിയത് ലിസ്ബോൺ ആഗസ്റ്റ് 28, 1499

തന്റെ കൂടെ യാത്ര ചെയ്യാനുള്ള ഉദ്യോഗസ്ഥരെയും ജോലിക്കാരെയും സാധാരണക്കാരെയും അതീവ ശ്രദ്ധയോടെയാണ് ഗാമ തിരഞ്ഞെടുത്തത്. അവരിൽ പലരും ഇതിന് മുമ്പ് ബർത്തലോമിയോ ഡയസിനൊപ്പം സുപ്രതീക്ഷ മുനമ്പ് പ്രദക്ഷിണം ചെയ്തവരായിരുന്നു. എല്ലാവരും തന്നെ ദുർഘടങ്ങളിൽ സമനില തെറ്റാത്തവരായിരുന്നു എന്ന് റോട്ടെറോ സമർഥിക്കുന്നു.

ആകെ കപ്പലിൽ എത്ര പേർ എന്നതിനെപ്പറ്റി ചരിത്രകാരന്മാർ യോജിപ്പിൽ എത്തുന്നില്ല. 118 പേർ പുറപ്പെട്ടെന്നും അതിൽ 55 പേർ മൃതിയടഞ്ഞതായും ബാക്കി 63 പേർ മാത്രമേ തിരിച്ചെത്തിയുള്ളൂ എന്നും സെർനിഗി എഴുതുന്നു. കസ്ടനഡയും ഗോസും 148 പേർ പുറപ്പെട്ടെന്നും ബലഹീനരായി 55 പേരെ തിരിച്ചെത്തിയുള്ളുവെന്നും പറയുന്നു. ഫാരിയസൂസയും സാൻ രമോനും 160 പേരിൽ 93 പേർ മരിച്ചെന്നും മാനുവേൽ രാജാവ് പോയവസ്രിൽ പകുതിയിൽ കുറവേ തിരിച്ചെത്തിയുള്ളു എന്ന് 1504 ഫെബ്രുവരി 20 ന് എഴുതിയ തന്റെ കത്തിൽ പ്രസ്താവിക്കുന്നു. ബര്രോസിന്റെ അനുമാനം പടയാളികളും നാവികരും അടക്കം 170 എന്നും. കൊറിയ എണ്ണം 260 ആയി ഉയർത്തുന്നു. ഓരോ കപ്പലുകളിലും ഉയർന്ന

ഉദ്യോഗസ്ഥരും സാധാരണ ജോലിക്കാരുമായി 80 പേരെന്നും അതിനു പുറമേ ആറ് തടവുപുള്ളികളും രണ്ട് പുരോഹിതരും. ചരക്കുകപ്പലിനെപ്പറ്റി കൊറിയ മൗനം പാലിക്കുന്നു. എന്തു തന്നെയായാലും മിസെരിക്കൊണ്ടയിൽ എത്തിയപ്പോഴേക്കും ആൾക്കാരുടെ എണ്ണം ആയി കുറഞ്ഞു എന്നുവേണം ഊഹിക്കാൻ.

കൊറിയയുടെ വാക്കുകളിൽ അതിശയോക്തിയുണ്ട് എന്ന് തീർച്ച. സെർഗിനിയുടെ കണക്കോ വളരെ കുറഞ്ഞതും. പതിനാറാം നൂറ്റാണ്ടിൽ നൂറ് താൻ ഭാരശേഷിയുള്ള മധ്യധരണിയിലെ വാണിജ്യക്കപ്പലുകൾ നയിക്കാനും നിയന്ത്രിക്കാനും 12 പരിശീലനം നേടിയ ദൃഢഗാത്ര നാവികരും എട്ട് സാധാരണ നാവികരും മതിയായേനെ. പക്ഷേ പര്യവേക്ഷണാർഥം പോകുന്ന കപ്പലുകൾ അജ്ഞാതമായ ദുർഘടങ്ങൾ നേരിട്ട് അനേകം വർഷങ്ങൾ സമുദ്രയാത്രയിൽ നിരന്തരരായിരിക്കും. അങ്ങനെ വരുമ്പോൾ എണ്ണം കൂടാനേ ഇടയുള്ളു. ബരോസിന്റെ കണക്കാണ് കൂടുതൽ വിശ്വാസയോഗ്യമായി തോന്നുന്നത്. അതായത് ആകെ 170 പേർ. കുറേക്കൂടി കൃത്യമായി പറഞ്ഞാൽ

സെന്റ് ഗബ്രിയേൽ എന്ന കൊടിക്കപ്പലിൽ 70 പേർ, സെന്റ് രഫെളിൽ 50, ബെരിയോയിൽ 30, ചരക്കുകപ്പലിൽ 20

കൊടിക്കപ്പലിൽ ക്യാപ്റ്റൻ	1
മാസ്റ്റർ	1
പൈലറ്റ്	1
സഹ പൈലറ്റ്	1
മേറ്റ്	1
ബോട്സ്വിൻ	1
പരിശീലിത ദൃഢഗാത്ര നാവികർ	27
സാധാരണ നാവികർ	27
പയ്യന്മാർ	2
പൊലീസുകാരൻ	1
വെടിക്കോപ്പുകാർ	8
കുഴലൂത്തുകാർ	4
കണക്കെഴുത്തുകാരൻ	1
ന്യായാധിപതി	1
ക്ഷുരകൻ/ ശസ്ത്രക്രിയക്കാരൻ	1
ദ്വിഭാഷി	1
പുരോഹിതൻ	1
കൈത്തൊഴിൽ വിദഗ്ധർ	6

(ആശാരി, കൊല്ലൻ, കയറു പിരിക്കാർ, പാചകക്കാർ, ആയുധവിദഗ്ധർ).

വേലക്കാർ 10

ഇതിൽ ഒന്നോ രണ്ടോ വേലക്കാർ നീഗ്രോ വംശജരാവാൻ ഇടയുണ്ട്. പുതുതായി കണ്ടെത്തിയ സ്ഥലങ്ങളിൽ നിരീക്ഷണാർഥം ഉപയോഗപ്പെടുത്താനുള്ള തടവുപുള്ളികൾ ആകെയുള്ള സംഖ്യയിൽ ഉൾപ്പെടുന്നു. സ്വകാര്യ വ്യക്തികൾ ഈ യാത്രയിൽ പങ്കെടുത്തിട്ടുണ്ടോ എന്ന കാര്യം ചരിത്രം രേഖപ്പെടുത്തിയിട്ടില്ല.

ലഭ്യമായ വിവരങ്ങൾ വച്ച് നമുക്ക് ഇപ്രകാരം അനുമാനിക്കാം.

ക്യാപ്റ്റന്മാർ

വാസ്കോ ഡി ഗാമ – ക്യാപ്റ്റൻ മേജർ (സെന്റ് ഗബ്രിയേൽ)
സഹോദരൻ പൗലോ ഡി ഗാമ – സെന്റ് റാഫേൽ
നികൊലോ കൊയെലോ – ബെരിയോ (സെന്റ് മിഗുവെൽ)
ഗോൺകാലോ നുനെസ് – ചരക്കുകപ്പൽ

നികൊലോ കൊയെലോ കബ്രാളിനോടൊപ്പം 1500 ലും ഫ്രാൻസിസ്കോ അൽബുക്കർക്കിനോടൊപ്പം 1503 ലും ഇന്ത്യയിൽ എത്തുകയുണ്ടായി. ഫെബ്രുവരി 24, 1500 ൽ രാജാവ് അദ്ദേഹത്തിന് 70,000 റീസ് പെൻഷനും കുലചിഹ്നവും അനുവദിച്ചു. സമുദ്ര തീരത്തെ കുന്നിൻ മുകളിലെ രണ്ട് കൽത്തൂണുകൾക്കിടയിൽ കുതിച്ചുച്ചാടുന്ന സിംഹവും അഞ്ച് സ്വർണമുദ്രയുള്ള രണ്ട് കൊച്ചു പരിചകളും അടങ്ങിയതായിരുന്നു കുലചിഹ്നം. ഇദ്ദേഹം –ൽ മരണപ്പെട്ടതായി കാണുന്നു. കാരണം ആ വർഷം ഡിസംബർ –ന് പുത്രൻ ഫ്രാൻസിസ്കോ അച്ഛന്റെ പെൻഷൻ തനിക്ക് അനുവദിച്ചു കിട്ടാനായി അപേക്ഷ സമർപ്പിച്ചതായി രേഖകൾ ഉണ്ട്. ഗോൺസാലോ നുനെസ് ചരക്കുകപ്പലിലെ ക്യാപ്റ്റൻ വാസ്കോ ഡി ഗാമയിൽ നിന്ന് വേതനം പറ്റിയിരുന്നു.

പൈലറ്റുകളും മാസ്റ്റർമാരും
പേരോ ദിലെന്കർ സെന്റ് ഗബ്രിയേൽ Pailat

സുപ്രതീക്ഷ മുനമ്പ് കണ്ടുപിടിക്കുന്നതിലും കോങ്കോ പര്യവേക്ഷണത്തിലും (1490) ദയസിനോടൊപ്പം ഉണ്ടായിരുന്നു.

ജോൺ ദെ കിമ്ബ്ര — സെന്റ് രഫെളിലെ പൈലറ്റ്
പേരോ എസ്കോലർ — ബെരിയോയിലെ പൈലറ്റ്

രാജാവ് ഫെബ്രുവരി — ൽ അദ്ദേഹത്തിന് 4000 റീസ് പെൻഷൻ അനുവദിച്ചു. അദ്ദേഹം പിന്നീട് കബ്രാളിനോടൊപ്പം നാവികനായി പോയി.

ഗോൺസാലോ അലരെസ്

സെന്റ് ഗബ്രിയേലിലെ മാസ്റ്റർ. പിന്നീട് ഇന്ത്യയിലെ നാവിക

മുഖ്യൻ എന്ന പദവിക്ക് അർഹനായി. ജനുവരി 1504 ൽ രാജാവ് 6000 റീസ് പെൻഷൻ അനുവദിച്ചു. ആന്ദ്രെ ഗോൻസലോസ് ഗാമയുടെ ശുപാർശ പ്രകാരം കബ്രാളിന്റെ കപ്പലിൽ സ്ഥാനം കിട്ടിയതായും ബ്രസീൽ കണ്ടെത്തിയ വിവരം രാജാവിനെ അറിയിക്കാൻ കബ്രാൾ ഇദ്ദേഹത്തെ നിയോഗിച്ചതായും വിവരങ്ങൾ കേട്ട രാജാവ് പുതിയ കപ്പലുകളുമായി കൂടുതൽ കണ്ടുപിടുത്തങ്ങൾ നടത്താൻ അലെരസിനെ ചുമതലപ്പെടുത്തിയതായും കൊറിയ അവകാശപ്പെടുന്നു. ബറോസും കസ്ടനഡയും ഇത് ഗസ്പർ ടെ ലെമോസ് ആണെന്ന് അനുമാനിക്കുന്നു. രണ്ടും സ്ഥിരീകരിക്കാൻ ചരിത്രരേഖകൾ ഇല്ല.

കണക്കെഴുത്തുകാർ

ദിയാഗോ ഡയസ്

ബർത്തലോമിയോ ദയസിന്റെ സഹോദരനായിരുന്ന ഇദ്ദേഹം സെന്റ് ഗബ്രിയേലിലെ കണക്കെഴുത്തുകാരൻ ആയിരുന്നു.

ജോൺ ദെ സ

സെന്റ് രഫേലിൽ. വീണ്ടും കബ്രാളിനൊപ്പം ഇന്ത്യയിലേക്ക് പോകുകയുണ്ടായി. പിന്നീട് ഇന്ത്യ ഹൗസിലെ ഖജാൻജി.

അൽവാരോ ടെ ബ്രാഗ

ബെരിയോയിലെ കണക്കെഴുത്തുകാരൻ. വാസ്കോ ഡ ഗാമ അദ്ദേഹത്തെ കലെക്കൂറ്റിലെ തൊഴിൽശാലയുടെ അധികാരിയായി നിയമിച്ചു. രാജാവ് ഇദ്ദേഹത്തെ 1501 ൽ സമ്മാനിതനാക്കി. റിയ ഇദ്ദേഹത്തെ പെട്രോടെ ബ്രാഗ എന്ന് തെറ്റായി രേഖപ്പെടുത്തുന്നു.

ദ്വിഭാഷികൾ

മാർട്ടിൻ അൽഫോൻസോ

ഇദ്ദേഹം മുമ്പ് കോങ്കോയിൽ കുറച്ചുകാലം പാർത്തിരുന്നു.

ഫെർണോ മർടിനെസ്

സാമൂതിരിയെ സന്ദർശിക്കാൻ ഗാമ അയച്ച ദൂതൻ. സാമൂതിരിയെ മുഖം കാണിച്ച 13 പേരിൽ ഒരാൾ. ഇന്ത്യയിൽ പിന്നീട് പല ഉദ്യോഗങ്ങളും വഹിച്ചു. അറബിക് വശമുണ്ടായിരുന്ന ആഫ്രിക്കൻ അടിമ എന്ന് കൊറിയ ഇദ്ദേഹത്തെ വിശേഷിപ്പിക്കുന്നു.

ജോൺ മർടിൻസ്/ജോൺ നുനെസ്

ഹീബ്രുവും അൽപ്പം അറബിക്കും അറിയാമായിരുന്ന ക്രിസ്ത്യാ

നിയായി മതം മാറിയ യഹൂദൻ. തടവുപുള്ളിയായിരുന്ന ഇയാളെ കലെകൂറ്റിൽ നിർത്തുകയുണ്ടായി.

പാതിരിമാർ

പെഡ്രോ ദെ കോവില്ല

ഫാരിയ സുസ പുരാതന രേഖകളുടെ ആധാരത്തിൽ (ഇദ്ദേഹം ലിസ്ബണിലെ ഓർഡർ ഓഫ് ട്രിനിറ്റി എന്ന മഠത്തിലെ അധികാരിയായിരുന്നു. ഇദ്ദേഹം ജൂലൈ 7, 1498 ൽ നിര്യാതനായി. ഇന്ത്യയിലെ ആദ്യത്തെ രക്തസാക്ഷിയായതായും സൂചനകളുണ്ട്. രോഗഗ്രസ്തനായി മരിച്ചിരിക്കാനും ഇടയുണ്ട്. ഇദ്ദേഹത്തിന്റെ മരണസമയത്ത് വാസ്കോ ഡ ഗാമ കലെകൂറ്റിൽത്തതന്നെ ഉണ്ടായിരുന്നു. ബാരോസ്, കസ്ടന, കൊറിയ ഇവരാരും തന്നെ പാതിരിയെ പേരെടുത്തു പറയുന്നില്ല.

ജോൺ ഫിഗേരോ

കൊറിയ ഇദ്ദേഹം സൂക്ഷിച്ചിരുന്ന ഡയറിയെ പറ്റിയും അതിൽനിന്ന് തനിക്ക് ലഭിച്ച വിവരങ്ങളെക്കുറിച്ചും പലയിടത്തും പ്രതിപാദിക്കുന്നു. മറ്റാരും തന്നെ ഇദ്ദേഹത്തെക്കുറിച്ച് ഒന്നുംതന്നെ പറയുന്നില്ല.

നാവികരും സെനികരും

ജോൺ ദെ അമേരിശോഗ്രയ/ദാമാ മൈരോയീരോ

പോർത്തുഗലിലേക്ക് തിരിച്ചുപോയ കലഹക്കാരിൽ ഒരാൾ എന്ന് കൊറിയ പറയുന്നു. മറ്റാരും ഒന്നും പറയുന്നില്ല.

ഫെഡ്രോ ദെ ഫാരിയ ഇ ഫിഗുരേഡോ

കാബോ ദേശ കഗ്രെൻറീൽ വച്ച് മരിച്ചതായി ഫാരിയ സൂസ്. (Fariyay Sousa 1 P 29)

ഫ്രാൻസിസ്കോ ദെ ഫാരിയ ഇ ഫിഗുരേദോ

ഫെഡ്രോയുടെ സഹോദരൻ. അദ്ദേഹം ലത്തീൻ ഭാഷയിൽ കവിതകൾ എഴുതുമായിരുന്നു. 1 പി 29.

സച്ചോ മെക്സിയ

രോറെരോയിൽ ഇയാളെപ്പറ്റി പറയുന്നുണ്ട്.

ജോൺ പലഹ

സാമൂതിരിയെ മുഖം കാണിച്ച പതിമൂന്ന് പേരിൽ ഒരാൾ (കൊറിയ 1 പി 96)

ഗോൺസാലോ പിരെസ്

വാസ്കോ ഡ ഗാമയുടെ വേതനം പറ്റിയിരുന്ന ഒരു നാവിക തൊഴിലാളി (1 പി 54). 1497 ഒപ്പോർത്തോയിൽ ആയിടെ നിർമിക്കപ്പെട്ട ഒരു കൊച്ചു നൗകയുടെ മേൽനോട്ടക്കാരനായി നിയമിക്കപ്പെട്ടു (Texerio de Aragao boletim 1886 p 163).

ലെഒനരെദോ രേബെരോ

ജോൺ ദെ സെടുബാൽ

സാമൂതിരിയെ മുഖം കാണിച്ചവരിൽ ഒരാൾ. (Correa, 1 പിപി96, 104, 107 – Stanley Vasco da Gama പി പി 119, 213)

അൽവാരോ വെൽഹോ

സൈനികൻ (Castanheda, Goes Faria y Sousa) ഒരുപക്ഷേ വാലെന്റിൻ ഫെർടിനന്റ് സൂചിപ്പിച്ച അൽവാരോ വെൽഹോ ദെ ബെറ്രെയോ എട്ടുവർഷത്തോളം സിലോണിൽ വസിച്ചതായി പറയപ്പെടുന്നു.
ഫെർണോ വെൽഹാസോ സൈനികൻ

തടവുപുള്ളികളും രാജ്യഭ്രഷ്ടരും

പെഡ്രോ തൃസ് വടക്കുകിഴക്കൻ എന്ന് പേരിൽ അറിയപ്പെട്ട ഇയാൾ ഗാമയുടെ നിർദേശപ്രകാരം മൊസംബിക്കിൽ നിലയുറപ്പിച്ചു. പിന്നീട് ഇന്ത്യയിലേക്ക് വന്നു (Correa).

പെഡ്രോ എസ്ടവേസ്

വാസ്കോ ഡ ഗാമ ഇയാളെ കിലയിൽ നിർത്തിയതായും പിന്നീട് ഇവിടെ എത്തിയ ഡാ നോവ ഇയാളുമായി കൂടിക്കാഴ്ച നടത്തിയതായും കൊറിയ പറയുന്നു. ബറ്രോസിസിന് അഭിപ്രായവ്യത്യാസമുണ്ട്. ഡാ നോവയുമായി കൂടിക്കാഴ്ച നടത്തിയ തടവുപുള്ളി കബ്രാളിനാൽ അവിടെ നിർത്തപ്പെട്ട അന്റോണിയോ ഫെർണാണ്ടസ് ആണെന്ന്.

ജോൺ മചാടോ

വീണ്ടും വിരുദ്ധാഭിപ്രായങ്ങൾ. ഗാമ മൊസംബിക്കിൽ നിർത്തിയ തടവുപുള്ളിയെന്ന് കൊറിയ (Lendas 1 p 41, 160) പ്രേസ്റ്റർ ജോണിനെപ്പറ്റി കൂടുതൽ അറിയാൻ കബ്രാൾ മെലിഞ്ജോയിൽ നിർത്തിയതെന്നു ബാരോസ് (1 പിടിഎൽ, പി 406). വിശ്വസ്ത സേവനത്തിന് പകരമായി അൽഫോൻസോ ദെ അൽബുക്കർക്ക് മച്ചടോയെ ഗൊയുടെ ഗവർണറായി നിയമിച്ചു. 1515 ൽ ഇദ്ദേഹം യുദ്ധത്തിൽ കൊല്ലപ്പെട്ടു. (Stanley's Vasco da Gama pp 93-5)

ദമിഗ രോദ്രിഗേസ്

മച്ചടോയുടെ സുഹൃത്ത്. സെന്റ് ഗബ്രിയേലിൽ യാത്ര ചെയ്തു. സെന്റ് റാഫേൽ മണൽത്തിട്ടകളിൽ വച്ച് അയാൾ കപ്പൽ വെടിഞ്ഞു. കബ്രാൾ മൊസംബിക്കിൽ എത്തിയപ്പോൾ രോദ്രിഗേസിനെ അടക്കിയ സ്ഥലം കണ്ടുവത്രെ. (Correa Lendas, 1 p 160; conapre stanley's Vasco da Gama p 94)

ജോൺ സുനെസ്

ഹീബ്രുവും അൽപ്പം അറബിക്കും അറിയാമായിരുന്ന ക്രിസ്ത്യാനിയായി മതം മാറിയ യഹൂദൻ. തടവുപുള്ളിയായിരുന്ന ഇയാളെ കലെകൂറ്റിൽ നിർത്തുകയുണ്ടായി. കൊറിയ ഇയാളെ ജോൺ മർട്ടിനെസ് എന്ന് തെറ്റിപ്പറയുന്നു. (Correa 1 p 78. Stanley's Vasco da Gama pp 159, 180, 206)

തദ്ദേശീയരും പൗരസ്ത്യ രാജ്യങ്ങളിൽ നിന്ന് കയറിയ മറ്റ് യാത്രക്കാരും

ഗസ്പർ ഡ ഗാമ

അഞ്ജെദിവ ദ്വീപിൽ നിന്ന് ഗാമയുടെ കൂടെ കൂടിയ വഞ്ചകനായ അറബി. രോറെരോയുടെ രചയിതാവ് നാൽപ്പതുകാരനായ ഇയാൾക്ക് വെനീഷ്യൻ ഭാഷ വശമുള്ളതായി പറയുന്നു. ചെറുപ്രായത്തിൽ തന്നെ ഇന്ത്യയിൽ എത്തിയ ഇയാൾ ഗോവയിലെ അധികാരിയുടെ സേവകനായിരുന്നു. ഗാമ ഇയാളെ പോർച്ചുഗലിലേക്ക് കൊണ്ടുപോയി. മാമോദീസമുക്കി ഗസ്പർ ദെ ഗാമ എന്ന പേര് നൽകപ്പെട്ടു. ഗസ്പർ ഡാ ഇന്ത്യ എന്ന പേരിലും അറിയപ്പെട്ടു. Commentaries of Alfo iso Dalboquer jue, Hakluyt Society 1884)) ഗസ്പർ ഡാ ഗാമ, ഗസ്പർ ഡാ ലാസ് ഇന്ത്യസ്, ഗസ്പർ ഡാ അലിമെട എന്നൊക്കെ കൊറിയ ഇയാളെ വിശേഷിപ്പിക്കുന്നു. മാനുവൽ രാജാവ് കർദിനാളിനെഴുതിയ കത്തിൽ ക്രിസ്ത്യാനിയായി മതം മാറിയ യഹൂദൻ എന്നും രത്നങ്ങളുടെ ചെത്തുപണികളിൽ മിടുക്കൻ എന്നും പ്രസ്താവിക്കുന്നു. സെർനിഗി ലിസ്ബണിൽ വച്ച് സ്ലാവിക് യെഹൂദനായ ഇയാളുമായി സംഭാഷണത്തിൽ ഏർപ്പെട്ടതായി രേഖപ്പെടുത്തുന്നു.

ബരോസിന്റെയും ഗോസിന്റെയും വിവരങ്ങൾ വച്ച് നോക്കിയാൽ ഗസ്പറുടെ മാതാപിതാക്കൾ പോളണ്ടിലെ പോസെൻ എന്ന സ്ഥലത്ത് നിന്ന് കസിമിർ രാജാവിന്റെ (1456) യഹൂദർക്ക് നേരെയുള്ള ക്രൂരമായ പീഡനങ്ങളിൽ നിന്ന് രക്ഷ നേടാൻ പാലായനം ചെയ്തവരാണ്. പലസ്തീനിൽ അൽപ്പകാലം പാർത്ത ശേഷം അവർ അലെക്ഷന്ത്രിയയിലേക്ക് താമസം മാറ്റി. ഗസ്പർ അവിടെയാണ് ജനിച്ചത് (Barros I, pt 1 pp 364-Goes pt 1 c 44)

അയാൾ ദ്വിഭാഷിയായി കബ്രാളിനെ അനുഗമിച്ചു. വെസ്പൂച്ചി കേപ് വെർദയിൽ വച്ച് ഗാസ്പറെ കണ്ടതായി ജൂൺ ... എഴുതുന്നു. വിവിധ ഭാഷകൾ കൈകാര്യം ചെയ്യാനുള്ള ഗസ്പറുടെ കഴിവിനെപ്പറ്റിയും ഏഷ്യ യിൽ ഗസ്പർ നടത്തിയ യാത്രകളെപ്പറ്റിയും പ്രശംസിക്കുന്ന ഈ കത്ത് പിന്നീട് ബാലെടള്ളി പ്രസിദ്ധീകരിക്കുകയുണ്ടായി (II Millione 1827).

ഗസ്പർ പലതവണ ഇന്ത്യയിലേക്കുള്ള പോർച്ചുഗീസ് പര്യവേ ക്ഷണ യാത്രകളിൽ പങ്കെടുക്കുകയുണ്ടായി. ഗസ്പറെക്കുറിച്ച് അവസാ നമായി കേൾക്കുന്നത് 1510 ൽ ആണ്. ഇയാളിൽ സന്തുഷ്ടനായ മാനു വൽ രാജാവ് കവലിയർ സ്ഥാനം നൽകിയതായി ഗോസ് പറയുന്നു.

ഗസ്പർ ഗ്രനഡക്കാരനാണെന്ന കൊറിയയുടെ വാദം ശരിയാവാ നിടയില്ല. കാരണം ഗ്രനഡ കീഴ്പ്പെടുത്തപ്പെട്ടത് 1492 ൽ മാത്രമാണ് (Stanley's Vasco da Gama p 247)

സിഗ്നോരിയ (ഫ്ളോറൻസ) യുടെ രാജപ്രതിനിധിയായി ലിസ്ബ ണിൽ എത്തിയ ലുനർടോ ഡാ ച മസ്സർ എഴുതിയ ഒരു കത്തിൽ ഇങ്ങനെ പറയുന്നു. ഗസ്പർ ഒരു പോർച്ചുഗീസ് യുവതിയെ വിവാഹം ചെയ് തെന്നും പൗരസ്ത്യ ദേശങ്ങളിലെ വാണിജ്യ തന്ത്രങ്ങളെ പ്പറ്റി വിലയേ റിയ വസ്തുതകൾ നൽകിയതിന് പകരമായി രാജാവ് ഗസ്പരിന് ... ദുകാറ്റ് വാർഷിക പെൻഷന് അനുവദിച്ചെന്ന്. ഈ കത്ത് പിന്നീട് പ്രസിദ്ധീകരി ക്കപ്പെട്ടു. (Archlvio Storica Italiano, Florence 1846)

മോണൈ്ചടെ

കലികൂറ്റിൽ വച്ച് ഗാമയുടെ കപ്പലിൽ കയറിയ ടുണീസുകാരനായ അറബി (Barros I, pt I, pp 330 & others, Goes I p 98)) ജോൺ രാജാ വിന്റെ കാലത്ത് പോർച്ചുഗീസുകാരുമായി ഒരാണ്ടിൽ വാണിജ്യത്തിൽ ഏർപ്പെട്ടിരുന്ന ഇയാൾക്ക് കാസ്ടില്യൻ ഭാഷ വശമുണ്ടായിരുന്നു. ഗാമ യോടൊപ്പം പോർച്ചുഗലിലേക്ക് പോയ ഇയാൾ ക്രിസ്ത്യാനിയായി മതം മാറി. കർദിനാളിനുള്ള മാനുവൽ രാജാവിന്റെ കത്തിൽ ടുണീസുകാരൻ മൂർ എന്നാണ് ഇയാളെ വിശേഷിപ്പിച്ചിട്ടുള്ളത്. കലികൂറ്റിലെ അറബി കൾ ഇയാൾ ക്രിസ്ത്യാനിയാണെന്നും പോർച്ചുഗൽ രാജാവിന്റെ ചാര നാണെന്നും സംശയിച്ചു.

അഞ്ചുവയസിൽ തടവിലാക്കപ്പെട്ട ഇയാൾ സേവിലുകാരനായ ക്രിസ്ത്യാനി എന്ന് കൊറിയ (Stanley's Vasco da Gama pp 162-221) പറയുന്നു. അൽഫോൻസോ പെരെസ് എന്ന് പേരുള്ള ഇയാളെ കസ്ടി ല്യൻ എന്ന് ഉടനീളം പരാമർശിക്കുന്നു.

നല്ലത് എന്നർഥം വരുന്ന (bon) എന്ന പോർച്ചുഗീസ് പദവും അതേ അർഥമുള്ള തയ്യിബ് എന്ന അറബിപദവും കൂട്ടിക്കുഴച്ച് ഉണ്ടായ ബോൺ ടൈബോ എന്നതിന്റെ രൂപഭേദമാണ് (Monsaid) എന്ന് കസ്ടനഡ ഡി പി 50), സന്തുഷ്ടൻ എന്നർഥം വരുന്ന എൽ മസൂദിന്റെ രൂപഭേദം ആവാനും മതിയെന്ന് ബാർതാൻ (Burton's Camoens, iv p 432)

മലെമോ കണകа/കാന

മെലിൺടോയിൽ നിന്ന് കലെകൂറ്റിലേക്ക് ഗാമയെ നയിച്ച ഗുജറാത്തി നാവികൻ. കനക ജാതിപ്പേരാകാം.

ദവന മൊസംബിക്കിന്റെ തെക്ക് നിന്ന് ഒരു കൊച്ചു തോണിയിൽ നിന്ന് പിടിച്ചെടുത്ത ഇയാൾ ഗാമയുടെ ദല്ലാളായി കലെകൂറ്റുവരെ കൂടെപ്പോകാൻ തയാറായി. ഇയാളുടെ സേവനങ്ങളിൽ തൃപ്തനായ ഗാമ ഒരു സാക്ഷ്യപത്രം നൽകി സ്വതന്ത്രനാക്കിയതായി കൊറിയ സൂചിപ്പിക്കുന്നു. (Stanley's Vasco da Gama pp 79, 84, 113, 128, 235) മറ്റു ചരിത്രകാരന്മാരൊന്നും തന്നെ ഇതേപ്പറ്റി പറയുന്നില്ല.

ബാല്തസരും മറ്റ് നാല് അറബികളും കലെകൂറ്റിൽ നിന്ന് ഗാമ ബലം പ്രയോഗിച്ച് കടത്തിക്കൊണ്ടുപോയ ഇവരെയും മെലിഞ്ചോയിലെ രാജപ്രതിനിധിയേയും കബ്രാൾ തിരിച്ചുകൊണ്ടുവരികയുണ്ടായി. (Alguns documentos do Arachivo nacional, 1892, p 97)

കലെകൂറ്റിൽ വച്ച് ഗാമ പതിനെട്ട് അറബികളെ ബന്ധനത്തിലാക്കിയതായി പറയുന്നു. *റൊട്ടെറോയിൽ* ആറ് പേരെ സ്വതന്ത്രരാക്കിയതായും പിന്നീട് ഒരാളെ ദൂതുമായി സാമൂതിരിയുടെ അടുത്തേക്ക് പറഞ്ഞയച്ചതായും *റോട്ടേറോയിൽ* പറയുന്നു. ബാക്കിയുള്ളത് പതിനൊന്ന് പേർ. അങ്ങനെയാണെങ്കിൽ മറ്റൊരു ആറുപേരെ കൂടി വിട്ടയച്ചുകാണണം.

അനുബന്ധം

പോർച്ചുഗലിന് സമുദ്രശക്തികളുടെയും വാണിജ്യക്കോയ്മകളുടെയും പട്ടികയിൽ അഗ്രഗണ്യസ്ഥാനം നേടിക്കൊടുത്ത ചരിത്രപ്രധാനമായ പര്യവേക്ഷണത്തിന് വാസ്കോ ഡ ഗാമയും സംഘവും പുറപ്പെടുന്ന സമയത്ത് മനുവേൽ രാജാവ് മോന്റമോർ ഓ നോവോ എന്ന സുഖവാസ സ്ഥലത്തായിരുന്നു. ലിസ്ബണിലെ വേനൽക്കാല ചൂടിൽ നിന്നും രക്ഷ നേടാൻ മോൻഫുരടോ കുന്നുകളിൽ അഭയം നേടിയ രാജാവ് ഈ മഹത്തായ സംരംഭത്തിന് ദൃക്സാക്ഷിയായില്ല. രാജാവിന് തന്റെ വിശ്വസ്ത സേവകന്റെ കഴിവുകളിൽ അദമ്യമായ വിശ്വാസമുണ്ടായിരുന്നു. ഇത്രയും ഉത്തരവാദപ്പെട്ട സാഹസികയാത്രയുടെ ചുമതല ഗാമയിൽ തന്നെ നിക്ഷിപ്തമായത് അതുകൊണ്ടാണല്ലോ. യാത്ര പുറപ്പെടുന്നതിന് തലേന്ന് (വെള്ളിയാഴ്ച ജൂലൈ 7) രാത്രി മുഴുവൻ വാസ്കോ ഡ ഗാമയും അനുചരരും Our Lady of Belem എന്ന കൊച്ചുപള്ളിയിൽ പ്രാർഥനയുമായി കഴിച്ചുകൂട്ടി. നാവികരുടെ സൗകര്യാർഥം ഹെൻറി രാജകുമാരൻ പണികഴിപ്പിച്ച ഈ എളിയ പർണശാല ഇന്ന് കാണുന്നത്ര പ്രൗഢിയോ പ്രഭാവമോ ഉള്ളതായിരുന്നില്ല.

പിറ്റേന്ന് ശനിയാഴ്ച ജൂലൈ എട്ടിന് പ്രഭാതത്തിൽ വാസ്കോ ഡ ഗാമയെയും അനുചരരെയും പള്ളിയിലെ പുരോഹിതരും അനുഭാവികളായ നാട്ടുകാരും ഒരു ഘോഷയാത്രയായി കടൽത്തീരത്ത് എത്തിച്ചു. എല്ലാവരും മെഴുകുതിരി കത്തിച്ചു പിടിച്ചിരുന്നു. വികാരിയച്ചൻ കുർബാന ചൊല്ലി പൊതുവായ കുമ്പസാരം നടത്തി. പിന്നീട് മാർപാപ്പ നിക്കോളാസ് അഞ്ചാമന്റെ ഉത്ഘോഷണ പ്രകാരം എല്ലാ യാത്രക്കാരെയും അന്നുവരെയുള്ള പാപങ്ങളിൽ നിന്നെല്ലാം മുക്തരാക്കി. അങ്ങനെ ക്രൈസ്തവ സഭയുടെ അനുഗ്രഹാശിസുകളോടെ നാട്ടുകാരുടെ സമ്മ

നസോടെ പോർച്ചുഗൽ രാജാവിന് വേണ്ടിയുള്ള ഈ പര്യവേക്ഷണ യാത്രയുടെ തുടക്കം കുറിച്ചു.

ലഭ്യമായ വിവരങ്ങൾ അനുസരിച്ച് 1497 ജൂലൈ എട്ടിന് ലിസ്ബണിൽ നിന്ന് പുറപ്പെട്ട ഗാമയുടെ സംഘത്തിൽ നിന്ന് ആദ്യം തിരിച്ചെത്തിയത് നിക്കോളോ കൊയെലോ ആണ് 1498 ജൂലൈ പത്തിന്. 732 ദിവസങ്ങൾക്ക് ശേഷം അതായത് രണ്ടു വർഷവും രണ്ടു ദിവസവും. ഇതിൽ 316 ദിവസങ്ങൾ സികൂറ്റ് വരേയ്ക്കും. കലികൂറ്റിൽ 102 ദിവസങ്ങളും മടക്കയാത്രയിൽ 314 ദിവസങ്ങളും. വിശദാംശങ്ങൾ താഴെ പട്ടികയിൽ (പട്ടിക എ1)

പട്ടിക A 1

ഗാമയുടെ കലണ്ടർ

തീയതി	സ്ഥലം	ദിനങ്ങൾ	പഴയ പോർത്തുഗീസ് ലീഗ്	നാവിക മൈലുകൾ[1]	ദിവസേന ശരാശരി യാത്രാ മൈലുകൾ
ജൂലൈ 8–27, 1497	ലിസ്ബണിൽ നിന്ന് നാം തിയാഗോ വരെ	19	515	1740	90
ആഗസ്റ്റ് 3–നവം. 4	നാംതിയാഗോയിൽ നിന്ന് ആഫ്രിക്കൻ കരയോരം	93	1533	5180	54
നവംബർ 4–7 വരെ	സെന്റ് ഹെലെന ഉൾക്കടലിലേക്ക്	3	49	165	55
നവംബർ 16–22	സെന്റ് ഹെലെനയിൽ നിന്ന് സുപ്രതീക്ഷാ മുനമ്പ് വരെ	6	34	115	19
നവംബർ 22–25	സുപ്രതീക്ഷ, മുനമ്പ് സാവോബ്രാസ്	3	59	200	69
ഡിസം.8– ജനു.11 1498	സാ.ബ്രാസ്. റിയോ ദു കോബ്രി (തെറാ ദാ ബോവ ജെന്റ്)	34	259	875	26
ജനുവരി 16–24	റിയോ ദു കോബ്രി – റിയോ ദുഗ് ബോൺസ് സിനായിസ്	8	142	480	60

ഫിബ്ര.24–മാർച്ച് 2	റിയോ ദുഗ് സിനായിസ്–മൊസാംബിക്	6	98	330	55
മാർച്ച് 29–എപ്രി.7[2]	മൊസംബിക് മൊംബാസ	9	204	690	77
ഏപ്രിൽ 12–14	മൊംബാസ–മെലിന്ദെ	2	18	60	30
ഏപ്രിൽ 24–മേയ് 18	മെലിന്ദെ–എഴിമല	24	657	2220	93
മേയ് 18–20	എഴിമല–കാപ്പാ	2	16	53	26
ആകെ മുന്നോട്ടുള്ള യാത്ര		209	3584	12108	58
തിരിച്ചുള്ള യാത്ര					
ആഗ.30–സെപ്റ്റം.20 1498	കലെകൂറ്റ്–അഞ്ചു ദ്വീപ്	21[3]	71	240	11
ഒക്ടോ.5,1498–ജനു.7 1499	അഞ്ചു ദ്വീപ്–മെലിന്ദെ	94	710	2400	25
ജനുവരി 11–ഫെബ്രു.1	മെലിന്ദെ–മൊസംബിക്	21	219	740	35
ഫെബ്രു.2–മാർച്ച് 3	മൊസംബിക്–സാബ്രാസ്	30	500	1690	56
മാർച്ച് 12–20	സാബ്രാസ്–സുപ്രതീക്ഷാ മുനമ്പ്	8	59	200	25
മാർച്ച് 20–ഏപ്രിൽ 25	സുപ്രതീക്ഷാ മുനമ്പ്–റിയോ ഗ്രാന്ദെ	36	994	3360	93
ഏപ്രി.25–ജൂലൈ10	റിയോ ഗ്രാന്ദെ–ലിസ്ബൺ (കോയെലയുടെ കപ്പൽ)	76	864	2920	25
ആകെ തിരിച്ചുള്ള യാത്ര		286	3417	11550	40

1. 1 ലീഗ് 3.38 മൈൽ
2. വടക്കോട്ടുള്ള പ്രയാണത്തിൽ നഷ്ടപ്പെട്ട 4 ദിനങ്ങൾ കണക്കാക്കിയിട്ടില്ല
3. സെന്റ് റഫേൽ കത്തിച്ചു കളയാനായി 15 (അതോ അഞ്ചോ) ദിവസങ്ങൾ ഉൾപ്പെടെ

കുറിപ്പുകൾ

1. കപ്പലുകളുടെ വിവരണം
സെന്റ് ഗബ്രിയേൽ കോടിക്കപ്പൽ: മുഖ്യക്യാപ്റ്റൻ വാസ്കോ ഡ ഗാമ
സെന്റ് റാഫേൽ – ക്യാപ്റ്റൻ പൗലോ ഡ ഗാമ
ബെറിയോ – ക്യാപ്റ്റൻ നിക്കോളോ കൊയേലൊ
ചരക്കുകപ്പൽ – ഗോൺസാലോ നൂനെസ്
ആൽവാരൊ വെൽഹോ സെന്റ് റാഫേലിൽ ആയിരുന്നു.
2. ലിസ്ബണിൽ നിന്ന് നാലു മൈൽ ദൂരെ റെസ്റ്റല്ലോയിലെ ഒരു കൊച്ചു പള്ളിയിൽ യാത്ര പുറപ്പെടുന്നതിന് തലേന്ന് രാത്രി മുഴുവൻ വാസ്കോ ഡ ഗാമയും സംഘവും പ്രാർഥനകളിൽ ഏർപ്പെട്ട് ചെലവഴിച്ചു. ഈ പള്ളി ഹെന്ററി ദി നാവിഗേറ്റർ (4 മാർച്ച് 1394–13 നവംബർ 1460) എന്ന പോർച്ചുഗീസ് രാജാവ് സമുദ്രയാത്രികളുടെ ആവശ്യാർഥം നിർമിച്ചതായിരുന്നു. വിജയശ്രീലാളിതനായി തിരിച്ചെത്തിയ ശേഷം ഡോം മാന്വേൽ ഇവിടെ അതിഗംഭീരമായ ഔർ ലേഡി ഓഫ് ബത്‌ലഹേം അഥവാ ബെലെം എന്ന സന്യാസി മഠം സ്ഥാപിക്കുകയുണ്ടായി.
3. മൊറോക്കോക്ക് തെക്കായി അറ്റ്ലാന്റിക് തീരത്ത് പശ്ചിമ സഹാറയുടെ ഒരു ഭാഗം.
4. സാൽ ദ്വീപ് (1645 വ, 22 55 പ) 83.5 സ്ക്വയർ മൈൽസ് വിസ്തൃതി. ദ്വീപിന്റെ തെക്കേ അറ്റത്താണ് സാന്റാ മാറിയ തുറമുഖം.
5. മിന – ഘാനയിൽ ഇന്നത്തെ പേര് എൽമിന. മിനയെന്നാൽ പോർച്ചുഗീസിൽ മൈൻ ഖനി എന്നർഥം. ഇവിടത്തെ സ്വർണഖനികൾ ആണ്

ഈ പേര് നേടിക്കൊടുത്തത്. ഘാനയിൽ പോർച്ചുഗീസുകാർ സെന്റ് ജോർജ് ഡ മിന എന്ന കോട്ട നിർമിച്ചു (1482 ൽ).

6. ഗാമയുടെ കൈവശം ഉണ്ടകൾ നിറയ്ക്കാൻ വലിച്ചുനീക്കാവുന്ന അറകളുള്ള ഒരുതരം തോക്കുകൾ ഉണ്ടായിരുന്നു.
7. സാഗ തിയാഗോ – കാപ് വെർദ ദ്വീപുകളിലെ ഏറ്റവും വലിയ ദ്വീപ്. കാപ് വെർദ ദ്വീപുകളുടെ തലസ്ഥാനമായ പ്രായിയ ഈ ദ്വീപിലാണ്. സാഗ തിയാഗോവിന്റെ തെക്കേ അറ്റത്ത് തെക്ക് കിഴക്കായി കരയോട് തൊട്ടടുത്തായി സന്റാ മാറിയ എന്ന കൊച്ചു ദ്വീപുണ്ട്. ആ ദ്വീപ് നിലകൊള്ളുന്ന ഉൾക്കടലിനെയാണ് പരാമർശിക്കുന്നത്.
8. മൂലകൃതിയിൽ ആഗസ്റ്റ് 22 എന്നാണ് സൂചന. ഇത് തെറ്റാണെന്നും ഒക്ടോബർ 22 ആണ് ശരിയായ തീയതി എന്നും ഇ ജി ആർ കാര്യകാരണസഹിതം അവകാശപ്പെടുന്നു.
9. മൂലകൃതിയിൽ ഗരസിരോസ് എന്നാണ്. ആ പദം നിഘണ്ടുവിലില്ല.
10. സെന്റ് ഹെലെന. ഉൾക്കടലിന് ഒരുപാട് വടക്കായിട്ടാവണം ഇത്. മൂന്നു ദിവസത്തിന് ശേഷമേ കരയ്ക്കെത്താൻ പറ്റിയുള്ളു.
11. ഇന്നത്തെ പേര് ബെർഗ് നദി. പശ്ചിമ കേപ് ജില്ലയിൽ
12. ആഫ്രിക്കയിലെ ആദിവാസികളുടെ പരക്കെയുള്ള പതിവ്
13. ഇത് മുളവടിയാകാനാണ് സാധ്യത.
14. മൂലകൃതിയിൽ settlil എന്ന പോർച്ചുഗീസ് നാണയം.
15. ശരിയായ ദൂരം മുപ്പത്തിമൂന്ന് കാതം.
16. ഇന്നത്തെ പേര് മോസ്സൽ ബേ.
17. സമുദ്രമാർഗം 90 ലീഗും കരമാർഗം 64 ലീഗും.
18, ഹോട്ടേൻ റ്റൊറ്റ് എന്ന വർഗക്കാരുടെ ഗോര എന്ന വാദ്യോപകരണം.
19. ഈ ദ്വീപ് ഇപ്പോഴും 'സീൽ ഐലന്റ്' എന്നറിയപ്പെടുന്നു. വൻകരയിൽ നിന്ന് അര മൈൽ ദൂരത്തിൽ 250 അടി നീളം മാത്രം.
20. മൂലകൃതിയിൽ Padaro എന്നാണ്. അതായത് പോർച്ചുഗലിന്റെ രാജചിഹ്നവും മറ്റു വിവരണങ്ങളും കൊത്തിയ കല്ലു കൊണ്ടുള്ള ഒരു സ്തൂപം. വാസ്കോ ഡ ഗാമ സ്ഥാപിച്ച സ്തൂപങ്ങൾ ഒന്നും തന്നെ കണ്ടുകിട്ടിയിട്ടില്ല.
21. ഈ വസ്തുതകൾ വളരെയേറെ ശരിയാണ്. സുപ്രതീക്ഷാ മുനമ്പിൽ നിന്ന് മോസ്സൽ (സബ്രാസ്) ഉൾക്കടലിലേക്കുള്ള ദൂരം 60 ലീഗ്. അവിടുന്ന് സാന്റക്രൂസ് 56 ലീഗ്. അവിടുന്ന് റിയോ ദേ ഇൻഫന്റെ 21 ലീഗ്. ആലോഗ്വ ഉൾക്കടലിൽ പടിഞ്ഞാറു ഭാഗത്തായുള്ള ഒരു കൂട്ടം ദ്വീപുകളിൽ ഏറ്റവും വലുതാണ് സാന്റക്രൂസ്. കരയിൽ നിന്ന് നാല് കിലോമീറ്റർ ദൂരമേയുള്ളു. ഏകദേശം 600 അടി നീളമുള്ള ഇതിൽ 195 അടിയോളം പൊക്കമുള്ള ഉയർന്ന പാറക്കെട്ടുകൾ ഉണ്ട്.
22. ഇന്നത്തെ പേര് ദി ഗ്രേറ്റ് ഫിഷ് റിവേർ.

23. അഗുൽഹാസ് പ്രവാഹം ആഫ്രിക്കയുടെ കിഴക്ക് ഭാഗത്ത് തെക്ക് പടിഞ്ഞാറൻ ദിശയിൽ (മണിക്കൂറിന് ഒന്നു മുതൽ നാല് മൈൽ വേഗതയിൽ ഒഴുകുന്നു).
24. നടാൽ ഇന്നത്തെ ദാർബ്ബാന് ചുറ്റുവട്ടമുള്ള സ്ഥലം. പോർട്ട് നടാൽ ശരിക്കും ദാർബ്ബാൻ തുറമുഖം തന്നെ.
25. ഒരു ക്വർത്തില്ലോ. ഏകദേശം അര ലിറ്റർ.
26. മൂലകൃതിയിൽ വ്യാഴാഴ്ച ജനുവരി 10 എന്ന് പറയുന്നു. പക്ഷേ വ്യാഴാഴ്ച 11 ആയിരുന്നു.
27. അതുകൊണ്ടുതന്നെ കൊച്ചുമുപ്പന്മാരുടെ നാട് എന്നർഥം വരുന്ന മ്ഫുമോസ് (Mfumos)
28. പഴയ ഭൂപടങ്ങളിൽ പോർട്ട് സെന്റ് ലൂഷ്യയ്ക്ക് വടക്കായി റ്റര ദേ ബോവ പാസ അടയാളപ്പെടുത്തിയിട്ടുണ്ട്. റിയോ ദോ കൊബ്ര് കിലിമാനി നദിയോ അതോ ഒരു കൊച്ചു നീർച്ചാല് മാത്രമോ ആയിരിക്കണം.
29. റിവേർ ബോണസ് സിനൈസ്; ഗാമ നങ്കൂരമിട്ട സ്ഥലം ക്വളിമനെ Qualimane ഇപ്പോഴുമുണ്ട്.
30. ഇൽഹാസ് പ്രമേരാസ് (Ilhas Primeiras) മൊസാംബിക് ചാനലിലെ ദ്വീപുകൾ. സിൽവ, ദോ ഫോഗോ ക്രൗൺ എന്നീ മൂന്ന് തരിശു ദ്വീപുകൾ തെക്കും കാഷരിന, എപിടെൺട്രോൺ എന്ന ദ്വീപുകൾ വടക്കുമായി ആകെ അഞ്ചു ദ്വീപുകളുണ്ട്. വടക്കൻ ദ്വീപുകളിൽ മരങ്ങളുണ്ട്. ഗാമ തെക്കേ അറ്റത്തെ രണ്ട് ദ്വീപുകൾ കണ്ടില്ലെന്ന് തോന്നുന്നു.
31. മൊസാംബിക് വൻകരയിൽ നിന്ന് 4 കിലോമീറ്റർ ദൂരത്തിൽ അതേ പേരിലുള്ള കൊച്ചു ദ്വീപ്. ചരിത്രപ്രസിദ്ധമായ വാണിജ്യ വിപണി ആയിരുന്നു.
32. മതങ്ങളെപ്പറ്റി ഗാമയുടെയും കൂട്ടരുടെയും അറിവ് പരിമിതമായിരുന്നു. മൂലകൃതിയിൽ ഉടനീളം മൂർ എന്ന് ഉദ്ദേശിക്കുന്നത് അറബിക് സംസാരിക്കുന്ന എല്ലാവരെയുമാണ്.
33. മൂലകൃതിയിൽ 'അൽജാഫർ' അറബിക്കിലെ ജവഹർ.
34. Prestor John ഏഷ്യയിലെ ആദ്യത്തെ ക്രിസ്ത്യൻ രാജാവ് ഇദ്ദേഹമത്രെ. ഇദ്ദേഹവുമായി സമ്പർക്കപ്പെടണമെന്ന് ഗാമയ്ക്ക് പ്രത്യേക നിർദേശം ലഭിച്ചിരുന്നു. ഇന്ത്യയെ കണ്ടെത്താൻ ജോൺ രാജാവിനാൽ നിയുക്തനായ പേരോ ദെ കൊവിലോയും തൊട്ടുപുറകെ ലിസ്ബണിൽ എത്തിയ അബിസീനിയൻ പാതിരി ലൂക്കോസ് മാർക്കോസും പ്രിസ്റ്റർ ജോൺ എത്യോപ്യൻ ചക്രവർത്തി തന്നെയെന്ന് സ്ഥിരീകരിച്ചിരുന്നു. അതിസമ്പന്നനായ ഇദ്ദേഹത്തെ പറ്റി അനേകം കെട്ടുകഥകൾ പ്രചരിച്ചിരുന്നു. അതിലൊന്ന് ഇദ്ദേഹത്തിന്റെ ഖജാനയിലേക്ക് ഉറുമ്പുകൾ സ്വർണം കുഴിച്ചെടുത്തിരുന്നു എന്നാണ്. ഇദ്ദേഹത്തിന്റെ സാമ്രാജ്യം ഏതാണ്ട് ഇന്നത്തെ

എത്യോപ്പിയ പണ്ടത്തെ പേരുകൾ അബിസ്സിനിയ, ലോവേർ ഇന്ത്യ (Lower India)

35. Mitkal വടക്കേ ആഫ്രിക്കയിൽ പതിമൂന്നാം നൂറ്റാണ്ട് മുതൽ പ്രചാരത്തിലുള്ള സ്വർണ നാണയം. ഒരു മിട്കൾ 4-5 ഗ്രാം വരെ തൂക്കം.
36. മാർലോട്ട - പട്ടു കൊണ്ടോ കമ്പിളി കൊണ്ടോ ഉണ്ടാക്കിയ ഉടുപ്പുകൾ.
37. ജെനോവാ സൂചി (Genoa Needle) കാന്തസൂചി. വടക്കുനോക്കി യന്ത്രത്തിന്റെ പുരാതന മോഡൽ.
38. നാളികേരം. നൊങ്കാവാനും മതി.
39. ഇത് നകാല ആവാനാണ് സാധ്യത. മൊസാംബിക് ദ്വീപിന് തൊട്ടു വടക്കായി വൻകരയിലെ പ്രകൃതിദത്തമായ തുറമുഖം (PRC)
40. ഇവ കിരിമ്പ ദ്വീപ സമൂഹത്തിലെ ഏറ്റവും തെക്കായുള്ള കിസിവ ദ്വീപ്.
41. കില്വാ ദ്വീപ്. അവിടുത്തെ രാജാവ് ആഫ്രിക്കയുടെ കിഴക്കേ തീരത്തെ ഏറ്റവും പ്രതാപിയായ രാജാവായിരുന്നു.
42. ഇത് ടാൻസാനിയ തീരത്തോട് ചേർന്ന് കിടക്കുന്ന മാഫിയ ദ്വീപാണ്.
43. പെമ്പ ദ്വീപുകൾ വൻകരയിൽ നിന്ന് ഏകദേശം 55 കിലോമീറ്റർ ദൂരത്തിൽ.
44. ശിവപാർവതിമാരുടെ ചിത്രം?
45. ഇന്നത്തെ പേരുകൾ യഥാക്രമം Mtwapa Takaungu, Kilifi
46. പുരാതന മെലിന്ദേ നഗരത്തിന്റെ അവശിഷ്ടങ്ങൾ ഇന്നത്തെ മലിണ്ടി ഗ്രാമത്തിന് തെക്കായി കാണാം. വാസ്കോ ഡ ഗാമയുടെ പുനർനിർമിതമായ സ്തൂപമല്ലാതെ പോർച്ചുഗീസ് ആധിപത്യത്തെ അനുസ്മരിപ്പിക്കുന്ന ചിഹ്നങ്ങൾ ഒന്നുംതന്നെ കണ്ടുകിട്ടിയില്ല.
47. ബനിയനുകളുടെതോ മലബാറിൽ നിന്നുള്ള വ്യാപാരികളുടെതോ ആവാം.
48. പോർച്ചുഗലിലെ വൈദികർ ധരിക്കുന്ന മേലുടുപ്പ്.
49. വരയൻ പരുത്തിത്തുണി.
50. വിഗ്രഹാരാധകരായ ഇന്ത്യക്കാർ ഇത് സ്വന്തം ദേവതകളിലൊന്ന് എന്ന് കരുതിക്കാണും.
51. കൃഷ്ണ കൃഷ്ണ എന്നാണോ അവർ പറഞ്ഞത്?
52. മലേമ കാനോ എന്നോ കനക എന്നോ പേരുള്ള ഗുജറാത്തി നാവികനെന്ന് ബറോസ്. ഗോസ്, സൂസ എന്നിവർ. ജാതിപ്പേരോ, സ്ഥാനപ്പേരോ ആവാം.
53. കില്വാ കിസിവനി ദ്വീപ് (KILWA KISIVANI) ടാൻസാനിയയുടെ തീരപ്രദേശത്തുള്ള ഈ സ്ഥലം ഇന്ന് UNESCO Heritage Site ആണ്.
54. ലിസ്ബണിന് വടക്കായി ടാഗൂസ് നദീതീരത്തുള്ള ഒരു പട്ടണം.
55. ഇന്നത്തെ ഖംഭാത് (ഗുജറാത്ത്) പോർച്ചുഗീസുകാരുടെ ആഗമന

വേളയിൽ വളരെ വാണിജ്യ പ്രാധാന്യമുള്ള തുറമുഖമായിരുന്നു. എക്കൽ മണ്ണടിഞ്ഞു തുറമുഖം പിന്നീട് ഉപയോഗശൂന്യമായി.

56. എഴിമല (Mount Dely) കണ്ണൂരിന് വടക്കായുള്ള മലനിരകൾ.
57. കേരളത്തിൽ തെക്കുകിഴക്കൻ കാലവർഷത്തിന്റെ വരവായി. ഒരു വർഷത്തിൽ 150 ഇഞ്ചിലുമേറെ മഴ
58. കോഴിക്കോട്
59. കാപ്പാട്. കോഴിക്കോടിന് ഏഴു മൈൽ വടക്കുപടിഞ്ഞാറ്.
60. പന്തലായിനി കൊല്ലം. കോഴിക്കോടിന് 14 മൈൽ വടക്കുപടിഞ്ഞാറ്.
61. ഈ വ്യക്തി ജോ നൂനെസ് എന്നു കൊറിയ
62. ഇവരിൽ ഒരാൾ മോൺസയിദ് എന്ന് പലയിടത്തായി സൂചിപ്പിക്കപ്പെട്ട അറബി.
63. മറ്റു മതങ്ങളെ കുറിച്ചുള്ള പോർച്ചുഗീസുകാരുടെ അജ്ഞത ഉടനീളം പ്രകടമാകുന്നു.
64. സാമൂതിരി പൊന്നാനിയിൽ ആയിരുന്നു. കോഴിക്കോട്ടിന് 28 മൈൽ തെക്ക്.
65. സന്ദേശവാഹകരിൽ ഒരാൾ ഫെർണോ മാർട്ടിൻ ഇവരുടെ കൂടെ മോൺസയിദും ഉണ്ടായിരുന്നു എന്ന് കൊറിയ.
66. പോർച്ചുഗീസിൽ alcaide എന്നതിന് മേയർ, ഗവർണർ എന്നർഥം.
67. പേരു വിവരങ്ങൾക്ക് അനുബന്ധം കാണുക.
68. എലാറ്റൂർ നദി.
69. പുത്തൂർ ദുർഗാ ക്ഷേത്രം.
70. Quafees കാസി എന്ന അറബ് പദത്തിന്റെ രൂപഭേദം. പൂജാരിമാർ.
71. താംബൂലം.
72. ചക്കയും വാഴപ്പഴവും എന്ന് ഇ ജി ആർ പറയുന്നു. പക്ഷേ ചക്കയാവാൻ വഴിയില്ല.
73. രാത്രി പത്ത് മണി.
74. രാജാവിന്റെ കാര്യസ്ഥർ എല്ലാ ഏർപ്പാടുകളും ചെയ്തിരുന്നു. ഗാമയുടെ തെറ്റിദ്ധാരണ അസ്ഥാനത്തായിരുന്നു. മഴ കാരണമാണ് യാത്ര പതുക്കെയായതും വാസസ്ഥലത്തെത്താൻ വൈകിയതും.
75. സത്യത്തിൽ ഗാമയുടെ നില തുലോം ദയനീയമായിരുന്നു. രാജോചിതമായ സമ്മാനങ്ങൾ ഒന്നുംതന്നെ കൈവശം ഇല്ലായിരുന്നു.
76. ഗുജറാത്തിൽ നിന്നുള്ള വണിക് ആയിരിക്കണം.
77. ഒരു കലെകൂറ്റ് ഫാനോ = 255/7 റീസ് 7.45 d 300 റീസ് = 7s7d; ഒരു സ്വർണ ക്രൂസദോ 9s8d
78. ഒരു കലെകൂറ്റ് ബഹാർ = 208.16 കിലോ.
79. ഒരു കലെകൂറ്റ് സെറഫിൻ = 7s5d; ആവശ്യപ്പെട്ട തുക ഏകദേശം 22 പൗണ്ട്.
80. മുമ്പ് പറഞ്ഞ അറുനൂറ് സെറാഫിന്റെ കാര്യമാവാം.
81. പിന്നീട് അഗ്നിക്കിരയായി.

82. സത്യത്തിൽ ഇത് കരയ്ക്കിറക്കിയ സാമങ്ങളുടെ ഒരു ചെറിയ അംശം മാത്രമായിരുന്നു. പിന്നീട് വന്ന കാബ്രാൽ സാമൂതിരിയിൽ നിന്ന് ബാക്കിയുള്ള ചരക്കുകളുടെ വില ഈടാക്കാൻ ശ്രമിച്ചു.
83. അഞ്ചുപേരെ കോഴിക്കോട്ട് നിന്ന് ലിസ്ബണിലേക്ക് കടത്തിക്കൊണ്ടു പോയിരുന്നു. ഇവരെ കബ്രാൽ തിരിച്ചുകൊണ്ടു വരികയുണ്ടായി.
84. ആയുധങ്ങളുടെ വിവരണം മൂലകൃതിയിൽ ഇല്ല.
85. പ്രെസ്റ്റർ ജോണിന്റെ അബിസീനിയ (എത്തിയോപ്യയ) ലോവേർ ഇന്ത്യ എന്ന് അറിയപ്പെട്ടിരുന്നു.
86. കിഴക്കൻ എത്യോപ്യയിലെ ആദൽ സുൽത്താനേറ്റ്. പതിനഞ്ചാം നൂറ്റാണ്ടിൽ സാദ് ഉദ്ദിൻ. ഇവിടം ഭരിച്ച ശക്തനായ സുൽത്താൻ ആയിരുന്നു. തലസ്ഥാനമായ ഹരാർ പഴയ കാലത്തെ പ്രശസ്ത ഇസ്ലാം മതസാംസ്കാരിക കേന്ദ്രം. (പി ആർ സി)
87. കണ്ണൂർ.
88. ബായകൊല്ലാ? കൊറിയ, ബറോസ്, ഗോസ് എന്നിവരൊന്നും ഈ കൂടിക്കാഴ്ചയെപ്പറ്റി പറയുന്നില്ല.
89. നേത്രാണി ദ്വീപുകൾ (Pigeon Islands). കർണാടക മുരുടെശ്വരിൽ നിന്ന് കടലിൽ 19 കി മീ ദൂരത്തിൽ.
90. അൻജദ്വീപ്. ദക്ഷിണ ഗോവയിൽ നിന്ന് ഏകദേശം നാൽപ്പത് മൈൽ അറബിക്കടലിൽ.
91. ഈ കൊമ്പുകളും ശാഖകളും പോർച്ചുഗലിൽ എത്തുകയുണ്ടായി എന്ന് പിന്നീടുള്ള ഡോം മാനുവൽ രാജാവിന്റെ കത്തിൽ നിന്ന് അറിയുന്നു. പക്ഷെ ഇവ കറുവപ്പട്ട മരച്ചില്ലകൾ ആയിരുന്നില്ല. താണ തരം കാസിയ മരച്ചില്ലകൾ ആയിരുന്നു.
92. ടിമോജ എന്ന സമുദ്ര തസ്കരന്റെ ഇദ്ദേഹം പിന്നീട് പോർച്ചുഗീസുകാർക്ക് വിലയേറിയ സഹായങ്ങൾ ചെയ്തുകൊടുത്തത്രെ.
93. അൻജ ദ്വീപസമൂഹത്തിലെ ഏറ്റവും വലിയ ദ്വീപ്.
94. ഇ ജി ആർ ഇതിനെ തമ്പ്രാൻ എന്ന പദത്തോട് സാമ്യപ്പെടുത്തുന്നു. പക്ഷെ ഗോവ തീരത്ത് മലയാളമെവിടെ? (പി ആർ സി).
95. പറങ്കികൾ (പി ആർ സി)
96. ക്രൂരമായ മർദനമുറകൾ കൊണ്ട് അവശനായി ആംഗ്യഭാഷയിൽ മാത്രം ആശയവിനിമയം.
97. മൊസംബിക്കിൽ നിന്ന് മഡഗാസ്കറിലേക്ക് 60 ലീഗ് ആണ് ദൂരം. മുന്നൂറു ലീഗ് സെഷേല്ലെസ് വരെ എത്തിച്ചേനെ.
98. ഇന്നത്തെ മൊഗദിഷു (സൊമാലിയ).
99. Pate island ലാമു ദ്വീപസമൂഹത്തിൽപ്പെട്ടത്. കെന്യ സൊമാലിയ അതിർത്തികൾക്ക് സമീപമായി.
100. ഇന്നിവിടെ കാണുന്ന സ്തൂപം ഗാമ സ്ഥാപിച്ച മൂലസ്ഥൂപമല്ല. "ദുഷ്ക്രിതികളുടെ സ്തൂപം" എന്ന് പറഞ്ഞു നാട്ടുകാർ ഇതിനെ നീക്കം ചെയ്തു. ഇപ്പോൾ കാണുന്ന സ്തൂപം ചുണ്ണാമ്പും പവിഴ

പ്പുറ്റുകളും കൊണ്ട് ഉണ്ടാക്കിയതാണ്. 16 അടി ഉയരം ശിഖരത്തിൽ കുരിശ് സ്ഥാപിച്ചിരിക്കുന്നു. ഒറിജിനൽ സ്തൂപങ്ങൾ ച്ചുന്നപ് കല്ലോ മാർബിളോ കൊണ്ട് ഉണ്ടാക്കിയവയാണ്.

101. ഈ പ്രതിനിധി പിന്നീട് കാബ്രാളിനോടൊപ്പം തിരിച്ചുവന്നു.

102. സെന്റ് രഫെളിന്റെ രൂപം. ഗാമ കുടുംബ സ്വത്താക്കി എന്നാണ് അറിവ്. പല കുടുംബാംഗങ്ങളും സമുദ്രയാത്രയിൽ ഈ വിഗ്രഹം കൂടെ കൊണ്ടുപോയത്രെ. ഫ്രാൻസസ്കോ ഡ ഗാമ ഈ പ്രതിമ വിദിഗുവേര പള്ളിയിൽ സ്ഥാപിക്കുകയുണ്ടായി. പക്ഷെ പള്ളി അശുദ്ധപ്പെട്ടപ്പോൾ ഇത് മറ്റൊരിടത്തേക്ക് നീക്കം ചെയ്യപ്പെട്ടു. 1853-ൽ റെസ്സറിയ ദേ രാഗവോ ഇത് കണ്ടെടുത്തു. ഇപ്പോഴിത് ബെലെമിലുള്ള പള്ളിയിൽ ആണ്. 24 ഇഞ്ച് പൊക്കമുള്ള ഈ രൂപം ഓക്ക് മരത്തിൽ തീർത്തതാണ്.

103. Mtangate (45 കാണുക).

104. ആഫ്രിക്കയുടെ പശ്ചിമതീരത്തിന്റെ പ്രത്യേകതയാണ് ഈ ചുഴലിക്കാറ്റും. ഇടിമിന്നലും. വർഷകാലത്തിന്റെ തുടക്കവും അവസാനവും കുറിക്കുന്ന ഈ ചുഴലിക്കാറ്റ് കരയിൽ നിന്നടിക്കുന്നു. കറുത്തിരുണ്ട മേഘങ്ങളും അകമ്പടിയായുള്ള മിന്നൽ പിണരുകളും ചുഴലിയുടെ വരവിന്റെ നാന്ദിയാണ്.

105. റിയോ ദെ ഗ്രാൻഡേ ആഫ്രിക്കയുടെ പടിഞ്ഞാറുതീരത്ത് വൻകരയ്ക്കും ബിസഗോ ദ്വീപസമൂഹങ്ങൾക്കും ഇടയ്ക്കുള്ള സ്ഥലം.

www.ingramcontent.com/pod-product-compliance
Lightning Source LLC
LaVergne TN
LVHW090427051026
849518LV00006B/2457
* 9 7 8 8 1 2 6 2 0 8 1 0 4 *